LUẬT TỨ PHẦN
TỔNG LỤC

GIÁO HỘI PHẬT GIÁO VIỆT NAM THỐNG NHẤT
HỘI ĐỒNG PHIÊN DỊCH TAM TẠNG LÂM THỜI

ĐẠI TẠNG KINH VIỆT NAM

LUẬT TỨ PHẦN
TỔNG LỤC

Biên Soạn: **TUỆ SỸ**

HỘI ĐỒNG HOẰNG PHÁP
PL 2565 – DL 2022

ĐẠI TẠNG KINH VIỆT NAM
LUẬT TỨ PHẦN, TỔNG LỤC
TUỆ SỸ *Biên Soạn*

Ban Báo Chí & Xuất Bản Hội Đồng Hoằng Pháp
Ấn hành lần thứ nhất, quý II/2022

Trách nhiệm xuất bản: Thích Hạnh Viên
Sửa bản in: Tâm Quang, Nguyên Đạo
Trình bày: Nhuận Pháp, Quảng Hạnh Tuệ
Thiết kế bìa: Quảng Pháp, Nhuận Pháp

https://hoangphap.org

Copyright © 2022. All rights reserved - Bản quyền thuộc về
Hội Ấn Hành Đại Tạng Kinh Việt Nam | Vietnamese Tripitaka Foundation

MỤC LỤC

Giới thiệu công trình phiên dịch Đại Tạng Kinh Việt Nam ... vii

Duyên khởi ... xxvii

Phàm lệ ... xxxv

Bảng viết tắt ... 40

Tự ngôn ... 43

Lịch sử truyền dịch ... 57

Đối chiếu các bộ luật ... 73

I. Đối chiếu tổ chức ... 74

II. Đối chiếu nội dung các bộ ... 77

Thư mục luật ... 93

Từ vựng Pāli – Hán Việt ... 119

Phụ lục: Pháp diệt tránh ... 187

Tựa ... 189

Phần một: Phá tăng ... 193

Phần hai: Diệt tránh ... 225

Phần ba: Trích văn ... 281

Phần bốn: Văn bản ... 345

Sách dẫn ... 351

GIỚI THIỆU CÔNG TRÌNH PHIÊN DỊCH ĐẠI TẠNG KINH VIỆT NAM

*Yo vo, ānanda,
mayā dhammo ca vinayo ca desito paññatto,
so vo mamaccayena satthā.**

I. SƠ LƯỢC QUÁ TRÌNH PHIÊN DỊCH

Trước khi nhập Niết-bàn, đức Phật có di giáo tối hậu cho các chúng đệ tử: "Pháp và Luật mà Ta đã thuyết và quy định, là Đạo Sư của các ngươi sau khi Ta diệt độ." Phụng hành di giáo của đức Thế Tôn, các vị Trưởng lão A-la-hán đã thực hiện cuộc kiết tập lần thứ nhất tại thành Vương Xá, cùng hòa hiệp phúng tụng tất cả những điều đã được Phật giảng dạy trong suốt bốn mươi lăm năm giáo hóa; nền tảng của văn hiến Phật giáo mà về sau được gọi là Tam tạng được thành lập từ đó.

---

* Này *Ānanda*! Pháp và Luật mà Ta đã thuyết và qui định, là Đạo Sư của các ngươi sau khi Ta diệt độ.

Kể từ đó, giáo pháp của đức Thích Tôn theo bước chân du hóa của các Thánh đệ tử lan tỏa khắp bốn phương. Nơi nào Giáo pháp được truyền đến, nơi đó bốn chúng đệ tử học tập và hành trì theo phương ngôn của bản địa, như điều đã được đức Phật chỉ giáo: *anujānāmi, bhikkhave, sakāya niruttiyā buddhavacanaṃpariyāpuṇitun"ti.* "Này các tỳ-kheo, Ta cho phép các ngươi học Phật ngôn bằng chính phương ngữ của mình." Y cứ theo lời dạy này, ngay từ khởi thủy Phật ngôn đã được chuyển thể qua nhiều phương ngữ khác nhau. Khi các bộ phái Phật giáo phát triển, mỗi bộ phái cố gắng thành lập Tam tạng Thánh điển theo phương ngữ của địa phương được xem là căn cứ địa. Khi mà hệ thống văn tự tại cổ Ấn Độ chưa phổ biến, sự lưu truyền Thánh điển bằng khẩu truyền là phương tiện chính. Do khẩu truyền, những biến âm do khẩu âm của từng địa phương khác nhau thỉnh thoảng cũng ảnh hưởng đến một vài thay đổi nhỏ trong các văn bản. Những biến thiên âm vận ấy trong nhiều trường hợp dẫn đến những giải thích khác nhau về một điểm giáo nghĩa giữa các bộ phái. Tuy nhiên, nhìn từ đại thể, các giáo nghĩa trọng yếu vẫn được hiểu và hành trì như nhau giữa tất các các truyền thống, nam phương cũng như bắc phương. Điều có thể được khẳng định qua các công trình nghiên cứu tỉ giảo về văn bản trong hai nguồn văn hệ Phật giáo hiện tại: Pali và Hán tạng. Các bản Hán dịch xuất xứ từ A-hàm, và các bản văn Pali hiện đọc được, đại bộ phận đều tương ưng với nhau. Do đó, những điều được cho là dị biệt giữa hai truyền thống nam và bắc phương, mà thường hiểu lệch lạc là Tiểu thừa và Đại thừa, chỉ là sự khác biệt bởi môi trường lịch sử văn minh theo các địa phương và dân tộc. Đó là sự khác biệt giữa nguyên thủy và phát triển. Phật pháp truyền sang phương nam, đến các nước Nam Á, nơi đó sự phát triển văn minh và các định chế xã hội chưa đến mức phức tạp, nên giáo pháp của Phật được hiểu và hành gần với nguyên thủy. Về phương bắc, tại các vùng đông bắc Ấn, và tây bắc Trung Quốc, nhiều chủng tộc dị biệt, nhiều nền văn hóa khác nhau, và do đó cũng xuất hiện nhiều định chế xã hội khác nhau. Phật pháp được truyền vào đó, một thời đã trở thành quốc giáo của nhiều nước. Thích ứng theo sự phát triển của đất nước ấy, từ ngôn ngữ, phong tục, định chế xã hội, giáo pháp của đức Phật cũng dần dần được bản địa hóa.

Thánh điển Tam tạng là nguồn suối cho tất cả nhận thức về Phật pháp, để học tập và hành trì, cũng như để nghiên cứu. Kinh tạng và Luật tạng là tập đại thành Pháp và Luật do chính đức Phật giảng dạy và quy định, là sở y cho tri thức và hành trì của Thánh đệ tử để tiến tới thành tựu cứu cánh Minh và Hành. Kinh và Luật cũng bao gồm những diễn giải của các Thánh đệ tử được thân truyền từ kim khẩu của đức Phật. Luận tạng, theo truyền thống Thượng tọa bộ nam phương, và cũng theo truyền thống Hữu bộ, do chính đức Phật thuyết. Nhưng các đại luận sư như Thế Thân (*Vasubandhu*), cũng như hầu hết các nhà nghiên cứu Phật học trên thế giới hiện đại, đều không công nhận truyền thuyết này, mà cho rằng đó là tập đại thành các công trình phân tích, quảng diễn, và hệ thống hóa những điều đã được Phật thuyết trong Pháp và Luật. Kinh và Luật tạng được thành lập trong một khoảng thời gian nhất định, trực tiếp hoặc gián tiếp từ kim khẩu của Phật, và là sở y chung cho tất cả các bộ phái Phật giáo, bao gồm cả Phật giáo Đại thừa, mặc dù có những sai biệt do vấn đề truyền khẩu với các khẩu âm và phương ngữ khác nhau, theo thời gian và địa vức.

Luận tạng là bộ phận Thánh điển phản ánh lịch sử phát triển của Phật giáo, bao gồm các phương diện tín ngưỡng tôn giáo, tư duy triết học, nghiên cứu khoa học, định chế và tổ chức xã hội chính trị. Tổng quát mà nói, đó không chỉ là phản ánh lịch sử phát triển của nội bộ Phật giáo, mà trong đó cũng phản ánh toàn bộ văn minh tại những nơi mà giáo lý của đức Phật được truyền đến. Điều này cũng được chứng minh cụ thể bởi lịch sử Việt Nam.

Mỗi bộ phái Phật giáo tự xây dựng cho mình một nền văn hiến Luận tạng riêng biệt, tập hợp các luận giải giáo nghĩa, bảo vệ kiến giải Phật pháp của mình, bài trừ các quan điểm dị học. Đây là nền văn hiến đồ sộ, liên tục phát triển trên nhiều khu vực địa lý khác nhau. Cho đến khi Hồi giáo bành trướng tại Ấn Độ, Phật giáo bị đào thải. Một bộ phận văn hiến Phật giáo được chuyển sang Tây Tạng, qua các bản dịch Phạn Tạng, và một số lớn nguyên bản Phạn văn được bảo trì. Một bộ phận khác, lớn nhất, gần như hoàn chỉnh nhất, văn hiến Phật giáo được chuyển dịch sang Hán tạng, bao gồm hầu hết mọi xu hướng tư tưởng dị biệt của Phật giáo phát triển trong lịch sử Ấn Độ, từ Nguyên thủy, Bộ phái, Đại thừa, cho đến Mật giáo.

Truyền thuyết ghi rằng Phật giáo được truyền vào Trung Hoa dưới đời Hán Minh Đế, niên hiệu Vĩnh bình thứ 10 (Tl. 65), và bản kinh Phật đầu tiên được dịch sang Hán văn là Kinh Tứ thập nhị chương, do Ca-diếp Ma-đằng và Trúc Pháp Lan. Nhưng truyền thuyết này không được nhất trí hoàn toàn giữa các nhà nghiên cứu lịch sử Phật giáo Trung Quốc. Điều chắc chắn là Khương Tăng Hội, quê quán Việt Nam, xuất phát từ Giao Chỉ (Việt Nam), đã đưa Phật giáo vào Giang Tả, miền Nam Trung Hoa. Các công trình phiên dịch và chú giải của Khương Tăng Hội đã chứng tỏ rằng trước đó, tức từ năm thứ 247 kỷ nguyên Tây lịch, thời gian được nói là Tăng Hội vào đất Kiến nghiệp, quy y cho Tôn Quyền, Phật giáo đã phát triển đến một hình thái nhất định tại Việt Nam, cùng một số kinh Phật được phiên dịch. Điều này cũng được củng cố thêm bởi những điều được ghi chép trong Mâu Tử Lý Hoặc Luận. Có lẽ do hậu quả của thời kỳ Bắc thuộc, hầu hết những điều được tìm thấy trong hành trạng của Khương Tăng Hội và trong ghi chép của Mâu Tử đều bị xóa sạch. Chỉ tồn tại những gì được ghi nhận là truyền từ Trung Quốc.

Dịch giả Phạn Hán đầu tiên tại Trung Quốc được khẳng định là An Thế Cao (đến Trung Quốc trong khoảng Tl. 147 – 167). Tất nhiên trước đó hẳn cũng có các dịch giả khác mà tên tuổi không được ghi nhận. Lương Tăng Hựu căn cứ trên bản Kinh lục xưa nhất của Đạo An (Tl. 312 – 385) ghi nhận có chừng 134 kinh không rõ dịch giả; và do đó cũng không xác định trước hay sau An Thế Cao.

Sự nghiệp phiên dịch Phật kinh Phạn Hán liên tục từ An Thế Cao, cho đến các đời Minh, Thanh được tập thành trong 32 tập của Đại Chánh, bao gồm Thánh điển Nguyên thủy, Bộ phái, Đại thừa, Mật giáo, 1692 bộ. Những trước tác của Trung Hoa, từ sớ giải, luận giải, cho đến sử truyện, du ký, v.v., tập thành từ tập 33 đến 55 trong Đại Chánh, gồm 1492 tác phẩm. Số tác phẩm được ấn hành trong Tục tạng chữ Vạn còn nhiều hơn thế nữa. Đây là hai bản Hán tạng tương đối đầy đủ nhất, trong đó tạng Đại Chánh được sử dụng rộng rãi trên quy mô thế giới.

Sự nghiệp phiên dịch Kinh điển ở nước ta được bắt đầu rất sớm, có thể trước cả thời Khương Tăng Hội, mà dấu vết có thể tìm thấy trong *Lục độ tập kinh*. Ngôn ngữ phiên dịch của Khương Tăng Hội là Hán văn. Hiện chưa có phát hiện nào về các bản dịch Kinh Phật bằng tiếng quốc âm. Suốt trong thời kỳ Bắc thuộc, do nhu cầu tinh thông Hán văn như là sách lược cấp thời để đối phó sự đồng hóa của phương bắc, Hán văn trở thành ngôn ngữ thống trị. Vì vậy công trình phiên dịch Kinh điển thành quốc âm không thể thực hiện. Bởi vì, công trình phiên dịch Tam tạng tại Trung Hoa thành tựu đồ sộ được thấy ngay, chủ yếu do sự bảo trợ của triều đình. Quốc âm chỉ được dùng như là phương tiện hoằng pháp trong nhân gian.

Cho đến thời Pháp thuộc, trước tình trạng vong quốc và sự đe dọa bởi văn hóa xâm lược, văn hóa dân tộc có nguy cơ mất gốc, cho nên sơn môn phát động phong trào chấn hưng Phật giáo, phổ biến kinh điển bằng tiếng quốc ngữ qua ký tự La-tinh. Từ đó, lần lượt các Kinh điển quan trọng từ Hán tạng được phiên dịch theo nhu cầu học và tu của Tăng già và Phật tử tại gia. Phần lớn các Kinh điển này đều thuộc Đại thừa, chỉ một số rất ít được trích dịch từ các A-hàm. Dù Đại thừa hay A-hàm, các Kinh Luận được phiên dịch đều không theo một hệ thống nào cả. Do đó sự nghiên cứu Phật học Việt Nam vẫn chưa có cơ sở chắc chắn. Mặt khác, do ảnh hưởng ngữ pháp Phạn, các bản dịch Hán hàm chứa một số vấn đề ngữ pháp Phạn Hán khiến cho ngay cả các nhà chú giải Kinh điển lớn như Cát Tạng, Trí Khải cũng phạm phải rất nhiều sai lầm. Chính Ngạn Tông, người tổ chức dịch trường theo lệnh của Tùy Dạng đế đã nêu lên một số sai lầm này. Cho đến Huyền Trang, vì phát hiện nhiều sai lầm trong các bản Hán dịch nên quyết tâm nhập Trúc cầu pháp, bất chấp lệnh cấm của triều đình và các nguy hiểm trên lộ trình.

Ngày nay, do sự phát hiện nhiều bản Kinh Luận quan trọng bằng tiếng Sanskrit, cũng như sự phổ biến ngôn ngữ Tây Tạng, mà phần lớn Kinh điển Sanskrit được phiên dịch, nên nhiều công trình chỉnh lý được thực hiện cho các bản dịch Phạn Hán. Thêm vào đó, do sự phổ biến ngôn ngữ Pali, vốn được xem là ngôn ngữ Thánh điển gần với nguyên thuyết nhất, một số sai lầm trong các bản dịch A-hàm cũng được chỉnh lý, và tỉ giảo, khiến cho lời dạy của Đức Thích Tôn được thọ trì một cách trong sáng hơn.

Trên đây là những nhận thức cơ bản để Ban phiên dịch Đại Tạng Kinh Việt Nam y theo đó mà thực hiện các bản dịch. Trước hết, là bản dịch các kinh A-hàm đang được giới thiệu ở đây. Các kinh thuộc bộ A-hàm được dịch sang Hán rất sớm, kể từ thời Hậu Hán với An Thế Cao. Nhưng phần lớn các truyền bản này đều phát xuất từ Tây vực, từ các nước Phật giáo thịnh hành thời đó như Quy-tư, Vu-điền. Do khẩu âm và phương ngữ nên trong các truyền bản được nói là Phạn văn đã hàm chứa khá nhiều sai lạc. Điều này có thể thấy rõ qua sự so sánh các đoạn tương đương Pali, hay các dẫn chứng trong Đại Tì-bà-sa, Du-già sư địa. Thêm vào đó, các dịch giả hầu hết đều học Phật và học tiếng Sanskrit tại các nước Tây Vực chứ không trực tiếp tại Ấn Độ như La-thập và Huyền Trang, nên trình độ ngôn ngữ Phạn có hạn chế. Các vị ấy khi vừa đặt chân lên Trung Hoa, do khát vọng thâm thiết của các Phật tử Trung Hoa, muốn có thêm kinh Phật để học và tu, cho nên trong khi chưa tinh thông tiếng Hán, mà công trình phiên dịch lại được thôi thúc cần thực hiện. Vì không tinh thông Hán ngữ nên công tác phiên dịch luôn luôn qua trung gian một người chuyển ngữ. Quá trình phiên dịch đi qua nhiều giai đoạn mà chính người chủ dịch không thể quán triệt, cho nên trong các bản dịch hàm chứa những đoạn văn rất tối nghĩa, và nhiều khi nhầm lẫn. Trong tình hình như vậy, một bản dịch Việt từ Hán đòi hỏi rất nhiều tham khảo để hy vọng tiếp cận với nguyên bản Sanskrit đã thất lạc, và cũng từ đó mà hy vọng có thể tiếp cận với lời Phật dạy hơn, điều mà các bản Hán dịch do trở ngại ngôn ngữ đã không thể thực hiện được.

Đại Tạng Kinh Việt Nam chủ yếu căn cứ trên Đại Chánh Đại Tạng Kinh, Nhật Bản, gồm 100 tập, được biên tập khởi đầu từ niên hiệu Đại Chánh (Taisho) thứ 11, Tl. 1922, cho đến niên hiệu Chiêu Hòa (Showa) thứ 9, Tl. 1934, tập hợp trên 100 nhà nghiên cứu Phật học hàng đầu của Nhật Bản, dưới sự chủ trì của Cao Nam Thuận Thứ Lang (Takakusu

Junjiro) và Độ Biên Hải Húc (Watanabe Kaigyoku). Để bản sử dụng là bản in của chùa Hải Ấn, Triều Tiên, được gọi là bản Cao-lệ. Công trình chỉnh lý văn bản căn cứ các khắc bản Tống, Nguyên, Minh, cùng một số khắc bản và thủ bản tại Hoa và Nhật khác như tả bản Thiên Bình, bản Liêu của Cung nội sảnh, bản chùa Đại Đức, bản chùa Vạn Đức, v.v. Một số bản văn được phát hiện tại các vùng trong Tây Vực như Vu Điền, Đôn Hoàng, Quy Tư, Cao Xương, cũng được dùng làm tham khảo. Nhiều đoạn văn từ Pali và Sanskrit cũng được dẫn dưới cước chú để đối chiếu đoạn Hán dịch mà người biên tập nghi ngờ là không chính xác hoặc thuộc về dị bản nào đó.

Nội dung Đại tạng Đại Chánh được phân làm ba phần chính: phần thứ nhất, gồm 32 tập, là các bản dịch Phạn Hán bao gồm Kinh, Luật, Luận, được thuyết bởi chính kim khẩu của Phật, hay được kiết tập bởi các Thánh đệ tử, hoặc được trước tác bởi các Luận sư. Phần thứ hai, từ Đại Chánh tập 33 đến tập 55, trước tác của Trung Hoa, bao gồm các sớ giải Kinh, Luật, Luận, và luận thuyết riêng biệt của các tông phái Phật giáo Trung Hoa, các sử truyện, truyện ký, du ký, truyền kỳ; các bản Hán dịch thuộc ngoại giáo như Thắng luận, Số luận, Ba tư giáo, Thiên chúa giáo, các tập ngữ vựng Phạn Hán, giáo khoa Phạn Hán, các Kinh lục. Phần thứ ba, từ tập 56 đến 85, tập hợp các trước tác của Nhật Bản, gồm các sớ giải Kinh, Luật, Luận, phần lớn căn cứ trên các bản sớ giải Trung Hoa mà giải nghĩa rộng thêm, và các luận thuyết của các tông phái tại Nhật Bản. Còn lại 12 tập sưu tập các đồ tượng, tranh ảnh, phần lớn là các đồ hình mạn-đà-la của Mật tông. 3 tập cuối, tổng mục lục, liệt kê nội dung các bản Đại tạng lưu hành.

Ban phiên dịch Đại Tạng Kinh Việt Nam chọn Đại Chánh tạng làm để bản, phiên dịch tất cả tác phẩm được ấn hành trong đó. Phàm lệ để thực hiện bản dịch tạm thời được quy định như sau:

1. Đại Tạng Kinh Việt Nam bao gồm tất cả các bản dịch tiếng Việt của Tam Tạng Kinh Điển Phật giáo đã xuất hiện ở nước ta từ trước đến nay, qua các thời kỳ với nhiều dịch giả khác nhau, để cho thấy quá trình hình thành Đại Tạng Kinh Việt Nam qua lịch sử.

2. Về bản đáy, bản dịch Việt căn cứ trên ấn bản Đại Chánh Tân Tu Đại Tạng Kinh 100 tập, mỗi tập trên dưới 1000 trang chữ Hán cỡ 10pt và sẽ được đánh số theo thứ tự của số ghi trong bản in Đại Chánh. Mỗi trang của bản in Đại chính được chia làm ba cột: a, b, c. Số trang và cột này đều được ghi trong bản dịch để tiện tham khảo.

3. Vì thế, một bản kinh chữ Hán có thể có nhiều bản dịch tiếng Việt, nên sau số thứ tự của Đại Chánh, sẽ đánh thêm các mẫu tự A, B, C... để phân biệt các bản dịch tiếng Việt khác nhau của cùng một bản kinh chữ Hán đó.

4. Về xử lý văn bản trong khi phiên dịch, phần lớn căn cứ công trình hiệu đính và đối chiếu của bản Đại Chánh. Ngoài ra, tham khảo thêm các công trình hiệu đính và đối chiếu khác.

5. Giữa các ấn bản có những điểm khác nhau, bản Việt sẽ lựa chọn hoặc hiệu đính theo nhận thức của người dịch.

6. Trong bản Hán, nếu chỗ nào xét thấy văn dịch hay từ ngữ không phù hợp với giáo nghĩa truyền thống phổ biến, người dịch sẽ tham khảo các Kinh, Luật, Luận cần thiết để hiệu chính. Những hiệu chính này được giải thích ở phần cước chú.

7. Bản Hán dịch thực hiện căn cứ phần lớn trên sự truyền khẩu. Do đó những từ phát âm tương tự dễ đưa đến ngộ nhận, như *sam* Pāli hay *sama* và *samyak*; *cala* và *jala*; *muti* và *muṭṭhi*, v.v... Trong những trường hợp này, người dịch sẽ tham chiếu các kinh tương đương, các bản Hán biệt dịch, suy đoán tự dạng nguyên thủy có thể có trong Phạn bản để hiệu chính. Những hiệu chính này đều được ghi ở phần cước chú.

8. Do các truyền bản khác nhau giữa các bộ phái, để có nhận thức về giáo nghĩa nguyên thủy, chung cho tất cả, cần có những nghiên cứu đối chiếu sâu rộng. Công việc này ngoài khả năng hiện tại của các dịch giả. Tuy nhiên, trong trường hợp có thể, những điểm dị biệt giữa các truyền bản sẽ được ghi nhận và đối chiếu. Những ghi nhận này được nêu ở phần cước chú.

9. Bản Hán dịch được phân thành số quyển. Bản dịch Việt không chia số quyển như vậy, nhưng sẽ ghi ở phần cước chú mỗi khi bắt đầu một quyển khác.

10. Các từ Phật học trong một số bản Hán dịch nếu không phổ biến, do đó có thể gây khó khăn cho việc đọc và nghiên cứu, trong các trường hợp như vậy, tuy vẫn giữ nguyên dịch ngữ của bản Hán, nhưng dịch ngữ tương

đương thông dụng hơn sẽ được ghi trong phần cước chú. Trong trường hợp có thể, sẽ ghi luôn dịch giả của những dịch ngữ này và xuất xứ của chúng từ bản dịch nào để tiện việc tham khảo.

11. Các kinh sách tham khảo trong cước chú đều được viết tắt theo quy định phổ thông của giới nghiên cứu quốc tế; xem quy định về viết tắt ở cuối mỗi tập của Đại tạng kinh Việt Nam.

II. PHƯƠNG ÁN THỰC HIỆN

Dự án thực hiện bao gồm các công trình phiên dịch, biên tập, và ấn hành, một Hội Đồng phiên dịch Đại Tạng Kinh Việt Nam được thành lập, được điều phối bởi Tổng biên tập, với các nhiệm vụ được phân phối như sau:

1. Ủy ban Phiên dịch. Để hoàn tất một bản dịch, các công tác sau đây cần được thực hiện:

a. Phiên dịch trực tiếp: Các văn bản lần lượt được phân phối đến các vị có trình độ Hán văn tương đối, kiến thức Phật học cơ bản, và khả năng ngôn ngữ cần thiết, phiên dịch trực tiếp từ Hán sang Việt.

b. Hiệu đính và chú thích: nhiệm vụ chủ yếu của phần hiệu chính là đọc lại bản dịch thô và bổ túc những sai lầm có thể có trong bản dịch. Trong thực tế, người hiệu đính còn phải làm nhiều hơn thế nữa.

Trước hết là phần chỉnh lý văn bản. Phần này đáng lý phải thực hiện trước khi phiên dịch. Việc chỉnh lý văn bản thoạt tiên có vẻ đơn giản, vì người dịch chỉ lưu ý một số nhầm lẫn trong việc khắc bản của để bản. Những điểm khác nhau giữa các bản khắc hầu hết được ghi ở cước chú trong ấn bản Đại Chánh, người dịch chỉ cần hiểu rõ nội dung đoạn dịch thì có thể lựa chọn những từ thích hợp trong cước chú. Tuy nhiên, do hạn chế về trình độ Phật pháp và khả năng tham khảo nên đa số người dịch không chọn được từ chính xác. Mặt khác, ngay cả các từ trong cước chú không phải hoàn toàn chính xác. Ngay cả Đại sư Ấn Thuận cũng phạm phải một số sai lầm khi chọn từ, vì không tìm ra các đoạn Pali hoặc Sanskrit tương đương nên phải dựa trên ức đoán. Những ức đoán phần nhiều là sai. Mặt khác, nhiều sai lầm không phải do tả bản hay khắc bản, mà do chính từ truyền bản. Bởi vì, kinh điển từ Ấn Độ truyền sang hầu hết đều do khẩu truyền. Những biến đổi trong khẩu âm, phát âm, khiến nhầm lẫn từ này với từ khác, làm cho ý nghĩa nguyên thủy của giáo lý sai lạc. Người dịch từ Hán văn mà không có trình độ Phạn văn nhất định thì không thể phát hiện những sai lầm này. Điều đáng lưu ý những sai lầm này xuất hiện rất nhiều và rất thường xuyên trong nhiều bản dịch Phạn Hán.

Phần hiệu đính tập trung trên cú pháp Phạn mà ảnh hưởng của nó trong các bản dịch khiến cho nhiều khi ngay cả những vị tinh thông Hán, ngay cả các nhà chú giải kinh điển nổi tiếng cũng phải nhầm lẫn. Để hiểu rõ nội dung bản dịch Hán, cần thiết phải tìm lại nguyên bản Phạn để đối chiếu. Đại sư Cát Tạng đã vấp phải sai lầm khi không có cơ sở để phân tích mệnh đề Hán dịch là năng động hay thụ động, do đó đã nhầm lẫn người giết với kẻ bị giết. Đó là một đoạn văn trong *Thắng man* mà nguyên bản Phạn của kinh này đã thất lạc, nhưng đoạn văn tương đương lại được tìm thấy trong trích dẫn của *Sikṣasamuccaya* của *Sāntideva*. Nếu không tìm thấy đoạn Sanskrit được trích dẫn này thì không ai có thể biết rằng Cát Tạng đã nhầm lẫn.

Rất nhiều kinh điển trong nguyên bản Phạn đã bị thất lạc. Ngay cả những tác phẩm quan trọng như Đại Tì-bà-sa chỉ tồn tại trong bản dịch của Huyền Trang. Nhiều đoạn được trích dẫn trong bản dịch *Câu-xá*, mà Phạn văn đã được phát hiện, cũng giúp người đọc Đại Tì-bà-sa có manh mối để đi sâu vào nội dung. Đọc một bản văn mà không nắm vững nội dung của nó, nghĩa là chính dịch giả cũng không hiểu, hoặc hiểu sai, sao có thể hy vọng người đọc hiểu được đoạn văn phiên dịch? Do đó, công tác hiệu đính không đơn giản chỉ bổ túc những khuyết điểm trong bản dịch về lối hành văn, mà đòi hỏi công phu tham khảo rất nhiều để nắm vững nội dung nguyên tác trong một giới hạn khả dĩ.

Đại Tạng Kinh Việt Nam là bản dịch Việt từ Hán tạng, do đó không thể tự tiện thay đổi nội dung dù phát hiện những sai lầm trong bản Hán. Những sai lầm mang tính lịch sử, do đó không được phép loại bỏ tùy tiện. Tuy vậy, bản dịch Việt cũng không thể bỏ qua những nhầm lẫn được phát hiện. Những phát hiện sai lầm cần được nêu lên, và những hiệu đính cũng cần được đề nghị. Những điểm này được ghi ở phần cước chú để cho bản Việt vẫn còn gần với bản Hán dịch.

Trên đây là một số điều kiện tất yếu để thực hiện một bản dịch tương đối khả dĩ chấp nhận. Trong tình hình hiện tại, chúng ta chỉ có rất ít vị có thể hội đủ điều kiện yêu cầu như trên. Do đó, dự án thực hiện hướng đến chương trình đào tạo, không đơn giản chỉ là đào tạo chuyên gia dịch thuật, mà là bồi dưỡng những vị có trình độ Phật học cao với khả năng đọc và hiểu các ngôn ngữ chuyển tải Thánh điển, chủ yếu các thứ tiếng Pali, Sanskrit, Tây Tạng và Hán. Trong tình hình nghiên cứu Phật học hiện tại trên thế giới, người muốn nghiên cứu Phật học mà không biết đến các ngôn ngữ này thì khó có thể nắm vững giáo nghĩa căn bản. Và đây cũng là điều mà Ngạn Tông đã nêu rõ trong các điều kiện tham gia dịch thuật trong viện phiên dịch bảo trợ bởi Tùy Dạng Đế, mặc dù Ngạn Tông chỉ yêu cầu hiểu biết Phạn văn nhưng đồng thời cũng yêu cầu kiến thức uyên bác, không chỉ tinh thông Phật điển mà còn cả thư tịch ngoại giáo.

Chi tiết chương trình đào tạo cần được trình bày trong một dịp khác.

2. Ủy ban Ấn hành. Công tác ấn hành gồm các phần:

a. Sửa lỗi chính tả của các bản dịch. Hiện tại lỗi chính tả trong các bản dịch do các Thầy, Cô, và Phật tử tự nguyện chỉnh sửa. Nhưng chỉ là công tác nghiệp dư, do không chuyên trách, và do đó cũng thiếu kinh nghiệm trong việc phát hiện lỗi, nên các bản in phổ biến tồn tại khá nhiều lỗi chính tả.

b. Trình bày bản in. Công tác này tùy thuộc điều kiện kỹ thuật vi tính. Sơ khởi, ban ấn hành chưa đủ điều kiện để có những vị thành thạo sử dụng kỹ thuật vi tính trong việc trình bày văn bản. Công việc này hiện tại do các Thầy, Cô phụ trách, với trình độ kỹ thuật do tự học, và tự phát. Vì vậy, trong nhiều trường hợp không khắc phục được lỗi kỹ thuật nên hình thức trình bày của bản văn chưa được hoàn hảo như mong đợi.

Sự nghiệp phiên dịch được định khoảng 15 năm, hoặc có thể lâu hơn nữa. Hình thức Đại Tạng Kinh do đó không thể được thiết kế một lần hoàn hảo. Trong diễn tiến như vậy, tất nhiên trình độ kỹ thuật được cải tiến theo thời gian, khiến cho hình thức trình bày cũng cần thay đổi cho phù hợp với thời đại. Hậu quả sẽ khó tránh khỏi là sự không đồng bộ giữa các tập Đại Tạng Kinh ấn hành trước và sau.

c. Ấn loát. Sau khi hình thức trình bày được chấp nhận, bản dịch được đưa đi nhà in. Trách nhiệm ấn loát được giao cho nhà in với các khoản được ghi thành hợp đồng. Vấn đề ấn loát như vậy tương đối ổn định. Tuy nhiên, cũng cần có người chuyên trách để theo dõi quá trình ấn loát, hầu tránh những sai sót kỹ thuật có thể có do nhà in.

d. Phát hành, phổ biến và vận động. Một nhiệm vụ không kém quan trọng là phát hành và phổ biến Đại Tạng Kinh. Công việc này đáng lý do một ban phát hành chuyên trách. Nhưng trong điều kiện nhân sự hiện tại, một Ban như vậy chưa thể thành lập, do đó ban ấn hành kiêm nhiệm. Thêm nữa, công trình phiên dịch là sự nghiệp chung của toàn thể Phật tử Việt Nam, không phân biệt Giáo hội, hệ phái, do đó cần có sự tham gia và cống hiến của chư Tăng Ni, Phật tử, bằng hằng sản và hằng tâm, bằng tâm nguyện cá nhân hay tập thể dưới các hình thức hỗ trợ và bảo trợ bằng vật chất hoặc tinh thần, cống hiến bằng tất cả khả năng vật chất và trí tuệ. Công việc vận động này để cho được hữu hiệu với sự tham gia tích cực của nhiều chúng đệ tử cũng cần được chuyên trách bởi một ban vận động. Trong điều kiện nhân sự hiện tại, ban ấn hành kiêm nhiệm.

HẬU TỪ

Trải qua trên dưới 2 nghìn năm du nhập, những giáo nghĩa căn bản mà đức Phật đã giảng được học và hành tại Việt Nam, đã đem lại nhiều an lạc cho nhiều cá nhân và xã hội, đã góp phần xây dựng tình cảm và tư duy của các cộng đồng cư dân trên đất nước Việt. Thế nhưng, sự nghiệp phiên dịch cũng như ấn hành để phổ biến Thánh điển, làm nền tảng sở y cho sự học và hành, chưa được thực hiện trên quy mô rộng lớn toàn quốc.

Sự nghiệp phiên dịch tại Trung Quốc trải qua gần hai nghìn năm, với thành tựu vĩ đại, tập đại thành và bảo tồn kho tàng Thánh điển thoát qua nhiều trận hủy diệt do những đức tin mù quáng, quàng tín. Sự nghiệp ấy đại bộ phận do các quốc vương Phật tử tích cực bảo trợ, đã là sự nghiệp chung của toàn thể nhân dân theo từng giai đoạn đặc biệt của lịch sử. Việt Nam tuy cũng có các minh quân Phật tử, nhưng do tác động bởi các yếu tố chính trị xã hội nên chưa từng được tổ chức quy mô dưới sự bảo trợ của triều đình. Chỉ do yêu cầu thực tế học và hành mà một số kinh điển được phiên dịch, nhưng chưa đủ để lập thành nền tảng tương đối hoàn bị cho sự nghiên cứu sâu giáo nghĩa.

Gần đây, vào năm 1973, một Hội đồng phiên dịch Tam tạng lần đầu tiên trong lịch sử được thành lập. Chủ tịch: Thượng tọa Thích Trí Tịnh, Tổng thư ký: Thượng tọa Thích Quảng Độ, với các thành viên quy tụ tất cả các Thượng tọa và Đại đức đã có công trình phiên dịch và có uy tín trên phương diện nghiên cứu Phật học, dưới sự chỉ đạo của Viện Tăng Thống, Giáo hội Phật giáo Việt Nam Thống nhất. Chương trình phiên dịch được soạn thảo trên quy mô rộng lớn, nhưng do bởi hoàn cảnh chiến tranh cho nên chỉ mới thực hiện được một phần nhỏ. Một phần của thành quả này về sau được ấn hành năm 1993 bởi Viện Nghiên cứu Phật học Việt Nam, trực thuộc Giáo hội Phật giáo Việt Nam, dưới danh hiệu "Đại Tạng Kinh Việt Nam." Thành quả này là các Kinh thuộc bộ *A-hàm* được phân công bởi Hội đồng Phiên dịch Tam tạng, trong đó, *Trường A-hàm* và *Tạp A-hàm* do TT Thiện Siêu, TT Trí Thành và ĐĐ Tuệ Sỹ thuộc Viện Cao đẳng Phật học Hải đức Nha Trang; *Trung A-hàm* và *Tăng nhất A-hàm* do TT Thanh Từ, TT Bửu Huệ, TT Thiền Tâm thuộc Viện Cao đẳng Phật học Huệ Nghiêm Saigon.

Ngoài ra, một phần phân công khác cũng đã được hoàn thành như:

TT Trí Nghiêm: Đại Bát Nhã (Huyền Trang dịch, 600 cuốn) thuộc bộ Bát-nhã. TT Trí Tịnh: Kinh *Ma-ha Bát-nhã-ba-la-mật* (Đại phẩm) thuộc bộ Bát-nhã; Kinh *Diệu pháp Liên hoa* (La-thập dịch), thuộc bộ Pháp hoa; Kinh Đại phương Quảng Phật Hoa nghiêm (bản Bát thập) thuộc bộ Hoa nghiêm, và toàn bộ Đại bảo tích.

Các bản dịch này cũng đã được ấn hành nhưng do bởi đệ tử của các Ngài chứ chưa đưa vào Đại Tạng Kinh Việt Nam.

Những vị được phân công khác chưa thấy có thành quả được công bố.

Mặc dù với nỗ lực to lớn, nhưng do hoàn cảnh nhiễu nhương của đất nước nên thành tựu rất khiêm nhượng. Thêm nữa, các thành tựu này cũng chưa hội đủ điều kiện và thời gian thuận tiện được hiệu đính và biên tập theo tiêu chuẩn nghiên cứu và phiên dịch Phật điển trong trình độ nghiên cứu Phật giáo hiện đại của thế giới, do đó cũng chưa thể được dự phần trong sự nghiệp phiên dịch và nghiên cứu Phật học trên quy mô quốc tế, như cống hiến của Phật giáo Việt Nam cho cộng đồng nhân loại trong sự nghiệp hoằng dương Chánh pháp chung của toàn thể Phật tử thế giới vì lợi ích và an lạc của hết thảy mọi loài chúng sanh.

Sự nghiệp như vậy không thể là cống hiến cá biệt của một cá nhân hay tập thể, của một Giáo hội hay hệ phái, mà là sự nghiệp chung của toàn thể Tăng tín đồ Phật giáo Việt Nam, không chỉ một thế hệ, mà liên tục trong nhiều thế hệ, cùng tồn tại và tiến bộ theo đà thăng tiến của xã hội và nhân loại. Trên hết là báo đáp ân đức của Phật Tổ, đã vì an lạc của chúng sanh mà trải qua vô vàn khổ hành, qua vô số a-tăng-kỳ kiếp. Thứ đến, kế thừa sự nghiệp hoằng pháp lợi sanh của Thầy Tổ để cho ngọn đèn Chánh pháp luôn luôn được thắp sáng trong thế gian.

Vì vậy, chúng tôi khẩn thiết, trên nương nhờ uy thần nhiếp thọ của Chư Phật và Thánh Tăng, cùng với sự tán trợ của chư vị Trưởng lão hiện tiền trong hàng Tăng bảo, kêu gọi sự hỗ trợ cống hiến bằng tất cả tâm nguyện và trí lực, bằng tất cả hằng sản và hằng tâm, của bốn chúng đệ tử Phật, cho sự nghiệp hoằng pháp đệ nhất tối thắng này được tiến hành vững chắc và liên tục từ thế hệ này cho đến nhiều thế hệ tiếp theo, duy trì ngọn đèn Chánh pháp tồn tại lâu dài trong thế gian vì lợi ích và an lạc của hết thảy chúng sanh.

Mùa Phật đản Pl. 2552 – Mậu Tý 2008
Trí Siêu – Tuệ Sỹ
cẩn bạch

GIÁO HỘI PHẬT GIÁO VIỆT NAM THỐNG NHẤT
HỘI ĐỒNG PHIÊN DỊCH TAM TẠNG LÂM THỜI

DUYÊN KHỞI

Kể từ phong trào chấn hưng Phật giáo vào thập niên 1930, chư vị dịch giả đã cố gắng phiên âm và phiên dịch Kinh điển từ Hán văn hay chữ Nôm sang chữ quốc ngữ để sử dụng trong sinh hoạt thiền môn Việt Nam cũng như để đem giáo lý Phật đi vào quần chúng. Những nỗ lực như vậy rất đáng trân trọng, nhưng vẫn còn là những đóng góp từ cá nhân, mang tính cấp thời, chưa có sự phối hợp đồng bộ, và chưa đủ tầm mức học thuật để giới thiệu Thánh điển Phật giáo tiếng Việt đến với cộng đồng dân tộc.

Vài thập niên sau đó thì chữ quốc ngữ qua ký tự La-tinh mới được phổ cập trong thiền môn, và kinh sách Phật giáo bằng tiếng Việt, phiên dịch cũng như trước tác, mới được bừng khai, không những tạo nên các phong trào tu học của quần chúng khắp nước, mà còn là sự dẫn đạo tư tưởng của Phật giáo Việt Nam đối với các thế hệ trưởng thành trong chiến tranh qua sự thành lập Giáo Hội Phật

Giáo Việt Nam Thống Nhất (GHPGVNTN), đồng thời kiến lập Đại Học Vạn Hạnh, một viện đại học tư thục Phật giáo đầu tiên tại Nam Việt Nam vào năm 1964.

Từ nguồn nhân lực dồi dào với nhiều vị pháp sư, học giả được đào tạo trong và ngoài nước, cũng như các cơ sở giáo dục Phật giáo được trải rộng khắp miền Trung và Nam Việt, Viện Tăng Thống GHPGVNTN đã có nền tảng vững chắc về học thuật để quyết định thành lập Hội Đồng Phiên Dịch Tam Tạng; và qua Hội nghị Toàn thể Hội đồng Phiên dịch Tam Tạng tổ chức tại Viện Đại Học Vạn Hạnh vào các ngày 20, 21, 22 tháng 10 năm 1973, hội nghị đã đưa ra dự án phiên dịch với mục lục tổng quát các Kinh điển truyền bản Hán tạng cần phiên dịch, phân chia công việc, cũng như giới thiệu thành viên của Hội đồng Phiên dịch Tam Tạng gồm 18 vị Pháp sư như sau:

HỘI ĐỒNG PHIÊN DỊCH TAM TẠNG 1973

A. *Ủy Ban Phiên Dịch:*
1. Hòa thượng Trưởng lão Thích Trí Tịnh (1917 – 2014)
Trưởng Ban
2. Hòa thượng Trưởng lão Thích Minh Châu (1918 – 2012)
Phó Trưởng Ban
3. Hòa thượng Trưởng lão Thích Quảng Độ (1928 – 2020)
Tổng Thư Ký
4. Hòa thượng Trưởng lão Thích Trí Quang (1923 – 2019)

5. Hòa thượng Trưởng lão Thích Đức Nhuận
   (1924 – 2002)
6. Hòa thượng Trưởng lão Thích Bửu Huệ
   (1914 – 1991)
7. Hòa thượng Trưởng lão Thích Trí Thành
   (1921 – 1999)
8. Hòa thượng Trưởng lão Thích Nhật Liên
   (1923 – 2010)
9. Hòa thượng Trưởng lão Thích Thiện Siêu
   (1921 – 2001)
10. Hòa thượng Trưởng lão Thích Huyền Vi
    (1926 – 2005)

B. *Thành Viên Bổ Sung:*
1. Hòa thượng Trưởng lão Thích Đức Tâm
   (1928 – 1988)
2. Hòa thượng Trưởng lão Thích Huệ Hưng
   (1917 – 1990)
3. Hòa thượng Trưởng lão Thích Thuyền Ấn
   (1927 – 2010)
4. Hòa thượng Trưởng lão Thích Trí Nghiêm
   (1911 – 2003)
5. Hòa thượng Trưởng lão Thích Trung Quán
   (1918 – 2003)
6. Hòa thượng Trưởng lão Thích Thiền Tâm
   (1925 – 1992)
7. Hòa thượng Trưởng lão Thích Thanh Từ
   (1924 –)
8. Hòa thượng Thích Tuệ Sỹ
   (1943 –)

Sau gần 50 năm kể từ khi Hội đồng Phiên dịch Tam Tạng được thành lập, nhiều Kinh điển đã được phiên dịch, góp phần đáng kể vào kho tàng Thánh điển Phật giáo Việt Nam, nhưng có thể nói rằng dự án phiên dịch đưa ra thời ấy, vẫn chưa hoàn tất. Lý do thứ nhất, do hoàn cảnh chiến tranh và bất toàn xã hội, các Kinh điển được dịch rồi vẫn không có đủ thời gian thuận tiện để được hiệu đính và nhuận sắc lại theo đúng tiêu chuẩn Phật điển hàn lâm. Thứ nữa, với nguồn tài liệu cổ ngữ, sinh ngữ dồi dào hiện nay cùng với phương tiện kỹ thuật vi tính, thông tin liên mạng, chư vị dịch giả có rất nhiều cơ hội để truy cập, tham khảo, đối chiếu các truyền bản khác nhau để có được định bản tiếng Việt đáng tin cậy, theo chuẩn mực quốc tế. Ngoài ra, chư vị thành viên Hội đồng Phiên dịch đã theo thời gian, tuần tự viên tịch khi công trình phiên dịch còn dang dở. Nay chỉ còn 2 trong số 18 vị dịch giả còn đương tiền, nhưng một vị đang trong tình trạng bất hoạt; vị duy nhất còn lại có thể tiếp tục đảm đương trọng nhiệm là Hòa thượng Thích Tuệ Sỹ. Xét thấy, đây cũng là phước duyên hy hữu cho Phật giáo Việt Nam cũng như cho công trình phiên dịch Tam Tạng do Viện Tăng Thống đề ra nửa thế kỷ trước:

a) Về phương diện học thuật, Hòa thượng Tuệ Sỹ là một trong số ít học giả uy tín trong việc nghiên tầm, phiên dịch, chú giải và giảng thuật về Tam Tạng Kinh điển từ nhiều thập niên qua; đã và đang đào tạo, nâng đỡ nhiều thế hệ Tăng Ni và Cư sĩ có trình độ Phật học và cổ ngữ có thể phụ trợ công trình phiên dịch;

b) Về phương diện điều hành, Hòa thượng Tuệ Sỹ chính thức tiếp nhận ấn tín Viện Tăng Thống từ Đức Đệ ngũ Tăng Thống, hàm nghĩa kế thừa sự nghiệp hoằng pháp của GHPGVNTN, đồng thời kế thừa công trình phiên dịch của Hội đồng Phiên dịch Tam Tạng được Hội đồng Giáo phẩm Trung ương Viện Tăng Thống thành lập năm 1973.

Từ những nhân duyên và điều kiện kể trên, công trình phiên dịch dang dở của chư vị tiền hiền tất yếu phải được Hòa thượng Tuệ Sỹ đưa vai gánh vác, không thể để cho gián đoạn. Đó là lý do, từ danh nghĩa Viện Tăng Thống GHPGVNTN, Hội Đồng Phiên Dịch Tam Tạng Lâm Thời (HĐPDTTLT) đã được thành lập vào ngày 03 tháng 12 năm 2021, theo Thông Bạch số 11/VTT/VP, nhằm kế thừa sự nghiệp phiên dịch Tam Tạng của chư vị Trưởng lão Hội Đồng Phiên Dịch Tam Tạng Viện Tăng Thống, với thành phần nhân sự như sau:

HỘI ĐỒNG PHIÊN DỊCH TAM TẠNG LÂM THỜI 2021[*]

Cố Vấn:	Giáo sư Trí Siêu Lê Mạnh Thát (Việt Nam)
Chủ Tịch:	Hòa thượng Thích Tuệ Sỹ (Việt Nam)
Chánh Thư Ký:	Hòa thượng Thích Như Điển (Đức quốc)
Phó Thư Ký Quốc Nội:	Hòa thượng Thích Thái Hòa (Việt Nam)

---

[*] Cập nhật ngày 08.05.2022.

Phó Thư Ký Hải Ngoại: Hòa thượng Thích Nguyên Siêu (Hoa Kỳ)

Ủy Ban Duyệt Sách:

Hòa thượng Thích Tuệ Sỹ; Giáo sư Trí Siêu Lê Mạnh Thát.

Ủy Ban Phiên Dịch:

Hòa thượng Thích Đức Thắng (Việt Nam); Hòa thượng Thích Thái Hòa (Việt Nam); Thượng tọa Thích Nguyên Hiền (Việt Nam); Thượng tọa Thích Nhuận Châu (Việt Nam); Đại đức Thích Nhuận Thịnh (Việt Nam); Cư sĩ Đạo Sinh Phan Minh Trị (Việt Nam); Cư sĩ Trí Việt Đỗ Quốc Bảo (Đức quốc).

Ủy Ban Chứng Nghĩa Chuyết Văn:

Hòa thượng Thích Thiện Quang (Canada); Thượng tọa Thích Nguyên Tạng (Úc); Đại đức Thích Nhuận Thịnh (Việt Nam); Cư sĩ Tâm Huy Huỳnh Kim Quang (Hoa Kỳ); Cư sĩ Tâm Quang Vĩnh Hảo (Hoa Kỳ).

Những thành viên khác tùy theo nhu cầu sẽ được thỉnh cử sau.

Xét thấy công hạnh tu trì cũng như kiến văn của thành viên chưa thể sánh ngang với chư Tôn túc Trưởng lão Hội đồng Phiên dịch Tam Tạng 1973, do đó chỉ có thể thành lập Hội đồng Lâm thời để kế thừa việc phiên dịch Kinh-Luật-Luận theo khả năng. Trong điều kiện như thế, HĐPDTTLT sẽ không phiên dịch theo thứ tự lịch sử hình thành Thánh điển như Đại Chánh, mà theo phương pháp các Kinh Lục cổ điển, phân Thánh giáo thành Ba thừa: Thanh Văn Tạng,

Bồ-tát Tạng và Mật Tạng. Cho đến khi nào sở học và đạo hạnh được nâng cao, đủ để xác định tín tâm trong hàng bốn chúng đệ tử, bấy giờ Hội đồng Phiên dịch Tam Tạng Lâm thời sẽ chuyển thành chính thức, và sẽ tuần tự thực hiện chương trình phiên dịch đúng theo đề xuất của Hội đồng Phiên dịch Tam Tạng 1973.

Sự nghiệp phiên dịch Đại Tạng Kinh là sự nghiệp chung, hệ trọng và trường kỳ, của Tăng tín đồ Phật giáo Việt Nam trong và ngoài nước. Hình thành Đại Tạng Kinh tiếng Việt không những tạo điều kiện thuận lợi cho việc nghiên cứu và thực hành Phật Pháp đúng đắn cho tứ chúng đệ tử, khẳng định vị thế của Phật giáo Việt Nam đối với nhân loại và cộng đồng Phật giáo quốc tế, mà còn là sự phục hưng những giá trị văn hóa dân tộc nhằm góp phần vào việc xây dựng và phát triển đất nước. Nhận thức được tầm quan trọng này, chư vị lãnh đạo các Giáo hội Phật giáo Việt Nam Thống Nhất tại hải ngoại đã vận động thành lập Hội Đồng Hoằng Pháp vào ngày 08 tháng 5 năm 2021, với sự tán trợ của Viện Tăng Thống, nhằm mở rộng con đường hoằng pháp ngoài nước theo tiêu hướng của GHPGVNTN, cũng như để vận động yểm trợ và thúc đẩy công trình phiên dịch và ấn hành Đại Tạng Kinh Việt Nam tiến đến thành tựu viên mãn.

Để tri niệm ân sâu của chư lịch đại Tổ sư và chư vị Tôn túc trong Hội Đồng Phiên Dịch Tam Tạng 1973 trong sự nghiệp hoằng truyền chánh đạo, Hội Đồng Hoằng Pháp nguyện góp phần công đức, toàn tâm ủng hộ, cúng dường tâm lực, trí lực và tài lực để Đại Tạng Kinh Việt Nam chuẩn mực được lần lượt ấn hành, khởi đầu từ Thanh Văn Tạng, tháng 01 năm 2022, cho đến khi hoàn tất Bồ-tát Tạng và Mật Tạng trong thập niên tới.

Nguyện đem công đức Pháp thí này hồi hướng chánh pháp cửu trụ, tứ chúng an hòa, phát Bồ-đề tâm tiến tu đạo nghiệp; lại nguyện nhân loại được an vui, phúc lạc; sớm chấm dứt thiên tai dịch bệnh, khắp loài chúng sinh đều được lạc nghiệp an cư.

Ngưỡng vọng chư tôn Trưởng lão, chư Hòa thượng, Thượng tọa, Đại đức Tăng Ni cùng bốn chúng đệ tử trong và ngoài nước chứng minh và liễu tri.

Nam mô Công Đức Lâm Bồ-tát.

Phật lịch 2565, năm Tân Sửu
Ngày 01 tháng 01 năm 2022
Hội Đồng Phiên Dịch Tam Tạng Lâm Thời
Cẩn bạch

PHÀM LỆ

1. Đại Tạng Kinh Việt Nam bao gồm tất cả các bản dịch tiếng Việt của Tam Tạng Kinh Điển Phật giáo đã xuất hiện ở nước ta từ trước đến nay, qua các thời kỳ với nhiều dịch giả khác nhau, để cho thấy quá trình hình thành Đại Tạng Kinh Việt Nam qua lịch sử.

2. Về bản đáy, bản dịch Việt căn cứ trên ấn bản Đại Chánh Tân Tu Đại Tạng Kinh 100 tập, mỗi tập trên dưới 1000 trang chữ Hán cỡ 10pt và sẽ được đánh số theo thứ tự của số ghi trong bản in Đại Chánh. Mỗi trang của bản in Đại chính được chia làm ba cột: a, b, c. Số trang và cột này đều được ghi trong bản dịch để tiện tham khảo.

3. Vì thế, một bản Kinh chữ Hán có thể có nhiều bản dịch tiếng Việt, nên sau số thứ tự của Đại Chánh, sẽ đánh thêm các mẫu tự A, B, C... để phân biệt các bản dịch tiếng Việt khác nhau của cùng một bản Kinh chữ Hán đó.

4. Về xử lý văn bản trong khi phiên dịch, phần lớn căn cứ công trình hiệu đính và đối chiếu của bản Đại Chánh. Ngoài ra, tham khảo thêm các công

trình hiệu đính và đối chiếu khác.

5. Giữa các ấn bản có những điểm khác nhau, bản Việt sẽ lựa chọn hoặc hiệu đính theo nhận thức của người dịch.

6. Trong bản Hán, nếu chỗ nào xét thấy văn dịch hay từ ngữ không phù hợp với giáo nghĩa truyền thống phổ biến, người dịch sẽ tham khảo các Kinh, Luật, Luận cần thiết để hiệu chính. Những hiệu chính này được giải thích ở phần cước chú.

7. Bản Hán dịch thực hiện căn cứ phần lớn trên sự truyền khẩu. Do đó những từ phát âm tương tự dễ đưa đến ngộ nhận, như *sam* Pāli hay *sama* và *samyak*; *cala* và *jala*; *muti* và *muṭṭhi*, v.v… Trong những trường hợp này, người dịch sẽ tham chiếu các Kinh tương đương, các bản Hán biệt dịch, suy đoán tự dạng nguyên thủy có thể có trong Phạn bản để hiệu chính. Những hiệu chính này đều được ghi ở phần cước chú.

8. Do các truyền bản khác nhau giữa các bộ phái, để có nhận thức về giáo nghĩa nguyên thủy, chung cho tất cả, cần có những nghiên cứu đối chiếu sâu rộng. Công việc này ngoài khả năng hiện tại của các dịch giả. Tuy nhiên, trong trường hợp có thể, những

điểm dị biệt giữa các truyền bản sẽ được ghi nhận và đối chiếu. Những ghi nhận này được nêu ở phần cước chú.

9. Bản Hán dịch được phân thành số quyển. Bản dịch Việt không chia số quyển như vậy, nhưng sẽ ghi ở phần cước chú mỗi khi bắt đầu một quyển khác.

10. Các từ Phật học trong một số bản Hán dịch nếu không phổ biến, do đó có thể gây khó khăn cho việc đọc và nghiên cứu, trong các trường hợp như vậy, tuy vẫn giữ nguyên dịch ngữ của bản Hán, nhưng dịch ngữ tương đương thông dụng hơn sẽ được ghi trong phần cước chú. Trong trường hợp có thể, sẽ ghi luôn dịch giả của những dịch ngữ này và xuất xứ của chúng từ bản dịch nào để tiện việc tham khảo.

11. Các Kinh sách tham khảo trong cước chú đều được viết tắt theo quy định phổ thông của giới nghiên cứu quốc tế; xem quy định về viết tắt ở cuối mỗi tập của Đại Tạng Kinh Việt nam.

12. Quy ước các danh từ viết hoa

Các từ gốc Sanskrit/Pāli:

a. Từ thường phiên âm: tất cả viết thường với gạch nối. Như *śūnyatā* = thuấn-nhã-đa tính, *kṣatriya* = sát-đế-lợi. Trừ các từ tôn kính, theo ngữ cảnh; như: *Nirvāṇa* = Niết-bàn; *Ācārya* = A-xà-lê; *Bhikṣu* = Tỳ-kheo v.v...

b. Từ đặc hữu (nhân danh, địa danh): Chữ đầu hoa, còn lại thường, với gạch nối. Như *Śariputra* = Xá-lợi-phất, *Śrāvastī* = Xá-vệ, *Kapilavastu* = Ca-tì-la-vệ.

c. Trường hợp vừa âm vừa nghĩa, phần phiên âm chữ đầu hoa, còn lại thường với gạch nối; phần nghĩa viết Hoa, như *Śariputra* = Xá-lợi Tử.

* Các từ thuần Việt, chưa có quy tắc chính thức, nhưng theo cách viết phổ thông hiện nay:

a. Từ phổ thông: tất cả không hoa, trừ trường hợp tôn kính hay đặc biệt.

b. Từ đặc hữu, nhân danh, địa danh: tất cả viết hoa.

Vạn Hạnh, Pl. 2550 - Dl. 2006
Trí Siêu và **Tuệ Sỹ** cẩn chí

BẢNG VIẾT TẮT

A	Aṅguttara-Nikāya – Tăng chi bộ kinh
Câu-xá	A-tỳ-đạt-ma-câu-xá luận, T 29 No 1558
Cf.	confer, Tham chiếu, so sánh
Cđ.	bản dịch của Chân Đế
cht.	chú thích
...cho đến	Lặp lại nguyên văn đoạn trên.
D	Dīgha-nikāya, Trường bộ kinh
Đại.	Đại chánh tân tu Đại tạng kinh, Taisho
đd.	đã dẫn.
Dh, Dhp	Dhammapada, kinh Pháp cú
Du-già	Du-già sư địa luận, T 30 No 1579
Ht.	bản dịch của Huyền Trang
ibid.	ibidem, cùng chỗ đã dẫn, đã dẫn, dẫn thượng
M	Majjhima-Nikāya – Trung bộ kinh.
NM	bản in đời Nguyên Minh
nt.	như trên
Pl.	Pāli
S	Samyutta-Nikāya – Tương ưng bộ kinh

Sdt.	sách dẫn trên
Sđd.	Sách đã dẫn
Skt.	Sanskrit
Sn	*Sutta-nipāta* – Kinh tập
TN	Taisho, bản Đại chính, theo số quyển
Tập dị	Tập dị môn túc luận
Th 1	*Theragātha* – Trưởng lão kệ
Th 2	*Therīgāthā* – Trưởng lão ni kệ
thc.	tham chiếu
thk.	tham khảo
Tì-bà-sa	A-tì-đạt-ma Đại tì-bà-sa luận
Tl.	Tây lịch
TNM	bản in các đời Tống Nguyên Minh
tr.	trang
vd.	ví dụ
Vin.	*Vinaya,* Luật tạng Pāli
Vsm.	*Visuddhimagga* – Thanh tịnh đạo luận
x.	xem
Wogihara	Phạn Hòa từ điển, Địch Nguyên Vân Lai (Wogihara Unrai)

TỰ NGÔN

Ấn bản lần thứ hai
Pl. 2549 (Tl.2005)

LUẬT TỨ PHẦN

Việt dịch: HT. Thích Đổng Minh

Bản dịch *Luật Tứ phần* ấn hành lần thứ nhất PL 2546 (Tl.2002) chỉ mới gồm 30 quyển trong bản Hán, phân thành ba tập, nội dung thuyết minh giới pháp Tỳ-kheo (tập 1 & 2), và giới pháp Tỳ-kheo-ni (tập 3), phổ biến giới hạn trong các giảng khóa và các trường Luật để làm tư liệu học tập, nghiên cứu *Giới bổn* Tỳ-kheo và Tỳ-kheo-ni. Mặc dù đã có rất nhiều cố gắng để ấn hành tiếp các phần còn lại, nhất là trước khi Hòa thượng dự tri thời chí; nhưng do điều kiện hoàn cảnh cho nên công việc ấn hành chưa được hoàn tất. Ngay sau ngày Hòa thượng xả bỏ thắng dị thục thân, các đệ tử, các học trò môn hạ của Hòa thượng tập trung nỗ lực hoàn tất các sự việc còn lại để ấn hành kịp trước ngày Đại tường.

Hòa thượng là một số rất ít trong các tỳ-kheo trì luật của Tăng-già Việt Nam kể từ khi Phật giáo được trùng hưng, Tăng thể được chấn chỉnh và khôi phục. Thế hệ thứ nhất trong phả hệ truyền thừa Luật tạng của Tăng-già Việt Nam thời trùng hưng hiện đại bao gồm bóng mờ của nhiều bậc Thượng tôn Trưởng lão, uy nghi đĩnh đạc nhưng khó hình dung rõ nét đối với các thế hệ tiếp bước theo sau. Các Ngài xứng đáng là bậc Long Tượng trong chốn tòng lâm, mà đời sống phạm hạnh nghiêm túc, phản chiếu giới đức sáng ngời, tịnh như băng tuyết, mãi mãi ghi dấu trên các nẻo đường hành cước, tham phương, hoằng truyền Chánh pháp.

Trước sự phá sản của các giá trị đạo đức truyền thống càng lúc càng trầm trọng diễn ra khiến các cộng đồng xã hội đang mất dần tính tự chủ, dễ bị tha hóa theo những giá trị vật chất; những tín điều đạo đức tôn giáo mới càng lúc càng trở thành tiêu chuẩn cho văn minh tiến bộ theo hướng vật dục và nuôi dưỡng tinh thần cuồng tín và kỳ thị. Sự phá sản tinh thần không chỉ xảy ra trong một phạm vi xã hội, mà nó lan dần đến cả trong sinh hoạt Thiền môn. Thanh quy của Thiền môn chỉ còn là một lớp vỏ, mà lại là lớp vỏ rách nát không đủ che đậy những dấu hiệu thoái hóa. Tăng-già đang trên chiều hướng tục hóa, có nguy cơ trở thành một cộng đồng ô hợp tồn tại chỉ vì quyền lợi vật chất thế gian. Trên những lối đi đầy gai góc của rừng Thiền bấy giờ, vẫn luôn luôn ẩn hiện những dấu chân

Long Tượng dấn bước tìm lại lối mòn cổ đạo đồng thời thuận hướng với trào lưu lịch sử của đất nước và nhân loại. Đó là những bước đi tái khai phá, dò dẫm một cách thận trọng.

Trong trào lưu lịch sử đó, Hòa thượng là vị trì luật của thế hệ thứ hai; thế hệ mà căn bản của cơ chế Tăng-già Việt Nam đã tương đối ổn định lần hồi. Các Tăng sự thường hành như thuyết giới, an cư, tự tứ, truyền giới được tuân thủ có nền tảng như quy định trong Luật tạng; mặc dù sự hành trì nghiêm túc chỉ giới hạn trong các Phật học đường hay Phật học viện tại ba miền Bắc, Trung, Nam. Cho đến khi Tăng-già Việt Nam trưởng thành để hòa nhập vào các cộng đồng đệ tử Phật trên khắp thế giới, bấy giờ vấn đề đối chiếu, tham chiếu các điều khoản học xứ, các Tăng sự thường hành, các nguyên tắc khai-trì-già-phạm, được đặt ra trong các hệ truyền thừa Luật Nam và Bắc phương. Từ những đồng và bất đồng giữa hai hệ, những gì thuộc căn bản Phạm hạnh, những gì do ảnh hưởng bởi sự phát triển các định chế xã hội trên nhiều khu vực địa lý khác nhau trong đó Tăng-già tồn tại, bấy giờ từ những giá trị chung, những nguyên lý căn bản giữa hai hệ Nam Bắc, hình ảnh Tăng-già đệ tử Phật được xác định, tuy chưa thể hợp nhất trong một hướng hành trì, điều khó có thể xảy ra do điều kiện khách quan bởi sự phát triển các xã hội và giao hưởng của các nền văn minh nhân loại dị biệt.

Chính trong điều kiện và bối cảnh xã hội này, hình ảnh Hòa thượng thường xuyên xuất hiện trong các Tăng sự thường hành giữa hai hệ truyền Luật Nam Bắc, hoặc chính thức, hoặc dự khán. Hòa thượng có kể lại cho chúng tôi nghe những lần Hòa thượng được phép dự khán để quan sát Tăng-già Nam phương tác pháp yết-ma; trong đó sima hay cương giới được ấn định sao cho sự dự khán của Hòa thượng không làm cho Tăng yết-ma bị nghi là phi pháp, phi luật. Những điểm tế nhị như vậy trong sinh hoạt Tăng-già không phải là điều dễ cảm nhận đối với những ai không trực tiếp dự phần hay được nghe từ chính người trực tiếp dự phần; và do đó cũng tương đối khó khăn để lý giải bản thể thanh tịnh và hòa hiệp của Tăng-già.

Chính do nỗ lực suy tầm, suy cứu, bằng tư duy lý luận, hoặc bằng thực tế hành trì, tham vấn, mà Hòa thượng phát hiện một số điều rất quan trọng trong ngôn ngữ diễn đạt của Luật. Xét ra, về mặt văn tự, đây tuy chỉ là chi tiết nhỏ, nhưng xét từ góc độ tư duy triết học Luật, nó bộc lộ sự nhận thức về hiệu lực của Tăng yết-ma, mà nói theo A-tì-đàm, đó là hiệu lực của ngữ biểu nghiệp. Chúng ta hãy phân tích một vài liên hệ chi tiết này.

Thông thường, kết ngữ trong các yết-ma theo hầu hết các dịch giả Hán đều nói: *"Thị sự như thị trì"*. Kết ngữ này được hiểu phổ thông, và phổ biến, theo ngôn ngữ Việt như sau: "Việc ấy như vậy mà hành trì (hay thọ trì)"; hoặc có vị giải rằng "Việc ấy cứ như vậy mà suốt biết." Trong cách hiểu này, từ Hán *trì*, theo ngữ pháp nó là động từ, chủ ngữ của nó như vậy được hiểu là tất cả tỳ-kheo hiện diện, nghĩa là ngôi thứ nhất hoặc ngôi thứ ba, số nhiều nếu là động từ mệnh lệnh cách. Vấn đề ngữ pháp như vậy thật đơn giản; điều còn lại cần làm là dịch thế nào để động từ *trì* chuyển tải đầy đủ ý nghĩa. Tuy nhiên, vấn đề không hẳn đơn giản như vậy. Vị Trưởng lão đầu tiên đặt lại vấn đề ngữ pháp để xác định lại chủ ngữ có lẽ là Hòa thượng Trí Quang, theo như điều mà Hòa thượng Đổng Minh thuật lại. Bởi vì khi đối chiếu với cách dịch của Luật sư Nghĩa Tịnh, kết cú yết-ma này nói: "Thị sự *ngã* như thị trì." Chủ ngữ là ngôi thứ nhất, số ít. Nhưng điều này gây nên khó khăn trong hai khía cạnh. Về ngữ pháp, những vị không hề có ấn tượng tối thiểu về tiếng Phạn khó có thể hội thông giữa hai cách dịch, một đằng gần như đương nhiên dẫn đến cách hiểu chủ ngữ là ngôi thứ nhất hoặc ngôi thứ ba số nhiều; một đằng khẳng định chủ ngữ ở ngôi thứ nhất, số ít. Về nội dung, ý nghĩa cần minh giải ở đây là, trách nhiệm chấp trì, hay chấp hành, pháp yết-ma mà Tăng đã công bố thuộc về ai: cá nhân hay tập thể? Kết ngữ của yết-ma như vậy nêu lên vấn đề tư duy triết học Luật ở đây: kết ngữ này là xác định trách nhiệm chấp hành quyết định của Tăng, hay kết ngữ này xác định thẩm quyền công bố quyết định của Tăng thuộc về ai, như người ta thường thấy trong các hội nghị. Từ đó dẫn đến vấn đề hiệu lực của yết-ma.

Chính vì không thể đi đến một kết luận thống nhất, Hòa thượng Đổng Minh tự thân đi tham khảo các Trưởng lão trì luật thuộc hệ Nam phương. Trong hệ Luật Pāli, kết cú yết-ma này không có vấn đề, vì nó rất rõ; dù vậy, cũng cần phải có những giải thích y cứ trên cơ sở tư duy của Luật. Kết cú này theo văn Pāli (Sanskrit cũng đồng nhất): *evaṃ taṃ dhārayāmi*, trong đó *dhārayāmi* là động từ ngôi thứ nhất, số ít, nghĩa đen là "tôi duy trì, tôi ghi nhớ/ghi nhận." Dịch sang Hán có thể là *(ngã) trì* hay *(ngã) ức trì*. Kết cú theo văn Pāli hay Sanskrit có thể được đề nghị dịch như sau: "Việc ấy *tôi* ghi nhận như vậy" Trong câu Pāli, chủ ngữ không hiện diện mà được hiểu ngầm bằng đuôi biến hóa động từ, do đó trong các bản Hán dịch, khi dịch sát, cũng lược bỏ nó để hiểu ngầm. Trong tiếng Phạn, cũng lược bỏ chủ ngữ, nhưng do hình thức của đuôi biến hóa mà chủ ngữ vẫn được xác định không thể mơ hồ; trong khi đó, tiếng Hán không có đuôi biến hóa động từ, nên khi lược bỏ chủ ngữ, nó trở thành bất định. Đây là trở ngại ngôn ngữ sơ đẳng, nhưng lại gây nên nhiều khó khăn cho các vị nghiên cứu Luật theo Hán tạng. Chính những vấn đề ngữ pháp nhỏ nhặt tương tự đã gây trở ngại không ít cho sự hội thông, ít nhất là về mặt nhận thức, giữa hai hệ Luật Nam và Bắc.

Qua chi tiết nhỏ này chúng ta thấy công phu nghiên tầm giáo nghĩa Luật của Hòa thượng và các bậc Tôn túc khai đạo, với những điều chưa hề được ký tải thành văn, đã bằng tâm thức nhạy bén được sách tấn bằng giới ba-la-mật mà định được hướng đi chân chính cho Tăng-già Việt Nam trong nhận thức cũng như trong hành trì.

***

Trong ước nguyện kế thừa di sản vô giá của Hòa thượng, chúng tôi đã vận dụng tất cả giới hạn hiểu biết của mình về ngôn ngữ để chú giải bản Việt dịch của Hòa thượng, được thực hiện với sự hỗ trợ của Thầy Đức Thắng, trưởng tử của Hòa thượng.

Bản ý của Hòa thượng muốn có một căn bản Luật tạng y cứ trên sự đối chiếu giữa hai hệ Luật Nam Bắc, là hệ Pāli và hệ Hán tạng, với hy vọng trong tương lai tiến tới sự thống nhất Luật tạng của cả hai hệ, ít nhất về mặt nhận thức. Vì vậy, trong khi hiệu chính và chú thích, chúng tôi đã tham chiếu thường xuyên Luật Pāli, đối chiếu dụng ngữ, cú pháp, cho đến nội dung các điều khoản học xứ.

Về Hán tạng, những vấn đề liên hệ đến lịch sử truyền thừa, cũng như công tác xử lý văn bản, chỉnh lý những điểm sai sót về sao chép bằng đối chiếu giữa các ấn bản, đồng thời hiệu chính những điểm được nhận thức là nhầm lẫn của dịch giả Hán căn cứ trên giáo nghĩa được chứa đựng trong Kinh tạng, tham khảo các giải thích có được trong Luận tạng, đối chiếu với Luật của các bộ phái khác được phiên dịch ra Hán, và sau hết, đối chiếu với văn cú Pāli; những vấn đề như vậy được trình bày chi tiết trong phần khác, in riêng thành một biệt tập.

Trong tự ngôn trước khi đi vào bản dịch Việt này, chúng tôi thấy cần nêu một số điểm đáng quan tâm đã được đặt thành nguyên tắc để tuân thủ trong khi hiệu đính và chú thích bản dịch Việt.

Việc phải làm trước khi phiên dịch là công tác xử lý văn bản, chỉnh lý những sai sót trong khi sao chép của các bản Hán. Điều này thoạt xem có vẻ đơn giản, vì ban Biên tập ấn hành Đại chánh đã đối chiếu rất công phu các dị bản của các bản Đại tạng được ấn hành trong nhiều thời kỳ khác nhau, tại Trung quốc, Cao Ly và Nhật Bản. Người dịch chỉ có việc chọn lựa từ cú y trên trình độ nhận thức của mình được cho là thích hợp. Tuy vậy, trong nhiều trường hợp tất cả các ấn bản đều giống nhau, có nghĩa là sự sao chép đã nhầm lẫn ngay từ ấn bản nguyên thủy. Trong những trường hợp này cần phải dựa trên nhiều nguồn tư liệu khác nhau để tham khảo ý nghĩa, đối chiếu nội dung văn nghĩa, để có thể có được văn bản đáng tin cậy cho công việc phiên dịch.

Thí dụ, ở trang 578b6, bản Hán, từ đoan nghiêm 端嚴 phải được hiểu là *tán thán* nhưng trong tất cả các ấn bản Đại tạng đều đồng loạt nhầm lẫn. Trang 585a17, lại in thừa mấy chữ *Tỳ-kheo báo ngôn* 比丘報言. Những trường hợp đại loại như vậy có thể y trên sự phán đoán cá nhân mà sửa chữa những chữ được cho là chép sai.

Có nhiều trường hợp căn cứ trên các Phạn bản, chủ yếu là bản Pāli để chỉnh lý những điểm sai sót trong bản Hán do sao chép. Thí dụ, trang 851a, bản Hán, chép Bà-la-bạt-đề 婆羅跋提, đây là tên của một cô gái đọc theo Pāli là *Sālavatī*, do đó mà biết rằng Hán đã chép nhầm từ *sa* thành *bà*. Vậy, từ đúng là Sa-la-bạt-đề, thay vì là Bà-la-bạt-đề trong các ấn bản Hán.

Mặt khác, những sai sót do sao chép, thường là nhầm lẫn tự dạng mà Khuy Cơ (*Thành duy thức luận thuật ký tự*) nói là 舛鳳訛風乖魚謬魯 "suyển phượng ngoa phong, quai ngư mậu lỗ", chữ 鳳 phượng nhầm lẫn với chữ 風

phong, chữ 魚 *ngư* lẫn lộn với chữ 魯 *lỗ*; những trường hợp như vậy rất thường xuyên, và việc chỉnh lý không khó khăn lắm, tùy thuộc trình độ ngôn ngữ, và trình độ nhận thức giáo nghĩa. Về cơ bản, văn bản được chấp nhận của Đại chánh gọi là *để bản*. Những bản tham chiếu để hiệu đính được tìm thấy ở cước chú. Trong đó đối chiếu nhiều bản chép khác nhau. Các bản được tin tưởng nhiều nhất là bản in Tống, Nguyên, Minh, mà trong phần hiệu chính chúng tôi sẽ ghi tắt là TNM. Những bản khác khi cần, chỉ nêu gọn là *bản khác*.

Một số trường hợp cần được hiệu chính, là những sai lầm có thể có do chính dịch giả Hán, hoặc nhầm lẫn bởi văn bản truyền khẩu, trình độ ngôn ngữ để phân tích cú pháp trong nguyên bản, hay để chuyển ngữ sang Hán. Thí dụ, bản Hán trang 569b, có điểm ngữ pháp đáng lưu ý trong bản Hán dịch. Trong bản Pāli (Vin. iii. 8): (...) *kilāsuno ahesuṃ sāvakānaṃ vitthārena dhammaṃ desetuṃ*, "(Các đức Thế tôn này) không tích cực (= mệt mỏi) thuyết pháp một cách rộng rãi cho các đệ tử." Tính từ *kilāsuno* (mệt mỏi = không tích cực, chủ cách, số nhiều, Hán: 疲厭 *bì yếm*) phẩm định danh từ Thế tôn (*bhagavā*) chứ không phẩm định cho danh từ *sāvakānaṃ* (chỉ định cách, số nhiều, Hán: 諸弟子 *chư đệ tử*) như trong Hán dịch.

Trang 571b, giới văn của ba-la-di thứ nhất, Hán dịch: 戒羸不自悔 *giới luy bất tự hối*, mà phổ thông có thể hiểu là "giới yếu kém (hay sút kém), không tự sám hối (hay tự hối hận)." Cách hiểu như vậy khiến cho nội dung của giới văn trở nên tối. So sánh các bản dịch Luật bộ khác, như *Thập tụng*: 戒羸不出 *giới luy bất xuất*. Câu dịch này cũng không rõ nghĩa. Rõ nghĩa, không mơ hồ có lẽ phải đối chiếu với câu văn Pāli: *dubbalyaṃ anāvikatvā*, không tuyên bố sự bất lực của mình (không kham nổi đời sống tỳ-kheo); trong đó, từ *anāvikatvā*, có nghĩa là "đã không công khai công bố, không nói rõ cho mọi người biết" tức là không tuyên bố xả giới. Tất nhiên, ba-la-di chỉ có ý nghĩa với tỳ-kheo mà giới thể còn tồn tại. Với người đã mất giới thể tỳ-kheo, mà bản chất đã trở thành người thế tục, thì không có vấn đề vi phạm ba-la-di. Mọi người đều hiểu điều đó, nhưng từ *hối*, nếu được hiểu là sám hối, khiến cho một trong các yếu tố cấu thành tội ba-la-di trở thành vô lý. Trong trường hợp như vậy, sự đối chiếu Pāli thật là hữu ích.

Hoặc kết cú trong phần lớn giới văn của các học xứ có nêu các trường hợp đặc miễn, Hán văn thường nói: 此是時 *thử thị thời*. So sánh Pāli: *ayaṃ tattha samīcī*, đây là điều hợp cách. Và giải thích: *ayaṃ tattha anudhammatā*, ở đây điều này tùy thuận pháp tánh. Bản Hán đọc: *ayaṃ tattha samayaṃ*. Ngũ phần, Thập tụng: 是事應爾 *thị sự ưng nhĩ*, việc đó phải như vậy. Tăng kỳ: 是事法爾 *thị sự pháp nhĩ*. Căn bản: 此是時 *thử thị thời*. Hoặc trang 626c, Hán dịch: 不令麤現 *bất linh thô hiện*. So sánh Pāli, Vin.i.198: *na ca oḷāriko āhāro paññāyeyya*, không thể quan niệm là thức ăn thô (= thực phẩm chính). Có lẽ bản Hán để rơi mất từ *āhāra* (thực phẩm) nên câu văn bất xác.

Trong giới văn kết giới lần thứ hai của ba-dật-đề 41, nơi trang 664c, bản Hán chép thiếu hai chữ 裸形 *lõa hình* đã được nêu trong văn kết giới lần đầu. So sánh Pāli: *acelakassa vā paribbājakassa vā paribbājikāya vā*, cho các lõa hình (nam), hay xuất gia (ngoại đạo) nam hay xuất gia (ngoại đạo) nữ; không có lõa hình ngoại đạo nữ. *Ngũ phần*: cho ngoại đạo lõa hình nam hay nữ. *Tăng kỳ*: vô y ngoại đạo và xuất gia nam, nữ. *Căn bản*: vô y ngoại đạo, và các nam, nữ ngoại đạo khác.

Trong nhiều trường hợp nhầm lẫn có thể do chính bởi dịch giả Hán. Như vậy, người dịch và chú thích khi thực hiện bản Việt cần phải tham khảo các Luật bộ khác để tìm hiểu ý nghĩa thống nhất, đồng thời so sánh với Pāli để đoán định từ cú nguyên thủy.

Điều cũng cần nêu ra ở đây, theo đó, Luật là những điều khoản quy định điều gì nên làm, không nên làm đối với tỷ-kheo, mà những điều này phần lớn liên hệ đến tư cụ sinh hoạt, như y phục, thức ăn, phòng xá, vân vân, trong đó có khá nhiều thứ không có tương đương trong ngôn ngữ Hán, khiến cho khi đối chiếu bản dịch các Luật bộ, các điều khoản Luật liên hệ có khi tưởng như liên hệ vật khác nhau; trong nhiều trường hợp nếu không thận trọng có thể tưởng là hai sự kiện tương phản, đối nghịch nhau. Hoặc giả, vì không tìm ra Hán ngữ tương đương, dịch giả Hán đành chấp nhận phiên âm.

Trong các trường hợp như vậy, sự tham khảo Pāli giúp ích rất nhiều. Nếu tìm thấy Pāli tương đương, quả thật may mắn để xác định vật dụng liên hệ đó là cái gì. Nếu không tìm thấy Pāli tương đương, chú thích phải suy đoán nguyên hình Phạn ngữ, để từ đó xác định vật liên hệ. Nếu không đủ cơ sở để suy đoán, chú thích đành phải để khuyết nghi, chờ đợi tra cứu sau này.

Thí dụ, trong Ni-tát-kỳ xvi, bản Hán trang 617c, đề cập các loại y hay vải: 拘遮羅 câu-giá-la, cỏ nhũ diệp 乳葉草, sô-ma 芻摩, ma 麻, xí-la-bà-ny 廁羅婆尼. Trong đó câu-giá-la có thể là phiên âm của *kauśeya* (Sanskrit), hoặc liên hệ Pāli: *koseyya*, chỉ tơ lụa, hay vải quyến.

Về *nhũ diệp thảo* thì khó suy đoán chính xác nguyên ngữ Sanskrit để biết nó là loại vải gì. Trong từ điển Sanskrit của Monier, chúng ta có tên loại cây cho ra dịch sữa, gọi là *kṣīra-vṛkṣa* hay *kṣīra-taru*, từ điển Phạn-Hòa của Wogihara dịch là *nhũ thọ, nhũ mộc thọ, nhũ quả thọ*. Đây là một loại cây sung mà loại nhánh của nó là các cây *nyagrodha, udumbara, aśvatha, madhūka*. Hoặc giả, vỏ của nó được dùng để dệt thành vải. Hán dịch *nhũ diệp thảo*, là một loại cỏ sữa, mà được dùng làm chất liệu để dệt thành vải, thì điều này không tìm thấy trong các từ điển Sanskrit hiện có.

Mặt khác, ăn uống là sự thường, đâu cũng có, nhưng phân loại thức ăn thành hai thứ loại cứng và loại mềm, mà nguyên ngữ Sanskrit (=Pāli) *khādanīya*, và *bhojanīya*; điều này không có ở Trung Quốc, dịch giả không tìm ra từ Hán tương đương nên phiên âm là 佉闍尼 khư-xà-ni và 蒲闍尼 bồ-xà-ni. Nội dung các loại thức ăn này cũng bất đồng giữa các bộ; lý do tất nhiên là vì khác biệt phong thổ. Thí dụ, theo *Thập tụng* (tr.91b11), có 5 loại khư-đà-ni 佉陀尼: rễ, cọng, lá, mài, quả 根莖葉磨果. Theo luật *Căn bản* (tr.821b22): rễ, cọng, lá, hoa, quả 根莖葉花果. Luật *Ngũ phần* 7 (tr.52c12): phạn (cơm), can phạn (cơm khô), bính xiếu (bánh bột?), ngư (cá), nhục (thịt) 飯乾飯餅糗魚肉. Luật *Tứ phần* (tr. 660a15), thức ăn khư-xà-ni, gồm có thức ăn khư-xà-ni củ, thức ăn nhánh, lá, hoa, trái khư-xà-ni, thức ăn dầu, mè, đường mía, (thức ăn) nghiền nát.

Thật sự, Luật bao gồm những quy ước cho các quan hệ xã hội. Mỗi xã hội, do yếu tố địa lý, lịch sử, hình thành những truyền thống dị biệt, những nền văn minh dị biệt. Cho nên, không thể tìm thấy hoàn toàn sự nhất trí giữa hai truyền thống văn minh trong một bộ Luật. Luật tỳ-kheo cũng không thoát ly khỏi giới hạn này. Cho nên, trong nhiều trường hợp, vấn đề chuyển ngữ là bất khả. Chính vì vậy mà các dịch giả Luật trong Hán tạng nhiều khi chỉ có thể phiên âm, và cũng không có bất cứ giải thích để biết từ phiên âm ấy trỏ vào vật gì, cụ thể là cái gì. Điều này các dịch giả Luật từ Pāli sang tiếng Anh cũng gặp phải. Như I. B Horner, *The Book of The Discipline*, và F. Max Muller, *Vinaya Texts* (The Sacred Books of The East) với nhiều từ, nhiều đoạn văn phải để trống, và thừa nhận là không thể dịch.

Trên đây chỉ nêu một số trường hợp điển hình để lưu ý khi đọc bản dịch Việt mà cần tra cứu lại bản Hán dịch có thể biết rõ lý do và căn cứ của hiệu chính và chú thích.

***

Bản dịch *Luật Tứ phần* này của Hòa thượng cùng với sự hiệu chính và chú thích đã được Hòa thượng xem lại, nhưng chúng tôi không thấy Hòa thượng chỉ dạy gì thêm về những sai lầm có thể có trong khi hiệu chính và chú thích; vì vậy đây có thể được coi là bản dịch chuẩn với sự ấn khả của Hòa thượng.

Ngoài bản dịch *Tứ phần Luật*, Hòa thượng còn dịch các văn bản Luật khác như *Luật Trùng trị* của Trí Húc, chú giải giới bản của tỳ-kheo, *Tỳ-kheo sớ nghĩa* ngài Truyền Nghiêm soạn tập, *Di-sa-tắc bộ Hòa-hê ngũ phần luật*, và luật *Căn bản thuyết nhất thiết Hữu bộ Tỳ-nại-da*, *Căn bản thuyết nhất thiết Hữu bộ Bí-sô-ni Tỳ-nại-da*, *Căn bản thuyết nhất thiết Hữu bộ Bách nhất yết-ma*. Các bản dịch này được biên tập dưới dạng bản thảo, chưa được nhuận sắc, hiệu chính và chú thích. Chúng tôi hy vọng những đệ tử kế thừa y bát của Hòa thượng sẽ chú tâm thực hiện các phận sự này, một là để không phụ ân đức giáo dưỡng tài bồi của Sư Trưởng, hai là góp phần vào sự tăng trưởng hưng thịnh của Tăng-già, tiếp nối mạng mạch của Chánh pháp, làm chỗ nương tựa và phước điền cho thế gian.

Quảng hương Già-lam,
Cuối Đông, Pl. 2549 (Tl. 2005)
Thích Nguyên Chứng (Tuệ Sỹ)
Cẩn chí

LỊCH SỬ TRUYỀN DỊCH

Nền tảng nghiên cứu Luật theo hệ Hán ngữ cho đến thời hiện tại y trên các thư tịch thường được gọi là "Tứ Luật, Ngũ Luận."[1] Trong đó,

I. Tứ luật, tức Luật hệ của bốn bộ phái được chính thức truyền thừa trong Hán hệ:

1. *Thập tụng luật*, thuộc Tát-bà-đa (*Sarvāstivāda*, Hữu bộ),

2. *Tứ phần luật*, thuộc hệ Đàm-vô-đức (*Dharmaguptaka*, Pháp mật bộ),

3. *Tăng lỳ luật*, thuộc hệ Ma-ha-tăng-kỳ (*Mahāsaṅghika*, Đại chúng bộ),

4. *Ngũ phần luật*, thuộc hệ Di-sa-tắc (*Mahīśāsaka*, Hóa địa bộ). Ngoài ra, còn một hệ Luật được nói là chính

---

[1] *Tứ phần hành sự sao*, Đạo Tuyên; TN40n1804, tr. 3b23. *Bát tông cương yếu 1*, Nhật, Ngưng Nhiên (Gyônen, 1286). Bản dịch Pháp, Alfred Millioud, *Esquisse des huit sects bouddhistes du Japon*. Revue de l'histoire des religions, tomes XXV, XXVI, 1892.

truyền nhưng chưa được truyền dịch trong Hán hệ, đó là Ca-diếp-di (*Kāśyapika*, Ẩm quang bộ). Chính xác mà nói, đây là các Quảng luật của các bộ. Ca-diếp-di bộ tuy chưa có Quảng luật được truyền dịch nhưng Giới kinh của bộ này cũng đã được phiên dịch trong Hán hệ.

II. Ngũ luận, tức năm hệ luận giải Luật, gồm có:

1. *Tì-ni mẫu luận*, thuộc hệ Thập tụng luật;

2. *Ma-đắc-lặc-già luận*, luật giải thuộc hệ Tát-bà-đa;

3. *Thiện kiến luận*, Đồng diệp bộ (Skty. *Tāmraparṇīya*, Pāḷi, *Tambapaṇṇiya*), tức Thượng tọa bộ Pāli (*Theravāda*);

4. *Tát-bà-đa luận*, giải thích luật Thập tụng;

5. *Minh liễu luận*, luật giải của bộ phái Chánh lượng (*Sammītiya*).[2]

Sự phân loại có hệ thống trên cho ta một cái nhìn tổng quan về nền tảng nghiên Luật thuộc Hán hệ. Nhưng sự phân loại này không chính xác. Thí dụ, *Thiện kiến luật* là sớ giải luật thuộc Thượng tọa bộ Pāli chứ không phải là giải thích Tứ phần luật như *Bát tông cương yếu* nói. Tuy nhiên, do sự gần gũi giữa Tứ phần và luật Pāli mà Thiện kiến là sớ giải, cho nên có sự nhầm lẫn như vậy.

Sự phân loại hệ thống luật của *Bát tông cương yếu* thật sự là quan điểm được lưu hành rất sớm tại Trung quốc, như được ghi nhận bởi Tăng Hựu trong *Xuất Tam tạng*

---

[2] Chi tiết, xem Thư Mục Luật.

ký tập, dưới tiêu đề là "Luật phân ngũ bộ." Lịch sử truyền dịch các Luật bộ này được thuật như sau:[3]

Tát-bà-đa bộ, *Thập tụng luật*, 61 quyển. Tát-bà-đa hay Hữu bộ là một chi phái phân ly từ Thượng tọa bộ. Nguyên thủy Luật của bộ phái này gồm 80 tụng. Bắt đầu từ Đại Ca-diếp, truyền cho A-nan, đến đời thứ năm là Ưu-ba-cúc-đa (*Upagupta*)[4]. Vì cho rằng đời sau này căn tánh chậm lụt không thể học thuộc hết 80 tụng, Ưu-ba-cúc-đa san định lại thành 10 tụng. Từ đó truyền thừa tiếp nối có đến hơn 50 vị. Trong khoảng niên hiệu Hoằng thủy (k. Tl. 400), có sa-môn người Kế-tân (*Kaśmīra*) hiệu là Phất-nhã-đa-la (*Puṇyatara*) chuyên học Thập tụng, mang luật này đến Quan hữu, Trung quốc. Lúc bấy giờ Cưu-ma-la-thập đang ở tại Trường an, trong vườn Tiêu dao, cùng với 3 nghìn tăng sĩ, phiên dịch kinh điển. Phất-nhã-đa-la đọc Phạn bản. La-thập chuyển dịch sang Hán văn. Chỉ mới được được hơn hai phần thì Phất-nhã-đa-la tịch, việc phiên dịch phải gián đoạn. Sau đó có Sa-môn Đàm-ma-lưu-chi (*Dharmaruci*) đến Trung quốc, là vị chuyên tụng Thập tụng luật. Huệ Viễn ở Lô sơn hay biết, bèn viết thư cho Đàm-ma-lưu-chi đề nghị tiếp tục phiên dịch Thập tụng.

---

[3] *Tam tạng ký tập*, Tăng Hựu soạn (Tl.445-518), TN55n2145, tr. 20a21.

[4] Ưu-ba-cúc-đa (Skt. *Upagupta*), theo truyền thuyết phương Bắc, là thầy của vua A-dục, chủ trì Kết tập pháp tạng lần thứ ba. Đồng nhất với truyền thuyết Pāli là *Moggaliputta Tissa*.

Đàm-ma-lưu-chi đến Trường an, hợp tác với La-thập dịch tiếp các phần còn lại. Bản dịch Hán Thập tụng luật được hoàn tất, gồm 58 quyển. Về sau lại có Luật sư Ti-ma-la-xoa (*Vimalākṣa*), là vị đã từng dạy luật cho La-thập khi còn ở Tây vực, đến Trung quốc trú trong chùa Thạch Gian. La-xoa hiệu chính lại bản dịch, cuối cùng bản dịch chính thức gồm 61 quyển được lưu truyền.

2. Đàm-vô-đức, *Tứ phần luật*, 40 quyển hoặc 45 quyển, chính thức lưu hành hiện nay là 60 quyển. Đàm-vô-đức cũng được phiên âm là Đàm-ma-cúc-đa (*Dharmagupta*), mà Hán dịch theo Tăng Hựu là Pháp Kính (gương pháp). Bản dịch này do Phật-đà-da-xá (*Buddhayaśas*) thực hiện. Da-xá đến Trường an nhưng không mang theo Phạn bản của Tứ phần. Do đó, khi được Tư lệ hiệu úy là Dao Sảng đề nghị phiên dịch, Dao chúa cho rằng không có bản Phạn làm căn cứ thì không thể tin tưởng được. Vì vậy, công việc phiên dịch không được thực hiện ngay.

Phật-đà-da-xá,[5] Hán dịch là Giác Minh, vốn người Kế-tân (*Kaśmīra*), thuộc dòng dõi Bà-la-môn. Xuất gia năm 13 tuổi, mà đến 15 tuổi đã học thuộc kinh điển đến trên hai, ba vạn lời. Tính tình hơi cao ngạo, cho rằng khó có ai làm thầy cho mình, do đó đến tuổi thọ đại giới mà không ai chịu làm Hòa thượng cho để được truyền giới. Mãi đến 27 tuổi mới được thọ đại giới. Khi Da-xá đến nước Sa-lặc, quốc vương và thái tử nước này rất trọng vọng, thỉnh lại

---

[5] Tiểu truyện đầy đủ, *Cao tăng truyện 2*, Huệ Hạo (Tl.497-554). TN 50 No 2059.

trong cung truyền giảng Phật pháp. La-thập đến Sa-lặc, học với Da-xá. Sau đó La-thập theo mẹ trở về Qui-tư. Một thời gian sau, tướng Lữ Quang vâng lệnh Vua Tần Phù Kiên đánh chiếm Qui-tư. La-thập bị bắt đưa về ở Cô-tàng (*Khotan*). Hơn 10 năm sau, Da-xá đến Qui-tư hoằng pháp. Bấy giờ La-thập tại Cô tàng gởi thư mời Da-xá. Da-xá vốn rất trọng nể tài năng của La-thập nên cùng đệ tử rời bỏ Qui-tư, đến Cô tàng thì La-thập đã đi về Trường an. Tại đây, La-thập thực hiện công trình phiên dịch. La-thập hay tin Da-xá đã đến Cô tàng, đề nghị Dao Hưng đến đón. Dao Hưng không chấp nhận. La-thập nói: "Bần đạo tuy đọc thuộc văn từ nhưng nghĩa lý thì chưa thấu suốt. Duy chỉ Phật-đà-da-xá mới thấu hiểu sâu sắc đến chỗ tinh vi. Vị ấy nay đang ở Cô-tàng, nguyện xuống chiếu cho trưng triệu về đây. Một lời kinh phải ba lần suy cứu tường tận mới dám hạ bút, như thế thì ngôn từ vi diệu mới không bị sai sót, để cho nghìn năm sau còn được tin tưởng." Dao chúa nghe lời, sai sứ đi đón Phật-đà-da-xá, cùng với lễ vật trọng hậu. Da-xá từ chối. Dao chúa lại sai đến thỉnh lần nữa, Da-xá mới nhận lời đến Trường an. Vua mời ở lại trong Tiêu dao, tứ sự cúng dường. Nhưng Da-xá từ chối hết thảy. Đến giờ, ôm bát đi khất thực; mỗi ngày chỉ ăn một bữa.

Khi La-thập dịch *Thập trụ*;[6] có chỗ nghi ngờ mà một tháng vẫn chưa quyết nên chưa thể hạ bút. Da-xá đến, La-thập đem chỗ hoài nghi ra bàn luận, được Da-xá giải đáp thỏa đáng. Tăng tục hơn 3 nghìn thảy đều khâm phục sự

---

[6] *Thập trụ tì-bà-sa luận*, 17 quyển, La-thập dịch; TN 26 No 1521.

hiểu biết sâu sắc của Da-xá. Vả lại, Da-xá vốn là thầy của La-thập, nên càng được trọng vọng.

Dao Hưng muốn trắc nghiệm trí nhớ của Da-xá, bèn khiến đưa cho sách thuốc có đến hơn 5 vạn lời, yêu cầu đọc thuộc. Trong vòng 2 ngày, Da-xá đọc suốt từ đầu đến cuối; người cầm sách dò theo, không sai sót một chữ. Ai nấy đều hết sức khâm phục trí nhớ của Da-xá.

Năm Hoằng thủy 12 (Tl. 410), Phật-đà-da-xá khởi dịch *Tứ phần luật*, hoàn tất gồm 44 quyển. Bản lưu hành hiện tại gồm 60 quyển. Về sau Phật-đà-da-xá trở về nước. Không rõ mất lúc nào.[7]

3. Bà-thô-phú-la: *Ma-ha Tăng kỳ luật*, 40 quyển. Bà-thô-phú-la là phiên âm từ *Vātsī-putrīya*, thường biết dưới từ Hán dịch là Độc tử bộ. Tăng Hựu nói, bộ phái này chủ trương hữu ngã, chẳng khác nào trẻ con nên gọi là Bà-sa-phú-la. Luật của bộ này được gọi là Tăng kỳ luật. Nhưng chính xác phải nói đây là nhóm Tỳ-kheo Bạt-kỳ tử (Pāli: *Vajjiputta*, Skt. *Vṛjiputra*) ở Tì-xá-li (Skt. *Vaiśāli*, Pāli *Vesāli*), là nhóm đã đề ra 10 điều châm chước từ Luật, được gọi là mười phi pháp, dẫn đến cuộc kết tập lần thứ hai. Kết quả, Tăng đoàn nguyên thủy bị phân thành hai. Nhóm không chấp nhận mười phi pháp gồm các Thượng tọa, nên được gọi là Thượng tọa bộ (Skt. *Sthavira*; Pāḷi, *Theravāda*).

---

[7] Ngoài *Tứ phần luật*, Hán dịch của Phật-đà-da-xá còn có: *Trường A-hàm kinh*, 22 quyển, TN 1 No 1; *Hư Không Tạng Bồ-tát kinh*, 1 quyển, TN 13 No 405.

Nhóm chấp nhận mười điều này gồm số đông nên được gọi là Đại chúng bộ, tiếng Phạn là *Mahāsaṅghika*, phiên âm là Ma-ha-tăng-kỳ. Phạn bản của luật Tăng kỳ được Pháp Hiển tìm thấy trong tháp A-dục tinh xá Thiên vương, ấp Ba-liên-phất (*Pāṭalāputra*), Ma-kiệt-đà (*Magadha*), khi ngài du học Tây vực, bèn chép lại rồi mang về Trung quốc. Đến đời Đông Tấn, năm Nghĩa hy 12 (Tl. 416), Pháp Hiển cùng với Phật-đà-bạt-đà (*Buddhabhadra*, Giác Hiền) khởi sự phiên dịch, đến năm thứ 14 (Tl. 418) thì hoàn tất.

4. Di-sa-tắc bộ: *Ngũ phần luật*, 34 quyển; hiện lưu hành 30 quyển. Nguyên Phạn bản được Pháp Hiển tìm thấy tại Sư tử quốc (Tích-lan ngày nay), bèn sao chép rồi mang về Trung quốc, nhưng chưa kịp phiên dịch thì tịch. Cho đến Tống Cảnh bình 1 (Tl. 423), Phật-đà-thập (*Buddhajīva*) người Kế-tân (*Kaśmīra*) đến Kinh đô, theo yêu cầu của Thích Huệ Nghiêm, Trúc Đạo Sinh ở chùa Long quang, khởi sự phiên dịch. Phật-đà-thập đọc bản Phạn, sa-môn người Vu-điền là Thích Trí Thắng làm thông dịch; đến năm sau thì hoàn tất.

5. Ca-diếp-duy bộ, Skt. *Kāśyapīya*, chưa có Luật tạng được phiên dịch. Tuy nhiên, *Giải thoát giới kinh* do Bát-nhã-lưu-chi (*Prajñāruci*) dịch (ca Tl. 543), được nói Giới kinh Tỳ kheo của bộ phái này.

Căn cứ cho thuyết "Ngũ bộ luật" trên đây được tìm thấy trong bản dịch Luật có thể xem là sớm nhất mà tiêu đề đầy đủ hiện nay theo ấn bản Đại chánh là *Đại Tỳ kheo tam thiên oai nghi*, do An Thế Cao dịch vào khoảng Hậu Hán, niên hiệu Kiến hòa 2 (k. Tl. 148). Thế nhưng, trong bản mục lục của Tăng Hựu, phần liệt kê các bản dịch của An Thế Cao không thấy có. Trong phần liệt kê các dịch bản khuyết danh dịch giả, chúng ta thấy có hai bản dịch cùng một tiêu đề là *Đại tỳ kheo oai nghi kinh*, 2 quyển. Mục lục của Phí Trường Phòng cũng gọi là *Đại tỳ kheo oai nghi kinh*, 2 quyển, và cũng được xếp vào mục các bản dịch khuyết danh dịch giả.[8] Tiêu đề đầy đủ như hiện nay có lẽ lần đầu tiên được tìm thấy trong *Chúng kinh mục lục* của Tĩnh Thái (k. Tl. 664), nhưng cũng không thấy ghi dịch giả.[9] Cho đến *Đại Châu san định chúng kinh mục lục* của Minh Thuyên (k. Tl. 695) thì dịch giả được ghi rõ là Trúc Pháp Hộ đời Tấn dịch, căn cứ theo lời của Đạo An do Tăng Hựu ghi lại.[10] Điều ghi nhận này không thấy được nói ở đâu trong *Xuất Tam tạng ký tập* của Tăng Hựu. Ngoài bản dịch này ra, mục lục Đại Châu còn cho biết bản dịch khác với tiêu đề đầy đủ là *Đại tỳ kheo tam thiên oai nghi kinh*, với số quyển sai biệt là 4 chứ không phải 2 quyển như hiện có. Mục lục này ghi là bản luật được dịch bởi An Thế Cao đời Hậu Hán, căn cứ theo Trường Phòng lục.[11] Nhưng kiểm trong mục lục của Trường Phòng hiện lưu hành cũng không tìm thấy điều này.

---

[8] *Lịch Đại Tam bảo ký*, Phí Trường Phòng (k. 597). TN49n2034, tr. 119c3.

[9] TN55n2148, tr. 188a11.

[10] TN55n2153, tr. 433a17.

[11] TN55n2153, tr. 433a6.

Căn cứ thứ hai của thuyết Ngũ bộ Luật là *Xá-lợi-phất vấn kinh*, dịch giả khuyết danh, được ghi là vào khoảng đời Đông Tấn (k. Tl. 317-420), nhưng không thấy được ghi trong mục lục của Tăng Hựu. Bản dịch này được tìm thấy trong mục lục của Trường Phòng, xếp vào mục dịch giả khuyết danh, không ước định niên đại.[12] Ước định thời đại Đông Tấn được tìm thấy trong *Khai nguyên Thích giáo lục* của Viên Chiếu (k. Tl. 794).[13]

Tổng quát mà nói, mặc dù niên đại của hai bản luật không được xác định, nhưng thuyết Ngũ bộ Luật cũng đã được lưu hành tại Trung quốc rất sớm. Thuyết này, cho đến thời Huyền Trang lưu trú tại Ấn độ, còn thấy được lưu hành. *Đại Đường Tây vực ký 3* chép: "Nước Ô-trượng-na (*Udyāna*)..., sùng trọng Phật pháp, kính tín Đại thừa. Giáp sông Tô-bà-phạt-tốt-đỗ, xưa có đến 1400 ngôi già-lam, nay phần lớn hoang phế. Tăng đồ 1 vạn 8 nghìn, này còn lại rất ít; thảy đều học Đại thừa... Luật nghi truyền thừa thì có 5 bộ: 1. Pháp mật bộ, 2. Hóa địa bộ, 3. Ẩm quang bộ, 4. Thuyết nhất thiết hữu bộ, 5. Đại chúng bộ."[14]

Đại tỳ kheo oai nghi là bản toát lược các quy tắc thường hành của tỳ kheo trong đời sống thường nhật, từ việc truyền thọ cụ túc, tư cách Hòa thượng, phận sự đệ tử, cho đến công việc việc quét tước, sử dụng nước. Trong đó, khi đề cập đến màu sắc y tỳ-kheo, năm hệ truyền luật được

---

[12] TN49n2034, tr. 119c6.
[13] TN55n2154, tr. 19b11.
[14] TN51n2087, tr. 882b10.

nói đến với năm màu y quy định khác nhau. Thời Phật tại thế, y phục tỳ-kheo chỉ thuần một màu. Về sau Tăng phân thành năm bộ, mỗi bộ có màu y riêng để phân biệt. Tát-bà-đa (Hữu bộ), có nhiều vị học rộng trí cao, khoác y màu đỏ thẫm.[15] Đàm-vô-đức chuyên trì luật, y màu đen (xám tro).[16] Ca-diếp-duy tinh tấn dũng mãnh, y màu mộc lan (chàm).[17] Di-sa-tắc chuyên tinh thiền tứ, y màu xanh.[18] Ma-ha-tăng-kỳ siêng học các kinh, phô diễn nghĩa lý, y màu vàng.[19]

Xá-lợi-phất vấn kinh ghi các câu hỏi của Xá-lợi-phất liên hệ các vấn đề luật và tương lai của giáo đoàn Tăng. Phật dự ngôn về sự xuất hiện của các bộ phái, trong đó có năm bộ với sở trường riêng của mỗi bộ; màu sắc y cũng khác nhau. Ma-ha-tăng-kỳ khoác y màu vàng. Đàm-vô-quật-đa-ca (Đàm-vô-đức) khoác y màu đỏ. Tát-bà-đa y màu đen. Ca-diếp-duy y màu mộc lan. Di-sa-tắc y màu xanh. Màu sắc phân biệt này không đồng nhất với tường thuật của *Đại tỳ kheo oai nghi*.

Sự tường thuật khác nhau về màu sắc y của các bộ như trên cho thấy khó có thể phản ánh trung thực sinh hoạt thực tế của Tăng đoàn theo từng bộ phái thời bấy giờ. Tuy nhiên, xét theo nội dung và các điều khoản trong các Giới

---

[15] Giáng ca-sa 絳袈
[16] Tạo ca-sa 皂袈裟.
[17] Mộc lan ca-sa 木蘭袈裟.
[18] Thanh ca-sa 青袈裟.
[19] Hoàng ca-sa 黃袈裟.

kinh chúng ta có thể thấy rõ rằng sự khác biệt chỉ là tiểu tiết. Trong tất cả các Giới kinh hiện lưu truyền, các thiên tụ quan trọng như Ba-la-di, Tăng-già-bà-thi-sa, Ni-tát-kỳ, thảy đều giống nhau giữa các bộ, về số điều cũng như nội dung. Riêng các điều khoản thuộc Ba-dật-đề có một ít sai biệt về số. Nhưng xét về nội dung, đây chỉ là sai biệt về số. Thí dụ, Ba-dật-đề 23 trong Giới bản Pāli, phần lớn không có trong các bộ, trừ *Ngũ phần, Tăng kỳ,* và *Giải thoát giới* của Ca-diếp-duy. Về nội dung, Tứ phần hội nhập Ba-dật-đề này cùng với Ba-dật-đề 22 của Pāli thành một điều duy nhất. Ba-dật-đề 82 trong Pāli cũng không có trong Tứ phần, nhưng được xem như đây là điều tách riêng từ Ni-tát-kỳ thứ 30. Như vậy, về số, Pāli có 92 pācittiya, Tứ phần có 90; nhưng về nội dung thì cả hai bộ tương đồng.

Về các pháp chúng học, sự khác biệt giữa các bộ khá lớn. Các pháp chúng học là những quy định về tác phong đi, đứng của một tỳ-kheo. Sự khác biệt như vậy là đương nhiên, tất yếu phải có, do ảnh hưởng tập quán của xã hội nơi địa phương mà tỳ-kheo sinh hoạt. Mặc dù có sự phân phái về sau, mà giáo nghĩa của mỗi bộ phái khác biệt nhau nhiều khi đến độ mâu thuẫn gay gắt, nhưng về mặt sinh hoạt tự viện, các bộ vẫn tuân thủ các quy định của Luật tạng nguyên thủy gần như nhau. Điều này không những được thấy khi đối chiếu các học xứ, mà khi đối chiếu tổ chức nội dung của các bộ Luật lại càng khẳng định thêm.

Như vậy, từ một bộ Luật nguyên thủy, có thể nói mà không ngại sai lầm, được thành lập ngay từ cuộc kết tập đầu tiên tại Vương xá dưới sự chủ trì của Đại Ca-diếp và các A-la-hán. Ngôn ngữ chính thức của bộ Luật nguyên thủy này đến nay chưa có nghiên cứu nào xác định. Điều gần như khẳng định là tất các Luật về sau đều là dịch bản khác nhau từ bộ Luật nguyên thủy này. Hiện nay chúng ta chỉ biết có hai hệ ngôn ngữ chính thức của Luật, là Pāli được truyền thừa từ Tích-lan và các xứ Nam truyền Phật giáo. Thứ hai là hệ Sanskrit được chính thức truyền thừa tại Ấn Độ, truyền sang các nước Tây Vực, Trung Hoa và Tây Tạng.

Quảng luật và Ma-đắc-lặc-già hay Tì-ni-mẫu (*Mātṛkā*) là các thể loại văn học diễn giải Luật được phát triển về sau. Những bất đồng trong các Luật thư của các bộ phái khác nhau là do quan điểm giáo nghĩa khác nhau, và cũng do ảnh hưởng bởi hệ thống luật pháp hay định chế xã hội nơi mà bộ phái chọn làm căn cứ địa.

Trong các hệ ngôn ngữ truyền Luật hiện tại, phong phú nhất là hệ Hán ngữ, bao gồm các nước Trung Quốc, Việt Nam, Nhật Bản, Triều Tiên. Phần Thư Mục Luật sẽ cho thấy điều này, phong phú về số lượng phiên dịch với nội dung của nhiều bộ phái khác nhau, và cũng phong phú về mặt chú giải, nghiên cứu.

Do tính chất phát triển của xã hội Trung Hoa cổ đại, ngay khi Phật giáo mới truyền vào Trung Quốc, vấn đề Luật cho người xuất gia đã được đặt ra. Vấn đề thật sự không đơn giản trong những ngày đầu tiên. Do bởi tính dị biệt phong tục giữa Hoa và Ấn, hành trì như thế nào cho phù hợp với giáo nghĩa và với xã hội hiện tiền thật không dễ dàng quyết định.

Trong bài tựa cho *Tỳ kheo đại giới*,[20] Đạo An kể lại những khó khăn trong buổi đầu tìm học Luật. Những điều được truyền dịch từ trước phần lớn sai lầm do khó khăn trong vấn đề ngôn ngữ. Phật Đồ Trừng cũng có sửa một số sai lầm, nhưng vẫn không thể nói là đầy đủ dù chỉ tương đối. Có lẽ bấy giờ chưa có bản dịch chính thức nào về Giới kinh của Tỳ-kheo. Theo *Cao tăng truyện*,[21] Huệ Hạo, có lẽ bản dịch sớm nhất là *Tăng-kỳ giới tâm* do Đàm-kha-ca-la hay Đàm-ma-ca-la (*Dharmakāla*, Pháp Thời) dịch, trong khoảng niên hiệu Gia bình thời Ngụy (k. Tl. 249-254). Đàm-ma-ca được nói là người tổ chức giới đàn thọ cụ túc đầu tiên tại Trung quốc, y theo Luật. *Xuất Tam tạng ký tập* không thấy ghi Giới kinh này, thay vào đó là *Tăng kỳ tỳ kheo giới bản*, 1 quyển, nhưng được khi là khuyết bản tức bản văn cũng đã thất truyền, không rõ dịch giả.[22]

Như *Đại tỳ kheo oai nghi* đã nói trên, có thể coi là tác phẩm luật sớm nhất được phiên dịch, cũng chỉ là bản liệt kê các quy tắc thường hành của tỳ kheo chứ chưa phải là Giới kinh đầy đủ. Về sau, từ Tương dương đến Quan hữu, Đạo An gặp ngoại quốc sa-môn là Đàm-ma-trì chuyên tụng A-tì-đàm và cũng thuộc lòng Giới kinh tỳ kheo. Đạo An mới đề nghị Trúc Phật Niệm chép lại Phạn bản, Đạo

---

[20] *Xuất Tam tạng ký tập*, TN55n2145, tr. 80a16.
[21] TN50n2059, tr. 324c15, truyện Đàm-kha-ca-la.
[22] TN55n2145, tr. 11c28

Hiền thông dịch, Huệ Thường bút thọ. Đây có thể là bản dịch Giới kinh tỳ kheo đầu tiên.[23] Nhưng văn từ có nhiều chỗ trùng lặp phiền phức, Đạo An đề nghị Huệ Thường san định lại, cắt xén bỏ những đoạn trùng lặp. Huệ Thường không dám, cho rằng như *Thượng thư* và *Hà Lạc* tuy văn từ phác chất mà không ai dám tự tiện sửa chữa, huống chi giới Phật chế là điều Thánh Hiền tôn trọng, làm sao dám sửa đổi, trau chuốt cho phù hợp ngôn ngữ địa phương.

Trên đây là tổng quan về tình hình truyền dịch Luật trong những ngày đầu tiên tại Trung quốc. Để tiện việc tìm hiểu mối quan hệ giữa các hệ luật, trong các phụ lục sau đây sẽ lập các bảng đối chiếu. Bảng 1, gồm hai phần. Phần A, đối chiếu tổ chức các bộ, chủ yếu là *Tứ phần, Ngũ phần* và Pāli. Phần B, đối chiếu Phạn bản hiện hành, cùng với *Thập tụng* và *Tứ phần*. Bản Phạn này không có phần Giới kinh phân biệt, tức nguyên nhân Phật quy định các học xứ cùng các yếu tố quy định mức vi phạm. Đây là hệ luật thuộc Căn bản thuyết nhất thiết hữu bộ, hệ luật chính thức được truyền tại Tây tạng. Bảng này cho thấy sự thống nhất về hình thức tổ chức Luật tạng của các bộ phái mà tính thống nhất nguyên thuỷ có thể thấy rõ.

Bảng đối chiếu 2 so sánh những sai biệt giữa các bộ luật về học xứ. Bảng đối chiếu này cũng chia làm hai phần. Phần A, đối chiếu thiên tụ, từ Ba-la-di cho đến Diệt tránh. Trong đó 12 giới kinh của các hệ luật được đối chiếu.

---

[23] ibid. TN55n2145, tr. 14c23: *Tỳ kheo giới bản*, Đàm-ma-trì, xuất từ luật Thập tụng.

Phần B, đối chiếu các học xứ. Trong đây, về các học xứ của tỳ-kheo, sáu hệ luật được đối chiếu. Về các học xứ tỳ-kheo-ni, chỉ đối chiếu giữa Tứ phần và Pāli.

ĐỐI CHIẾU CÁC BỘ LUẬT

I. ĐỐI CHIẾU TỔ CHỨC
A. TỨ PHẦN – NGŨ PHẦN – PALI

Phần	TỨ PHẦN Pháp (Kiền độ)	Phần	NGŨ PHẦN Pháp (Kiền độ)	Vagga	Khandhaka (PALI)
I	1. Tứ ba-la-di 2. Thập tam tăng tàn 3. Nhị bất định 4. Tam thập xả đọa 5. Cửu thập đơn đề 6. Tứ đề-xá-ni 7. Thức-xoa-ca-la-ni	I	1. Ba-la-di pháp 2. Tăng tàn pháp 3. Bất định pháp 4. Xả đọa pháp 5. Đọa pháp 6. Hối quá 7. Chúng học pháp 8. Thất diệt tránh pháp	Sutta-vibhaṅga	1 Pārājika 2. Saṅghādisesa 3. Aniyata 4. Nissaggiya 5. Pācittiya 6. Pātidesaniya 7. Sekhiyā dhammā 8. Satta adhikaraṇa-samathā dhammā
II	1. Ba-la-di pháp 2. Tăng tàn pháp 3. Xả đọa pháp 4. Đơn đề pháp 5. Thọ giới kiền độ 6. Thuyết giới kiền 7. An cư kiền độ 8. Tự tứ kiền độ (I)	II	1. Ni luật ba-la-di pháp 2. Ni luật tăng tàn pháp 3. Ni luật xả đọa pháp 4. Ni luật đọa pháp 5. Ni luật hối quá pháp 6. Ni luật chúng học	Bhikkhuni-vibhaṅga	1. Pārājika 2.Saṅghādisesa 3. Nissaggiya 4. Pācittiya 5. Pātidesaniya 7. ekhiyā dhammā 8. Satta adhikaraṇa-samathā dhammā
		III	1. Thọ giới pháp 2. Bố tát pháp 3. An cư pháp 4. Tự tứ pháp	Mahā-vagga	1. Mahākkhandhaka 2. Uposatha 3. Vassupanāyika 4. Pavāraṇa

		III		
III	1. Tứ tứ kiền độ hạ (II)		6. Bì cách pháp	5. Camma
	2. Bì cách kiền độ		5. Y pháp	8. Cīvara
	3. Y kiền		7. Dược pháp	6. Bhesajja
	4. Dược kiền độ		8. Thực pháp	.....
	5. Ca-thi-na y kiền độ	(IV)	9. Ca-thi-na y pháp	7. Kaṭhina
	6. Câu thiểm di kiền độ		2. Yết ma pháp	10. Kosambaka
	7. Chiêm ba kiền độ		nt.	9. Campaeyya
	8. Ha trách kiền độ		nt.	1. Kammant
	9. Nhân kiền độ			2. Pārivāsika
				Cūḷa-V
	10. Phú tàng kiền độ	V	6. Biệt trú pháp	9. Pātimokkhaṭṭhapana
	11. Già kiền độ	V	5. Giá bố tát pháp	7. Saṁghabheda
	12. Phá tăng kiền độ	V	1. Phá tăng pháp	4. Samatha
	13. Diệt tránh kiền độ	(IV)	1. Diệt tránh pháp	10. Bhikkhuni
	14. Tỉ kheo ni kiền độ	V	8. Tỉ kheo ni pháp	8. Vatta
	15. Pháp kiền độ	V	4. Oai nghi pháp	
IV	1. Phòng xá kiền độ	V	2. Ngọa cụ pháp	6. Senāsanakkhandhaka
	2. Tạp kiền độ		3. Tạp pháp	5. Khuddakavatthu
	3. Tập pháp tỉ kheo ngũ bách		9. Ngũ bách tập pháp	11. Pañcasatika
	4. Thất bách tập pháp tỉ ni		10. Thất bách tập pháp	12. Sattasatika
	5. Điều bộ		7. Điều phục pháp	
	6. Tỉ ni tăng nhất			

B. PHẠN BẢN – THẬP TỤNG – TỨ PHẦN

Mūlasarvāstivāda	Thập tụng	Tụng	Tứ phần	Phần
Bhaiṣayavastu	6. Y dược pháp	IV	4. Dược kiền độ	III
Cīvaravastu	7. Y pháp	IV	3. Y kiền độ	III
Kaṭhinavastu	1. Ca-thi-na-y	V	5. Ca-thi-na kiền độ	III
Kośambakavastu	2. Câu-xá-di pháp	V	6. Câu-thiềm-di kiền độ	III
Karmavastu	3. Chiêm-ba pháp	V	7. Chiêm-ba kiền độ	III
Pāṇḍulohitavastu	4. Bàn-trà Lộ-già pháp	V	8. Ha trách kiền độ	III
Pudgalavastu	5. Tăng tàn hối pháp	V	9. Nhân kiền độ	III
Pārivāsikavastu	5. Tăng tàn hối pháp	V	10. Phú tàng kiền độ	III
Poṣadhasthāpanavastu	6. Già pháp	V	11. Già kiền độ	III
Śayanāsanavastu	7. Ngoạ cụ pháp	V	1. Phòng xá kiền độ	IV
Pravrajyāvastu	1. Thọ cụ túc giới pháp	IV	5. Thọ giới kiền độ	II
Poṣadhavastu	2. Bố-tát pháp	IV	6. Thuyết giới kiền độ	II
Pravāraṇavastu	3. Tự tứ pháp	IV	8. Tự tứ kiền độ	II
Varṣavastu	4. An cư pháp	IV	7. An cư kiền độ	II & III
Carmavastu	5. Bì cách pháp	IV	2. Bì cách pháp	III
Saṅghabhedavastu	8. Tránh sự pháp	V	12. Phá tăng kiền độ	III

II. ĐỐI CHIẾU NỘI DUNG CÁC BỘ

A. ĐỐI CHIẾU THIÊN TỤ

1. THIÊN TỤ TỲ-KHEO

I. Ba-la-di, II. Tăng-già-bà-thi-sa, III. Bất định, IV. Ni-tát-kì, V. Ba-dật-đề, VI. Ba-la-đề đề-xá-ni, VII. Chúng học pháp, VIII. Diệt tránh.

		I	II	III	IV	V	VI	VII	VIII	Tổng
Tứ phần		4	13	2	30	90	4	100	7	250
Ngũ phần		4	13	2	30	91	4	100	7	251
Tăng kỳ		4	13	2	30	92	4	66	7	218
Thập tụng	A*	4	13	2	30	90	4	107	7	257
	B**	4	13	2	30	90	4	113	7	263
Căn bản		4	13	2	30	90	4	99	7	249
Giải thoát		4	13	2	30	90	4	96	7	246
Tỉ-nại-da		4	13	2	30	90	4	113	7	263
Ưu-ba-li vấn		4	13		30	92	4	72		215

Pāli	4	13	2	30	92	4	75	7	**227**
Sarvāstivāda	4	13	2	30	90	4	113	7	**263**
Mūlasarvāstivāda	4	13	2	30	90	4	108	7	**258**
So sor thar pa	4	13	2	30	90	4	108	7	**258**

* Thập tụng Quảng luật.
* Thập tụng giới bản.

2. THIÊN TỤ TỲ-KHEO-NI

I. Ba-la-di, II. Tăng-già-bà-thi-sa,
III. Ni-tát-kỳ, IV. Ba-dật-đề,
V. Ba-la-đề đề-xá-ni, VI. Chúng học, VII. Diệt tránh.

	I	II	III	IV	V	VI	VI	Tổng
Tứ phần	8	17	30	178	8	100	7	**348**
Ngũ phần	8	17	30	210*	8	100	7	**373****
Tăng kỳ	8	19	30	141	8	77	7	**290**
Thập tụng	8	17	30	178	8	106	7	**354**
Căn bản	8	20	30	180	11	99	7	**257**
Pāli	8	17	30	166	8	75	7	**311**

* *Giới bổn*: 210; *Quảng luật*: 207.
** *Giới bổn*: 373; *Quảng luật*: 370.

B. ĐỐI CHIẾU HỌC XỨ

1. HỌC XỨ TỲ KHEO

TP: Tứ phần, NP: Ngũ phần, TK: Tăng-kỳ,
TT: Thập tụng,
CB: Căn bản, PL: Pāli.

I. BA-LA-DI

…………..	TP	NP	TK	TT	CB	PL
1. Bất tịnh hạnh	1	1	1	1	1	1
2. Bất dữ thủ	2	2	2	2	2	2

	TP	NP	TK	TT	CB	PL
3. Đoạn nhân mạng	3	3	3	3	3	3
4. Đại vọng ngữ	4	4	4	4	4	4
Tông số	4	4	4	4	4	4

II. TĂNG-GIÀ-BÀ-THI-SA

....	TP	NP	TK	TT	CB	PL
1. cố ý tiết tinh	1	1	1	1	1	1
2. xúc chạm nữ nhân	2	2	2	2	2	2
3. nói lời thô tục	3	3	3	3	3	3
4. yêu sách cúng dường	4	4	4	4	4	4
5. mai mối	5	5	5	5	5	5
6. lập thất nhỏ	6	6	6	6	6	6
7. cất chùa lớn	7	7	7	7	7	7
8. vô căn báng	8	8	8	8	8	8
9. giả căn báng	9	9	9	9	9	9
10. phá tăng	10	10	10	10	10	10
11. tùy thuận phá tăng	11	11	11	11	11	11
12. ô tha gia	12	13	13	12	12	13
13. ác tánh bất thọ nhân ngữ	13	12	12	13	13	12
Tổng số	13	13	13	13	13	13

III. BẤT ĐỊNH

	TP	NP	TK	TT	CB	PL
Điều 1	1	1	1	1	1	1
Điều 2	2	2	2	2	2	2
Tông số	2	2	2	2	2	2

IV. NI-TÁT-KỲ BA-DẬT-ĐỀ

....	TP	NP	TK	TT	CB	PL
1. súc trường y	1	1	1	1	1	1
2. ngủ lìa y	2	2	2	2	2	2
3. chờ y một tháng	3	3	3	3	3	3
4. nhận y phi thân lý ni	4	4	4	4	5	5
5. nhờ phi thân lý ni giặt y cũ	5	5	5	5	4	4
6. xin y nơi nhà phi thân lý	6	6	6	6	6	6
7. nhận y quá phần	7	7	7	7	7	7
8. khuyên cư sĩ tăng giá y	8	8	8	8	8	8
9. khuyên hai nhà tăng giá y	9	9	9	9	9	9
10. yêu sách giá y quá hạn	10	10	10	10	10	10
11. ngoạ cụ bằng tơ tằm	11	21	13	11	11	11
12. ngoạ cụ toàn đen	12	22	11	12	12	12
13. ngọa cụ quá phần	13	23	12	13	13	13
14. ngọa cụ dưới sáu năm	14	24	14	14	14	14
15. tọa cụ không hoại sắc	15	25	15	15	15	15
16. quảy lông dê	16	26	16	16	16	16
17. nhờ chải lông dê	17	27	17	17	17	17
18. cầm giữ vàng bạc	18	30	18	18	18	18
19. kinh doanh tài bảo	19	28	20	19	19	19
20. buôn bán	20	29	19	20	20	20
21. chứa bát dư	21	20	21	21	21	21
22. đổi bát mới	22	19	22	22	22	22
23. xin chỉ sợi	23	11	26	23	23	26
24. chỉ dẫn thợ dệt	24	12	27	24	24	27
25. đoạt lại y	25	13	24	25	25	25
25. thuốc bảy ngày	26	15	23	30	30	23
27. y tắm mưa	27	17	25	28	28	24

28. y cấp thí	28	18	28	26*	26	28
29. a-lan-nhã gặp nạn lìa y	29	16	29	27**	27	29
30. xoay tăng vật về mình	30	14	30	29	29	30
Tổng số	30	30	30	30	30	30

* *Giới bổn*: 26; *Quảng luật*: 27.
** *Giới bổn*: 27; *Quảng luật*: 26.

V. BA-DẬT-ĐỀ

....	TP	NP	TK	TT	CB	PL
1. cố ý vọng ngữ	1	1	1	1	1	1
2. mắng nhiếc	2	2	2	2	2	2
3. nói ly gián	3	3	3	3	3	3
4. ngủ chung buồng người nữ	4	56	69	65	65	6
5. ngủ chung buồng với người chưa thọ cụ	5	7	42	54	54	5
6. đọc kinh chung	6	6	6	6	6	4
7. nói thô tội	7	9	8	8	7	9
8. nói pháp thượng nhân	8	8	7	7	8	8
9. thuyết pháp quá năm lời	9	4	5	5	5	7
10. đào phá đất	10	59	73	73	73	10
11. phá hoại thực vật	11	11	11	11	11	11
12. nói quanh	12	12	12	13	13	12
13. nói xấu tăng sai	13	13	13	12	12	13
14. trải toạ cụ tăng không cất	14	14	14	14	14	14
15. trải ngọa cụ trong phòng tăng	15	15	15	15	15	15
16. chen lấn chỗ ngủ	16	17	17	17	17	16
17. đuổi tỳ kheo ra ngoài	17	16	16	16	16	17
18. ghế ngồi không vững	18	18	18	18	18	18

19. dùng nước có trùng	19	20	19	19	19	20
20. cất nhà lớn	20	19	20	20	20	19
21. giáo giới ni không được tăng sai	21	21	21	21	21	21
22. giáo thọ ni sau mặt trời lặn	22	22	22	22	22	22
23. giáo thọ ni vì lợi dưỡng	23	24	24	23	23	24
24. cho y cho tỳ-kheo-ni	24	26	28	26	24	25
25. may y cho tỳ-kheo-ni	25	27	29	27	25	26
26. ngồi với tỳ-kheo-ni ở chỗ khuất	26	25	25	28	29	30
27. hẹn đi chung đường với tỳ-kheo-ni	27	28	26	24	26	27
28. đi chung thuyền với tỳ-kheo-ni	28	29	27	25	27	28
29. thức ăn do tỳ-kheo-ni khuyến hoá	29	30	30	30	30	29
30. đi chung đường với người nữ	30	33	31	32	32	31
31. lữ quán một bữa ăn	31	33	31	32	32	31
32. triển chuyển thực	32	31	32	31	31	33
33. biệt chúng thực	33	32	40	36	36	32
34. nhận quá ba bát	34	34	38	33	33	34
35. dư thực pháp	35	35	33	34	34	35
36. mời người túc thực	36	36	34	35	35	36
37. phi thời thực	37	38	36	37	37	37
38. thức ăn cách đêm	38	39	37	38	38	38
39. bỏ vào miệng vật không được cho	39	37	35	39	39	40
40. yêu sách mỹ thực	40	41	39	40	40	39
41. cho ngoại đạo ăn	41	40	52	44	44	41
42. trước sau bữa ăn đi đến nhà khác không báo	42	82	81	81	81	46
43. ngồi trong nhà đang có ăn	43	*	54	42	42	43
44. ngồi với người nữ ở chỗ khuất	44	42	70	42	42	44

45. ngồi một mình với nữ tại chỗ trống	45	44	*	29	*	45
46. đuổi đi không cho thức ăn	46	76	44	51	51	42
47. thuốc bốn tháng	47	62	74	74	74	47
48. xem quân trận	48	45	55	45	45	48
49. ngủ lại trong quân	49	46	56	46	46	49
50. xem quân đội chiến đấu	50	47	57	47	47	50
51. uống rượu	51	57	76	79	79	51
52. đùa giỡn trong nước	52	55	66	64	64	53
53. thọc cù nôn	53	54	67	63	63	52
54. bất kính	54	58	77	78	78	54
55. dọa nhát tỳ-kheo	55	73	65	66	66	55
56. nửa tháng tắm	56	70	50	60	60	57
57. đốt lửa	57	68	41	52	52	56
58. giấu vật dụng của tỳ-kheo	58	78	64	67	67	60
59. tự tiện dùng y không hỏi chủ	59	81	63	68	68	59
60. hoại sắc y mới	60	77	48	59	58	58
61. đoạn sinh mạng	61	51	61	61	61	61
62. uống nước có trùng	62	20	51	41	41	62
63. cố gieo nghi hối	63	52	62	62	62	77
64. che giấu thô tội	64	74	50	50	50	64
65. truyền cụ túc, người chưa đủ hai mươi	65	61	71	72	72	65
66. khơi lại tránh sự	66	5	4	4	4	63
67. đi chung với cướp	67	66	72	71	71	66
68. kiên trì ác kiến	68	48	45	55	55	68
69. hỗ trợ tỳ-kheo bị xả trí	69	49	46	56	56	69
70. bao che sa-di bị đuổi	70	50	47	57	57	70
71. không chịu học giới	71	63	75	75	75	71
72. khinh chê học giới	72	10	10	10	10	72

73. vô tri học giới	73	64	92	83	83	73
74. phủ nhận yết-ma	74	80	9	9	9	81
75. không dữ dục	75	53	79	77	77	80
76. dữ dục rồi hối	76	79	43	53	53	79
77. nghe lén đấu tranh	77	60	78	76	76	78
78. sân đánh tỳ-kheo	78	71	58	48	48	74
79. nhá đánh tỳ-kheo	79	72	59	49	49	75
80. vu khống tăng tàn	80	75	90	69	69	76
81. thâm nhập vương cung	81	65	82	82	82	83
82. cầm nắm bảo vật	82	69	49	58	58	84
83. phi thời vào xóm	83	83	80	80	80	85
84. giường cao quá lượng	84	85	85	85	85	87
85. đệm bông	85	84	86	86	86	88
86. ống đựng kim	86	86	83	84	84	86
87. ni-sư-đàn quá lượng	87	87	86	89	87	89
88. phú sang y	88	88	87	88	88	90
89. áo tắm mưa	89	89	88	87	89	91
90. lượng y Như lai	90	90	89	90	90	92
Tổng số	**90**	**91**	**92**	**90**	**90**	**92**

VI. DIỆT TRÁNH

....	TP	NP	TK	TT	CB	PL
1. hiện tiền	1	1	1	1	1	1
2. ức niệm	2	2	2	2	2	2
3. bất si	3	3	3	3	3	3
4. tự ngôn trị	4	5	4	4	6	4
5. mích tội tướng	5	4	5	5	4	6
6. đa nhân ngữ	6	6	6	6	5	5
7. như thảo phú địa	7	7	7	7	7	7

2. HỌC XỨ TỲ KHEO NI

I. BA-LA-DI

a. Thông giới (như tỳ-kheo): 1-4

b. Bất cộng giới:

Tứ phần	Pāli
5. ma xúc	5
6. bát sự	8
7. phú tàng trọng tội	6
8. tuỳ thuận bị xử	7

II. TĂNG-GIÀ-BÀ-THI-SA

Tứ phần	Pāli
1. mai mối*	1
2. vô căn báng*	2
3. giả căn báng*	3
4. tố tụng	4
5. độ nữ tặc	5
6. tự ý giải tội	7
7. độc hành	6
8. nhận của nam nhiễm	8
9. tán trợ ni khất thực bất chính	9
10. phá hoà hiệp tăng*	10
11. tùy thuận phá tăng*	11
12. ô tha gia*	12

13. ác tánh bất thọ gián ngữ*	13
14. tương thân tương trợ ác hành	16
15. tán trợ ác hành	17
16. dọa bỏ đạo	14
17. vu tăng thiên vị	15

III. NI-TÁT-KỲ
  a. Thông giới: 1-18 (như tỳ-kheo)
  b. Bất cộng giới: 19-30

Tứ phần	Pāli
19. cần vật này lại đòi vật kia	4 & 5
20. lạm dụng vật Tăng	6 & 8
21. lạm dụng vật tự mình xin cho Tăng	7
22. lạm dụng vật dụng đàn-việt	10
23. lạm dụng vật đàn-việt cúng cho Tăng	7 & 9
24. chứa bát dư	1
25. đồ dùng có màu sắc	*
26. hứa cho tỳ-kheo-ni y bệnh	(*)
27. y phi thời	2
28. đổi y rồi đoạt lại	3
29. xin y nặng	11
30. xin y nhẹ	12

(*) Cf. pāc. 47.

IV. BA-DẬT-ĐỀ

Tứ phần	Pāli
70. ăn tỏi	1
71. cạo lông ba chỗ	2
72. tẩy tịnh quá phần	5
73. hồ giao	4
74. cùng vỗ	3
75. hầu quạt nước tỳ-kheo đang ăn	6
76. xin ngũ cốc sống	7
77. đại tiểu tiện trên cỏ tươi	9
78. đổ đại tiểu tiện ngoài tường	8
79. xem nghe ca múa	10
80. nói chuyện với nam chỗ khuất	12
81. đi với người nam chỗ khuất	12
82. thì thầm với nam mà không đồng bạn	14
83. đi không nói với chủ nhà	15
84. ngồi trên giường không hỏi chủ nhà	16
85. tự tiện trải chỗ ngồi nghỉ không hỏi chủ	17
86. cùng người nam trong nhà tối	11
87. thuật lời nghe không rõ	18
88. thề thốt	19
89. đấm ngực khóc	20
90. hai người nằm chung giường	31
91. chung nệm chăn	32
92. cố ý gây phiền	33
93. không chăm sóc ni sống chung bệnh	34
94. đuổi ni an cư ra khỏi phòng	35

95. du hành suốt bốn mùa	39
96. an cư xong không đi	40
97. du hành biên giới mất an ninh	38
98. du hành trong quốc giới không an ninh	37
99. thân cận cư sĩ	36
100. du lãm cung vua	41
101. lộ hình tắm sông	21
102. y tắm quá lượng	22
103. may y quá năm ngày	23
104. quá năm ngày không xem tăng-già-lê	24
105. cản trở cúng y cho Tăng	26
106. lấy y của người khác mặc	27
107. cho bạch y, ngoại đạo y sa-môn	28
108. ngăn Tăng chia y	29
109. mong Tăng không xuất y ca-thi-na	30
110. ngăn Tăng xuất y ca-thi-na	30
111. không vì người dập tắt tránh sự	45
112. cho bạch y ngoại đạo thức ăn	46
113. làm người sai khiến cho bạch y	44
114. tự tay quay sợi	43
115. ngồi nằm trên giường bạch y	42
116. tá túc không từ biệt chủ	*
117. học chú thuật thế tục	49
118. dạy người chú thuật	50
119. độ nữ đang có thai	61
120. độ phụ nữ đang cho bú	62
121. độ đồng nữ chưa đủ hai mươi	71

122. độ đồng nữ không hai năm học giới	72
123. độ sa-di-ni không cho sáu pháp	63
124. truyền cụ túc Tăng chưa thuận	64
125. thập nhị tằng giá	65
126. độ nữ tằng giá không bạch Tăng	67
127. cho người như vậy thọ cụ túc	70
128. độ đệ tử không dạy học giới	68
129. không có hai năm theo Hòa thượng ni	69
130. độ học pháp ni không bạch Tăng	73
131. chưa đủ 12 hạ mà độ người	74
132. Tăng chưa cho phép mà độ người	75
133. chê Tăng có thiên vị	76
134. độ người cha mẹ phu chủ không đồng ý	80
135. độ nữ đang mê luyến người nam	79
136. sau hai năm học giới không trao cụ túc	78
137. nhận y mà không trao giới cụ túc	77
138. một năm độ hai người	82, 83
139. cách đêm Chánh pháp yết-ma	*
140. không đến nhận giáo thọ	58
141. nửa tháng không cầu Tăng giáo thọ	59
142. tự tứ trước hai bộ Tăng	57
143. an cư nơi không có tỳ-kheo	56
144. đột nhập chùa tỳ kheo	51
145. mạ ly tỳ-kheo	52
146. mạ ly ni chúng	53
147. nhờ đàn ông mổ nặn nhọt	60
148. bội ước thỉnh thực	54

149. tật đố về gia đình	55
150. thoa bột hương	88
151. xức dầu vừng (mè)	89
152. sai tỳ-kheo-ni xoa bóp	90
153. sai thức-xoa-ma-na xoa bóp	91
154. sai sa-di-ni xoa bóp	92
155. sai phụ nữ bạch y xoa bóp	93
156. mặc váy lót	86
157. chứa đồ trang sức	87
158. mang giày dép, cầm dù	84
159. ngồi xe cộ đi đường	85
160. vào thôn không mặc tăng-kỳ-chi	96
161. xẩm tối đến nhà cư sĩ	*
162. mở cửa tăng-già-lam đi ra lúc xẩm tối	*
163. mở cửa tăng-già-lam đi ra lúc mặt trời lặn	*
164. không tiền hậu an cư	*
165. trao cụ túc người nữ bịnh nhị đạo	*
166. trao cụ túc người hai hình	*
167. thọ cụ túc người hai đường hiệp lại	*
168. trao cụ túc cho người mắc nợ	*
169. học kỹ thuật của thế tục tà mạng	49*
170. dạy bạch y chú thuật của thế tục	*
171. bị đuổi mà không đi	*
172. hỏi nghĩa tỳ-kheo không xin phép	95
173. gây phiền phức kẻ ở trước người đến sau	33
174. xây tháp trong tăng-già-lam có tỳ-kheo	*
175. không lễ bái tỳ-kheo mới thọ giới	*

176. đi uốn éo làm duyên	*
177. trang điểm hương thơm	87*
178. sai nữ ngoại đạo xoa hương	93

V. BA-LA-ĐỀ-ĐỀ-XÁ-NI

Tứ phần	Pāli
1. xin bơ	1
2. xin dầu	2
3. xin mật	3
4. xin mật mía	4
5. xin sữa	7
6. xin sữa đông	8
7. xin cá	5
8. xin thịt	6

THƯ MỤC LUẬT

A. HÁN HỆ

I. QUẢNG LUẬT

彌沙塞部和醯五分律 宋罽賓三藏佛陀什共竺道生等譯

Di-sa-tắc bộ Hòa hê ngũ phần luật (30 quyển). TN 22 No. 1421

Di sa tắc luật, Ngũ phần luật. ***Ngũ phần.*** Quảng luật của bộ phái Di-sa-tắc hay Hóa địa bộ (*Mahīśāsaka*).

Lưu Tống (Cảnh Bình 1 – 2, Tl. 423 – 424) Phật-đà-thập (*Buddhajīva*) và Trúc Đạo Sinh dịch.

摩訶僧祇律 東晉天竺三藏佛陀跋陀羅共法顯譯

Ma-ha tăng-kì luật (40 quyển). TN 22 No. 1425

Tăng-kì luật. Tăng kỳ. Quảng luật của Đại chúng bộ (*Mahāsaṅgika*).

Đông Tấn (Nghĩa Hi 3, Tl. 416) Phật-đà-bạt-đà-la (*Buddhabhadra*) và Pháp Hiển dịch.

四分律 姚秦罽賓三藏佛陀耶舍共竺佛念等譯
Tứ phần luật (60 quyển). TN 22 No. 1428

Đàm-vô-đức luật. Quảng luật của bộ phái Đàm-vô-đức hay Pháp Mật bộ (*Dharmagupta*).

Diêu Tần (Hoằng Thỉ 10, Tl. 408) Phật-đà-da-xá (*Buddhayaśa*) và Trúc Phật Niệm dịch.

十誦律 後秦北印度三藏弗若多羅共羅什譯
Thập tụng luật (61 quyển). TN 23 No. 1435

Quảng luật của bộ phái Tát-bà-đa hay Thuyết nhất thiết hữu bộ (*Sarvāstivāda*).

Hậu Tần (Hoằng Thỉ 6, Tl. 404) Phất-nhã-đa-la (*Puṇyatara*) và La-thập (*Kumārajīva*) dịch.

根本說一切有部毘奈耶 三藏法師義淨奉 制譯
Căn bản thuyết nhất thiết hữu bộ tì-nại-da (50 quyển). TN 23 No. 1442

Mūlasarvāstivādavinaya. Tạng: ,dul-ba rnam-par-'byed-pa (*Vinayavibhaṅga*).

Tì-nại-da. Giới kinh phân biệt của bộ phái Căn bản Thuyết nhất thiết hữu bộ (*Mūlasarvāstivāda*).

Đường (Trường An 3, Tl.703) Nghĩa Tịnh dịch.

根本說一切有部苾芻尼毘奈耶 三藏法師義淨奉 制譯

Căn bản thuyết nhất thiết hữu bộ bí-sô-ni tì-nại-da
(20 quyển). TN 23 No. 1443
Mūlasarvāstivādabhikṣuṇī-vinaya
(*Bikṣunīvibhaṅga*). Tạng: dge-slong-ma'i 'dul-ba rnam-par-ḥbyed-pa.

Bí-sô-ni tì-nại-da. Giới kinh phân biệt của Tỳ-kheo-ni, theo luật Căn bản thuyết nhất thiết hữu bộ.

Đường (Cảnh Long 4, Tl.710) Nghĩa Tịnh dịch.

根本說一切有部苾芻尼毘奈耶 大唐三藏義淨奉 制譯

Căn bản thuyết nhất thiết hữu bộ tỳ-nại-da xuất gia sự
(4 quyển). TN 23 No. 1444.
Mūlasarvāstivādavinayavastu-pravrajyāvastu.
Tạng: 'dul-ba gshi (rab-byung gi gshi).

Tì-nại-da xuất gia sự. Các vấn đề liên hệ xuất gia, thọ giới theo luật của Căn bản thuyết nhất thiết hữu bộ.

Đường (Cửu Thị 1 – Cảnh Vân 2, Tl. 700 – 711) Nghĩa Tịnh dịch.

根本說一切有部毘奈耶安居事 大唐三藏義淨奉 制譯

Căn bản thuyết nhất thiết hữu bộ tỳ-nại-da an cư sự

(1 quyển). TN 23 No. 1445

Mūlasarvāstivādavinayavastu-varṣavastu. Tạng: 'dul-ba gshi (dbyar-gnas kyi gshi).

Tì-nại-da an cư sự. Các vấn đề liên hệ an cư theo luật Căn bản thuyết nhất thiết hữu bộ.

Đường (Cửu Thị 1 – Cảnh Vân 2, Tl. 700 – 711) Nghĩa Tịnh dịch.

根本說一切有部毘奈耶隨意事 大唐三藏義淨奉 制譯

Căn bản thuyết nhất thiết hữu bộ tỳ-nại-da tùy ý sự

(1 quyển). TN 23 No. 1446

Mūlasarvāstivādavinayavastu-pravāraṇvastu. Tạng: 'dul-ba gshi (dgag-dbye'i gshi).

Tì-nại-da tùy ý sự. Các vấn đề liên hệ tự tứ theo luật Căn bản thuyết nhất hữu bộ.

Đường (Cửu Thị 1 – Cảnh Vân 2, Tl. 700 – 711) Nghĩa Tịnh dịch.

根本說一切有部毘奈耶皮革事 大唐三藏義淨奉 制譯

Căn bản thuyết nhất thiết hữu bộ tỳ-nại-da bì cách sự

(2 quyển). TN 23 No. 1447

Mūlasarvāstivādavinayavastu-carmavastu. Tạng: 'dul-ba gshi (ko-lpags kyi gshi).

Tì-nại-da bì cách sự. Các quy định về sử dụng da thuộc theo luật Căn bản thuyết nhất thiết hữu bộ.

Đường (Cửu Thị 1 – Cảnh Vân 2, Tl. 700 – 711) Nghĩa Tịnh dịch.

根本說一切有部毘奈耶藥事 大唐三藏義淨奉 制譯

Căn bản thuyết nhất thiết hữu bộ tì-nại-da dược sự (18 quyển). TN 24 No. 1448

Mūlasarvāstivādavinayavastu-bhaiṣajyavasstu. Tạng: 'dul-ba gshi (sman kyi gshi).

Tì-nại-da dược sự. Các quy định về sử dụng thuốc theo luật Căn bản thuyết nhất thiết hữu bộ.

Đường (Cửu Thị 1 - Cảnh Vân 2, Tl. 700 – 711) Nghĩa Tịnh dịch.

根本說一切有部毘奈耶羯恥那衣事 大唐三藏義淨奉 制譯

Căn bản thuyết nhất thiết hữu bộ tì-nại-da yết-sỉ-na y sự (1 quyển). TN 24 No. 1449

Mūlasarvāstivādavinayavastu-kaṭhinavastu. Tạng: 'dul-ba gshi (sra-brkyang gi gshi).

Tì-nại-da yết sỉ na y sự. Các quy định về y ca-thi-na theo luật Căn bản thuyết nhất thiết hữu bộ.

Đường (Cửu Thị 1 - Cảnh Vân 2, Tl. 700 – 711) Nghĩa Tịnh dịch.

根本說一切有部毘奈耶破僧事 大唐三藏法師義淨奉 制譯

Căn bản thuyết nhất thiết hữu bộ tì-nại-da phá tăng sự (20 quyển). TN 24 No. 1450

Mūlasarvāstivādavinayavastu-saṅghabhedavastu.
Tạng: 'dul-ba gshi (dbyen gi gshi).

Tì-nại-da phá tăng sự. Lịch sử thành lập Tăng già và cuộc vận động phá Tăng của Đề-bà-đạt-đa.

(Cửu Thị 1 - Cảnh Vân, 2 Tl. 700 – 711) Nghĩa Tịnh dịch.

根本說一切有部毘奈耶雜事 三藏法師義淨奉 制譯

Căn bản thuyết nhất thiết hữu bộ tì-nại-da tạp sự (40 quyển)). TN 24 No. 1451

Tạng: 'dul-ba phran-tshegs kyi gshi.

Tì-nại-da tạp sự. Các vấn đề linh tinh liên hệ đến Luật.

Đường (Cảnh Long 4, Tl. 710) Nghĩa Tịnh dịch.

根本說一切有部尼陀那 大唐三藏法師義淨奉 制譯

Căn bản thuyết nhất thiết hữu bộ ni-đà-na mục-đắc-ca (10 quyển). TN 24 No. 1452

Căn bản thuyết nhất thiết hữu bộ ni-đà-na, Ni-đà-na mục-đắc-ca, Hữu bộ mục-đắc-ca, Hữu bộ ni-đà-na.

Đường [Trường An 3 (2), Tl. 703 (702)] Nghĩa Tịnh dịch.

II. GIỚI KINH / BA-LA-ĐỀ-MỘC-XOA

彌沙塞五分戒本 宋罽賓三藏佛陀什等譯

Di sa tắc ngũ phần giới bản (1 quyển). TN 22 No. 1422

Di sa tắc giới bản, Ngũ phần tỳ-kheo giới bản, Ngũ phần giới bản.

Giới kinh hay Ba-la-đề-mộc-xoa của Tỳ-kheo thuộc bộ phái Hóa địa. Trích biên từ Ngũ phần quảng luật do Phật-đà-thập (*Buddhajīva*) dịch. Hiện tồn 2 bản, A và B. Văn từ của hai bản có nhiều chỗ không đồng nhất, so với Quảng luật cũng có một số thay đổi.

五分比丘尼戒本 梁建初寺沙門釋明徽集

Ngũ phần tỳ-kheo-ni giới bản (1 quyển). TN 22 No. 1423

Di sa tắc ni giới bản. Giới kinh hay Ba-la-đề-mộc-xoa của Tỳ-kheo-ni thuộc bộ phái Hóa địa (*Mahīśāsaka*).

Gồm 373 điều, so với Quảng luật 370 điều. Trích soạn từ Ngũ phần luật.

Lương (Phổ Thông 3, Tl. 522) Minh Huy soạn.

摩訶僧祇律大比丘戒本 東晉天竺三藏佛陀跋陀羅譯
Ma-ha tăng-kì luật đại tỳ-kheo giới bản (1 quyển). TN 22 No. 1426

Tăng-kì giới bản, Ba-la-đề-mộc-xoa tăng-kì giới bổn, Tăng-kì tỳ-kheo giới bản, Tăng-kì đại tỳ-kheo giới bản, Ma-ha-tăng-kì giới bản. Gồm 218 điều.

Đông tấn (Long An 2 – Vĩnh Sơ 2, Tl. 398 – 421) Phật-đà-bạt-đà la dịch.

摩訶僧祇比丘尼戒本 東晉平陽沙門法顯共覺賢譯
Ma-ha tăng-kì tỳ-kheo-ni giới bản (1 quyển). TN 22 No. 1427

Tỳ-kheo-ni ba-la-đề-mộc-xoa Tăng-kì giới bản, Tỳ-kheo-ni Tăng-kì luật ba-la-đề-mộc-xoa giới kinh, Tỳ-kheo-ni Tăng-kì luật giới kinh, Tăng-kì tỳ-kheo-ni giới bản, Tăng-kì ni giới bản.

Đông Tấn (Nghĩa Hi 1, Tl. 405 -) Pháp Hiển và Giác Hiền (Phật-đà-bạt-đà-la, *Buddhabhadra*) dịch.

四分比丘戒本 西太原寺沙門懷素集

Tứ phần luật tỳ-kheo giới bản (1 quyển). TN 22 No. 1429

Đàm-vô-đức giới bản. Giới kinh của tỳ kheo, phái Đàm-vô-đức. Giới kinh của tỳ-kheo, Hoài Tố biên tập từ Tứ phần Quảng luật do Phật-đà-da-xá dịch.

四分僧戒本曇無德出 後秦世罽賓三藏佛陀耶舍譯

Tứ phần tăng giới bản (1 quyển). TN 22 No. 1430

Đàm-vô-đức giới bản, Tứ phần giới bản. Giới kinh của Tỳ-kheo, trích từ Tứ phần Quảng luật do Phật-đà-da-xá dịch. Nhiều từ luật được thay đổi so với Quảng luật.

四分尼戒本 西太原寺沙門懷素集

Tứ phần luật tỳ-kheo-ni giới bản (1 quyển). TN 22 No. 1431

Giới kinh của Tỳ-kheo-ni, trích biên từ Tứ phần Quảng luật do Phật-đà-da-xá dịch; trích biên bởi Hoài Tố.

十誦比丘波羅提木叉戒本 姚秦三藏鳩摩羅什譯

Thập tụng tỳ-kheo Ba-la-đề-mộc-xoa giới bản (1 quyển). TN 23 No. 1436

Thập tụng Ba-la-đề-mộc-xoa giới, Thập tụng tỳ- kheo

giới bản, Thập tụng luật tỳ-kheo giới bản.

Diêu tần (Hoằng Thỉ 4 – 14, Tl. 402 – 412) Cưu-ma-la thập dịch.

十誦比丘尼羅提木叉戒本 宋長干寺沙門釋法顯集出

Thập tụng tỳ-kheo-ni Ba-la-đề-mộc-xoa giới bản
(1 quyển). TN 23 No. 1437

Thập tụng tỳ-kheo-ni đại giới, Tỳ-kheo-ni địa giới, Thập tụng luật tỳ-kheo-ni giới bản.

Lưu Tống (khoảng giữa Thái Thỉ, Tl. 465 – 471) Pháp Dĩnh soạn.

根本說一切有部戒經 三藏法師義淨奉 制譯

Căn bản thuyết nhất thiết hữu bộ giới kinh (1 quyển). TN 23 No. 1454

Prātimokṣa. Tạng: so-sor-thar-ba'i mdo

Giới kinh của Căn bản thuyết nhất thiết hữu bộ.

Đường (Cảnh Long 4, Tl. 710) Nghĩa Tịnh dịch.

根本說一切有部苾芻尼戒經 三藏法師義淨奉 制譯

Căn bản thuyết nhất thiết hữu bộ bí sô ni giới kinh
(1 quyển)). TN 23 No. 1455

Mūlasarvāstivāda-bhikṣuṇī-pratimokṣa.

Tạng: dge-slong-ma'i so-sor-thar-ba'i mdo.

Bí-sô-ni giới kinh. Giới kinh của Tỳ-kheo-ni.

Đường (Cảnh Long 4, Tl.710) Nghĩa Tịnh dịch.

解脫戒經 元魏婆羅門瞿曇般若流支譯

Giải thoát giới kinh (1 quyển). TN 24 No. 1460

Tỳ-kheo Giới kinh, thuộc bộ phái Ca-diếp, Ca-diếp-di, hay Ẩm quang bộ (*Kāśyapnikāya*). 246 điều.

Đông Ngụy [Võ Định 1, Tl. 543 (Hưng Hòa 2, Tl.540)] Cù-đàm Bát-nhã- lưu-chi dịch.

III. YẾT-MA PHÁP

彌沙塞羯磨本 大開業寺沙門愛同錄五分羯磨

Di-sa-tắc yết-ma bản (1 quyển). TN 22 No. 1424

Ngũ phần yết-ma. Các pháp thức yết-ma, trích soạn từ Ngũ phần luật.

Đường (Thần Long, Tl. 705 – 706) Ái Đồng soạn.

曇無德律部雜羯磨 曹魏天竺三藏康僧鎧譯

Đàm-vô-đức luật bộ tạp yết-ma (1 quyển). TN 22 No. 1432

Đàm-vô-đức-tạp yết-ma, Tứ phần tạp yết-ma. Các pháp thức yết-ma theo luật Tứ phần.

Tào Ngụy (Gia Bình 4, Tl. 252) Khương Tăng Khải dịch.

羯磨 曹魏安息沙門曇諦譯

Yết-ma (1 quyển). TN 22 No. 1433

Đàm-vô-đức yết-ma. Các pháp thức yết-ma theo luật Tứ phần.

Tào Ngụy (Chánh Nguyên 1, Tl. 254) Đàm Đế dịch.

四分比丘尼羯磨法 宋罽賓三藏求那跋摩譯

Tứ phần tỳ-kheo-ni yết-ma pháp (1 quyển). TN 22 No. 1434

Tứ phần yết-ma, Tứ phần ni yết-ma, Đàm-vô-đức yết-ma, Tạp yết-ma

Lưu Tống (Nguyên Gia 8, Tl. 431) Cầu-na-bạt-ma dịch.

大沙門百一羯磨法

Đại Sa-môn bách nhất yết-ma pháp (1 quyển). TN 23 No. 1438

Bách nhất yết-ma pháp, Đại sa môn yết-ma pháp thập tụng luật. Gồm 21 pháp thức yết-ma của Tỳ-kheo theo luật Thập tụng. Tăng Hựu lục ghi không rõ dịch giả. Khai nguyên lục liệt vào thời Tống.

十誦羯磨比丘要用 宋沙門釋僧璩於楊都中興寺依律撰出

Thập tụng yết-ma tỳ-kheo yếu dụng (1 quyển). TN 23 No. 1439

Thập tụng tăng ni yếu sự yết-ma, Thập tụng tỳ- kheo yếu dụng, Lược yếu yết-ma pháp. Các pháp thức yết-ma thường hành theo luật Thập tụng.

Lưu Tống (Đại Minh 7, Tl. 463) Tăng Cứ soạn.

根本說一切有部百一羯磨 三藏法師義淨奉 制譯

Căn bản thuyết nhất thiết hữu bộ bách nhất yết-ma (10 quyển). TN 23 No. 1453

Bách nhất yết-ma

Đường (Trường An 3, Tl. 703) Nghĩa Tịnh dịch.

IV. LUẬT LUẬN

薩婆多毘尼毘婆沙 失譯人名今附秦錄

Tát-bà-đa Tì-ni-tì-bà-sa (9 quyển). TN 23 No. 1440

Tát-bà-đa tì-ni. Luật sớ của bố pháp tát-bà-đa hay Thuyết nhất thiết hữu bộ (*Sarvāstivāda*).

Dịch giả khuyết danh; phỏng định niên đại Tam Tần (Tl. 350 – 431).

薩婆多部毘尼摩得勒伽 宋元嘉年僧伽跋摩譯

Tát-bà-đa-bộ tì-ni ma-đắc-lặc-già (10 quyển). TN 23 No. 1441

Ma-đức-lặc-già tì-ni. Tát-bà-đa tì-ni, Tát-bà-đa ma-đức-lặc-già tì-ni, Tì-ni ma-đắc-lặc-già. Luật giải (*Mātṛkā*) của bộ phái Tát-bà-đa hay Thuyết nhất thiết hữu bộ (*Sarvāstivāda*).

Lưu Tống (Nguyên Gia 3, Tl. 435) Tăng-già-bạt-ma (*Saṅghavarma*) dịch.

根本說一切有部毘奈耶．尼陀那目得迦攝頌

Căn bản thuyết nhất thiết hữu bộ tì-nại-da ni-đà-na mục-đắc-ca nhiếp tụng

(1 quyển). TN 24 No. 1456

Mūlasarvāstivādanikāyavinayanidānamātṛkā-gāthā.

Căn bản thuyết nhất thiết hữu bộ ni-đà mục-đắc-ca nhiếp tụng, Căn bản thuyết nhất thiết hữu bộ ni-đà-na mục-đắc-ca nhiếp tụng, Tì-nại-da ni-đà-na mục-đắc-ca nhiếp tụng. Kệ tụng tóm tắt các vấn đề liên hệ luật được giải thích trong Ma-đắc-lặc-già (*Mātṛkā*) theo bộ phái Căn bản thuyết nhất thiết hữu.

Đường (Cảnh Long 4, Tl. 710) Nghĩa Tịnh dịch.

根本說一切有部略毘奈耶雜事攝頌

Căn bản thuyết nhất thiết hữu bộ lược tì-nại-da tạp sự nhiếp tụng (1 quyển). TN 24 No. 1457

Căn bản thuyết nhất thiết hữu bộ tì-nại-da tạp sự nhiếp tụng. Kệ tóm tắt các vấn đề liên hệ Luật theo bộ phái Căn bản thuyết nhất thiết hữu.

Đường (Cảnh Long 4, Tl. 710) Nghĩa Tịnh dịch.

根本薩婆多部律攝

Căn bản tát bà đa bộ luật nhiếp (14 quyển). TN 24 No. 1458

Sarvāstivādavinayasaṁgraha. Tạng: ḥdul-ba bsdus-pa.

Hữu bộ luật nhiếp. Kệ tóm tóm tắt và giải thích các học xứ của Tỳ-kheo theo luật của Hữu bộ (hệ Thập tụng).

Đường (Cửu Thị 1, Tl. 700) Nghĩa Tịnh dịch.

根本說一切有部毘奈耶頌

Căn bản thuyết nhất thiết hữu bộ tì-nại-da tụng (3 quyển). TN 24 Tl. 1459

Mūlasarvāstivādanikayavinayagāthā.

Tạng: ḥdul-ba tshig-leḥur-byas-pa.

Tì-nại-da tụng. Kệ tóm tắt các nghi thức thường hành và giải thích các học xứ của Tỳ kheo.

Đường (Cảnh Long 4, Tl. 710) Nghĩa Tịnh dịch.

律二十二明了論

Luật nhị thập nhị minh liễu luận (1 quyển). TN 24 No. 1461

Minh liễu luận. Luật giải thuọc bố phái Chánh lượng (*Sammitīya*), Pháp sư Phất-đà-đa-la (Phật-đà-đa-la-đa, *Buddhatrāta*) soạn. Gồm 22 bài kệ tụng và giải thích Trần (Quang Đại 2, Tl. 568) Chân Đế dịch.

善見律毘婆沙

Thiện kiến luật tì-bà-sa (18 quyển). TN 24 No. 1462

Pāli: *Samantapāsādikā*

Thiện kiến tì-bà-sa luật, Thiện kiến luật, Thiện kiến luận, Tì-bà-sa luật. Luật giải do Giác Âm, hay Phật Minh (Pāli: *Buddhaghosa*) soạn, giải thích Luật Pāli, thuộc Thượng tọa bộ Tích lan.

Tiêu tề [Vĩnh Minh (6)7, Tl. 489 (488)] Tăng-già-bạt-đà-la dịch.

毘尼母經

Tì-ni mẫu kinh (8 quyển). TN 24 No. 1463

Vinayamātṛkā. Luật giải, có thuyết cho là giải thích luật Thập tụng; có thuyết cho là giải thích luật Tứ phần. Tần (Tl. 350 - 431), dịch giả khuyết danh.

鼻奈耶

Tị-nại-da (10 quyển). TN 24 No. 1464

Vinayanidāna-sūtra.

Tị-nại-da luật, Giới nhân duyên kinh, Giới quả nhân duyên kinh, Tị-nại-da kinh, Thí nhân duyên kinh. Giả thích các học xứ của Tỳ-kheo, gồm 263 điều, tương đương Thập tụng giới bản, Thập tụng Phạn bản.
Diêu Tần (Kiến Nguyên 14, Tl. 378) Trúc Phật Niệm dịch.

舍利弗問經

Xá lợi phất vấn kinh (1 quyển). TN 24 No. 1465

Śāriputraparipṛcchā-sūtra.

Những câu hỏi của Xá-lợi-phất liên hệ các vấn đề thuộc Luật. Phật ký thuyết sẽ có nhiều bộ phái xuất hiện sau này, trong đó có 5 hệ Luật chính, gọi là "Ngũ bộ luật."
Đông Tấn (Tl. 317 - 420), dịch giả khuyết danh.

優波離問佛經

Ưu-ba-li vấn Phật kinh (1 quyển). TN 24 No. 1466

Upāliparipṛccha-sūtra.

Ưu-ba-li vấn kinh, Ưu-ba-li luật. Những câu hỏi của Ưu-ba-li, liên hệ 215 điều giới Tỳ kheo.

Lưu Tống (Nguyên Gia 8 – 30, Tl. 431-453) Cầu-na-bạt-ma dịch.

佛說犯戒罪報輕重經

Phật thuyết phạm giới tội báo khinh trọng kinh (1 quyển). TN 24 No 1467

Phạm giới tội khinh trọng kinh, Phạm giới báo ứng khinh trọng kinh, Mục-liên vấn kinh, Phạm tội kinh. Những câu hỏi của Mục-liên về báo ứng của sự phạm giới.

Hậu Hán (Kiến Hòa 2 - Kiến Ninh 3, Tl. 143 - 179) An Thế Cao dịch.

佛說目連所問經

Phật thuyết Mục liên sở vấn kinh (1 quyển). TN 24 No. 1468

Những câu hỏi của Mục-liên về tội báo của sự phạm giới.

Tống (Khai Bảo 6, Tl. 973 -) Pháp Thiên dịch.

佛說迦葉禁戒經

Phật thuyết Ca diếp cấm giới kinh (1 quyển). TN 24 No. 1469ō

Ma-ha tỳ-kheo kinh, Chân ngụy sa-môn kinh, Cấm giới kinh. Ca-diếp hỏi Phật về sự phân biệt chân ngụy sa-môn.

Lưu Tống (Hiếu Kiến 2, Tl. 455-) Trở-cừ-kinh-thinh dịch.

大比丘三千威儀

Đại tì kheo tam thiên oai nghi (2 quyển). TN 24 No. 1470

Đại tỳ-kheo tam thiên oai nghi kinh, Tăng oai nghi kinh, Đại tăng oai nghi kinh, Tam thiên oai nghi. Các phận sự thường hành của tỳ-kheo. Đoạn kết, nói về 5 hệ Luật của các bộ phái, và màu sắc y của các bộ. Hậu Hán (Kiến Hòa 2 - Kiến Ninh 3, Tl. 148 – 170) An Thế Cao dịch.

V. SỚ GIẢI TRUNG HOA

Số lượng các sớ giải Luật, bao gồm Quảng luật, Giới bản và Yết-ma của các bộ, nhất là Tứ phần, rất lớn; nhưng dưới đây chi ghi các tác phẩm đang được lưu hành trong hai bộ Đại tạng: Đại chánh tân tu (Taisho, T), và cũng chỉ ghi các sớ giải thuộc về Luật Tứ phần.

四分律刪繁補闕行事鈔

Tứ phần San phồn bổ khuyết hành sự sao (12 quyển), Đạo Tuyên (Đường). TN 40 No. 1804.

四分律行事鈔資持記

Tứ phần Hành sự sao tư trì kí (16 quyển), Nguyên Chiếu

(Tống). TN 40 No. 1805.

四分律比丘含注戒本

Tứ phần luật Tỳ-kheo giới bản Hàm chú giới bổn
(2 quyển), Đạo Tuyên (Đường). TN 40 No. 1806.

四分比丘戒本疏

Tứ phần Tỳ-kheo giới bản sớ (2 quyển), Định Tân (Đường). TN 40 No. 1807.

曇無德部四分律刪補隨機羯磨

Đàm-vô-đức bộ Tứ phần luật san bổ tùy cơ yết-ma
(2 quyển), Đạo Tuyên (Đường). TN 40 No. 1808.

僧羯磨

Tăng yết-ma (3 quyển), Hoài Tố (Đường). TN 40 No. 1809].

尼羯磨

Ni yết-ma (3 quyển), Hoài Tố (Đường). TN 40 No. 1810.

Tứ phần luật san bổ tùy cơ yết-ma sớ khoa (4 quyển), Nguyên Chiếu (Tống). 卍 64 No. 608.

Tứ phần luật san bổ tùy cơ yết-ma sớ tế duyên kí
(22 quyển), Nguyên Chiếu (Tống). 卍 64 No. 609.

Tứ phần luật Tùy cơ yết-ma sớ chánh nguyên kí
(8 quyển), Doãn Trạm (Tống). 卍 64 No. 607.

Yết-ma kinh tự giải (1 quyển), Tắc An (Tống).
卍 65 No. 610.

B. CÁC NGỮ HỆ KHÁC

I. PĀLI

Vinayapiṭaka, 5 tập, ấn bản Roman, biên tập bởi H. Oldenburg. London, 1881-1882.

1. *Mahāvagga*, Vin. i.
2. *Cūḷavagga*, Vin. ii.
3. *Bhikkhuvibhanga*, Vin. iii – Vin. iv.
4. *Bhikkhunīvibhaṅga*, Vin. iv
5. *Parivāra*, Vin. v.

Nan den dai zō kyō: Nam truyền Đại tạng kinh.

Bản dịch tiếng Nhật Tam tạng Pāli. Tổng biên dịch Junjiro Takakusu (Cao Nam Thuận Thứ Lang). Luật Tang, tập I-V.

Hán dịch Nam truyền Đại tạng kinh,

Bản dịch Hoa ngữ Tam tạng Pāli. Luật tang, tập I-V, Thông Diệu dịch. Đài loan, Dân quốc 81.

Vinaya Texts,

Bản dịch Tiếng Anh Luật Pāli, bởi T. W. Rhys Davids &

Herman Oldenberg; 3 tập. Sacred Books of the East. Motilal Banarsidass, 1969.

The Book of The Discipline (Viṇaya-piṭaka).

Bản dịch Anh Luật Pāli, bởi I. B. Horner; 5 tập. The Pali Text Society. London 1949.

The Pāṭimokkha.

Giới kinh Tỳ kheo, bản dich Anh từ Pāli, bởi Ven. Ñāṇamoli. Pāli-Anh đối chiếu. Maha Makut Academy. Bangkok, 1966.

II. SANSKRIT

Le Prātimokṣasūtra des Sarvāstivādins.

Giới kinh Tỳ-kheo của Thuyết nhất thiết hữu bộ, bản tiếng Sanskrit, ấn hành bởi M. Louis Finot, cùng với bản dịch Hán của Cưu-ma-la-thập (*Kumārajīva*). Bản dịch tiếng Pháp bởi M. Edouard Huber. Journal Áiatique, Paris, 1913.

Two Buddhist Texts Vinaya. Prātimokṣa Sūtra & Bhikṣukarmavākya.

Giới kinh Tỳ-kheo và các pháp yết-ma, bản tiếng Sanskrit; ấn hành bởi GS. Anukul Chandra Banerjee. The World Press, Calcutta, 1977.

Mūlasarvāstivādavinayavastu.

Luật của bộ phái Căn bản thuyết nhất thiết hữu (*Mūlasarvāstivā*); 2 tập; biên tập ấn hành bởi Dr. S. Bagchi. The Mithila Institute, Darbhanga, 1970.

Tập I: *Bhaiṣajyavasstu*: cf. Taisho No. 1448: Dược sự; 2. *Cīvaravastu*: Y sự; 3. *Kaṭhinavastu*: No. 1449 Yết-sĩ-na-sự; 4. *Kośāmbakavastu*: Kiêu-thưởng-di sự; 5. *Karmavastu*: Yết-ma sự.

Tập II: 6. *Pāṇḍulohitakavastu*; cf. *Thập tụng*: Tụng 5, bát pháp: 4. Bàn-đà Lô-già pháp; 7. *Pudgalavastu*: cf. *Tứ phần*, phần iii. Nhân kiền độ; 8. *Pārivāsika*: cf. Tứ phần, iii. Phú tàng kiền độ; 9. *Poṣadhasthāpana*: cf. Tứ phần, iii. Già yết-ma; 10. *Śayanāsanavastu*: cf. Tứ phần, iv. Phòng xá kiền độ; 11. *Pravrajyavastu*: No. 1444 Xuất gia sự; 12. *Poṣadhavastu*: bố-tát sự; 13. *Pravāraṇāvastu*: No. 1446 Tùy ý sự (Tự tứ); 14. *Varṣāvastu*: No. 1445 An cư sự; 15. *Carmavastu*: No. 1447 Bì cách sự; 16. *Saṅghabhedavastu*: No. 1450 Phá Tăng sự.

Mahāvastu-avadāna

Luật tạp sự, bộ phái Thuyết xuất thế (Lokuttara); 2 tập, biên tập ấn hành bởi Dr. S. Bagchi; Mithila

Institute, Darbganga, 1970.

III. TẠNG NGỮ

'dul ba gzhi (**Vinayavastu**).

bka' 'gyur sde dge par ma (Phật thuyết bộ). vol. 1 tt.
Ấn bản CD, Tibetan Buddhist Center, USA, 2002.
Cf. Skt. *Mūlasarvāstivādavinayavastu*. Hán, No 1444 – 1451.

so sor thar pa'i mdo (**Bhikṣu-prātimokṣa-sūtra**)

bka' 'gyur sde dge par ma (Phật thuyết bộ). vol. 5

Giới kinh của Tỳ-kheo, hệ Căn bản thuyết nhất thiết hữu bộ.

Biên tập và dịch Anh bởi Satis Chandra Vidyabhusana. Journal of the Asiatic Society of Bengal, 1915, nos 3, 4.

Cf. Hán: No 1452 *Căn bản thuyết nhất thiết hữu bộ Giới kinh.*

'dul ba rnam par ḥbyed pa (**Vinayavibhaṅga**)

bka' 'gyur sde dge par ma (Phật thuyết bộ). vol. 5 tr. 41 tt.

Giới kinh phân biệt, thuộc hệ Căn bản thuyết nhất thiết hữu bộ.

Cf. Hán: No 1442 *Căn bản thuyết nhất thiết hữu bộ Tì-nại-da.*

dge slong ma'i so sor thar pa'i mdo
(Bhikṣuṇī-prātimokṣa-sūtra)
bka' 'gyur sde dge par ma (Phật thuyết bộ). vol. 9

Giới kinh Tỳ-kheo-ni, thuộc hệ Căn bản thuyết nhất thiết hữu bộ.

Cf. Hán: No 1455 *Căn bản thuyết nhất thiết hữu bộ Bí-sô-ni giới kinh.*

dge slong ma'i 'dul ba rnam par 'byed pa
(Bhikṣuṇīvinayavibhaṅga)
bka' 'gyur sde dge par ma (Phật thuyết bộ). vol. 9 tr. 50 tt.

Tỳ-kheo-ni Giới kinh phân biệt, thuộc hệ Căn bản thuyết nhất thiết hữu bộ.

Cf. Hán: No 1443 *Căn bản thuyết nhất thiết hữu bộ Bí-sô-ni Tì-nại-da.*

TỪ VỰNG TỨ PHẦN

☙❀❧

TỪ VỰNG PĀLI – HÁN VIỆT

A

abbhāna, a-phù-ha-na, xuất tội; giải tội tăng-già-bà-thi-sa.

abbhokā, lộ địa; đất trống.

abbhuta-(dhamma), vị tằng hữu (pháp); điều kỳ diệu chưa từng có.

abhantara, a-bàn-đà, khoảng cách giữa 2 cây

Abhaya-rājakumāra, Vô Úy vương tử.

abhibhāyatana, trừ nhập chánh thọ, thắng xứ (tám).

abhidhamma, A-tì-đàm.

abhihaṭṭhuṃ pavāreyya, tự tứ thỉnh, đề nghị mang đến cho; cư sĩ cúng y cho tỳ-kheo, yêu cầu tùy ý nhận

abhisamācārika, tăng thượng oai nghi, tăng thượng hành nghi, oai nghi lễ tiết.

abhisekika, đăng quang, quán đảnh, lập vương (y).

ācariya, A-xà-lê, quỹ phạm sư, giáo sư.

acceka-cīvara, cấp thí y, đặc thí y, y cúng dường trong trường hợp đặc biệt.

acelakā paribbājikā, phổ hành giả nữ lõa thể; nữ ngoại đạo lõa thể, loã hình ngoại đạo (xuất) gia nữ

acelaka, lõa thể, lõa hình, vô y ngoại đạo.

āciṇṇakappo, thường pháp, quy tắc thường hành.

Aciravatī, sông A-chỉ-la, A-di-la-bạt-đề, A-di-la, A-kỳ-la-bà-đề.

aḍḍhayoga, nhà mái bằng, tượng hình phòng, nhà hình voi; mái nhà hình chim *Garuḍa*.

ādesanā-pāṭihāriya, giáo hóa bằng sự nói lên tâm tư người khác, đọc ý nghĩ của người khác; ký tâm thị đạo, ức niệm giáo hóa.

adhamma, adhammika, phi pháp.

adhammena vagga, phi pháp biệt chúng.

adhibrahmacariya, ādibrahmacariya, vô thượng tịnh hạnh, tối sơ phạm hạnh, căn bản phạm hạnh.

adhicitta, tăng tâm, tăng thượng tâm.

adhikaraṇa, tránh sự; sự kiện, vấn đề (dẫn đến tranh luận), đấu tranh, tranh chấp.

adhikaraṇa-samatha, diệt tránh, đoạn tranh (pháp); sự dập tắt tránh sự.

adhikaraṇe paccākatā, bất thiện ức trì, bị cự tuyệt, bị đuối lý trong khi tranh luận.

adhimutta, adhimutti, thắng giải / tín giải (sáu).

adhipaññā, tăng huệ, tăng trí tuệ, tăng tuệ học, tăng thượng tuệ.

adhipāṭimokkha, tăng thượng Ba-la-đề-mộc-xoa.

adhisīla, tăng giới, tăng thượng giới.

ādibrahmacariya, tối sơ phạm hạnh, căn bản phạm hạnh, tăng thượng tịnh hạnh, tăng tịnh hạnh.

Ādicca (Ādiccabanhddhu), Nhật, Nhật Thân, Nhật Tôn.

adinna, bất thọ, bất dữ, (vật) không được cho.

adinnādāna, bất dữ thủ, sự lấy vật không được cho, ăn cắp, trộm.

āgama, A-hàm, A-cấp-ma; Thánh giáo, truyền thừa.

āgamenta, được chờ đợi.

āgamenta-cīvara, nguyện y, cầu nguyện y, y do chờ đợi.

āgantuka, khách, người mới đến.

āgantuka-bhikkhu, khách tỳ-kheo.

āganuka-bhatta, thức ăn cho khách.

āgantukavatta, khách tỳ-kheo nghi pháp; quy tắc cho tỳ-kheo khách.

agārava, anādariya, bất cung kính, không cung kính, không tôn trọng.

Aggaḷapura, A-già-lâu-la.

aggi, lửa.

aggi-homa, hỏa chú, hỏa tự, cúng tế thần Lửa.

aggisālā, nhà sưởi ấm, nhiên hỏa đường.

aggiṭṭhāna, lò sưởi.

aggivijā, lửa (chú, thần chú).

āhaccapādaka mañca, thô thẳng sàng, tiêm cước sàng, giường chân ráp (gấp lại được), một loại gường xếp.

Ahogaṅgā, A-vu-hằng hà sơn.

aja, bạch dương, dê.

ajapāla-nigrodha, A-du-ba-la ni-câu-luật (cây); mục ngưu ni-câu-loại thọ, loại cây sung Ấn-độ. Những người chăn bò thường ngồi nghỉ dưới bóng cây này. Cây ở tại *Uruvelā* (Ưu-lâu-tần-loa) bên bờ sông *Nerañjara* (Ni-liên-thuyền), gần cây Bồ-đề, tại đây đức Thích Tôn trải qua một tuần sau khi thành Đạo.

ajātā pathavī, bất sinh địa, đất không sinh sản.

Ajātasattu, A-xà-thế, Vị Sanh Oán, vua nước *Magadha* (Ma-kiệt-đà).

Ajātasattu-(Vedehiputta), A-xà-thế (Vi-đề-hy Tử).

Ajita, A-di-đầu, xem dưới.

Ajito Kesa-kambalo, A-di-đầu Xí-xá-khâm-bà-la, một trong sáu tôn sư ngoại đạo (lục sư ngoại đạo).

Ajju, Ajuka, Cao Thắng (tỳ-kheo).

akappa-phala, quả không tịnh, trái cây (chưa được tác tịnh) không được phép ăn.

akappiyakata, bất tịnh thực, (thức ăn) không được phép ăn.

ākāsānañcāyatana, định không huệ, không vô biên xứ.

ākāsaṭṭha, hư không trung vật, hư không vật, không xứ, vật trong hư không.

akaṭṭhapāka sāli, lúa tám tự nhiên, tự nhiên canh mễ.

akiñcana, vô sở hữu.

akiñcaññāyatana, bất dụng xứ định, vô sở huệ không xứ,

vô sở hữu xứ.

akiñcaññāyatana-samādhi, vô sở hữu định.

akkosa, mạ lị, mắng chửi.

Āḷāra-Kālāma, A-lam-ca-lam, tiên nhân tu vô sở hữu xứ.

Āḷavī, A-la-tì quốc, xem dưới.

Āḷavī, A-trà-bễ ấp, Khoáng dã; thị trấn cách *Sāvatthi* (Xá-vệ) khoảng 30 do-tuần.

ālaya, quật trạch, sào quật, hang ổ; a-lại-da; chấp tàng, dục cầu, khát vọng.

āmakadahñña, lúa sống, sanh cốc.

Amala, Vô Cấu.

āmalaka, a-ma-lặc, dư cam tử; quả mận gai Ấn-độ (emblic myrobalan).

amanussa, phi nhân, (như người nhưng) không phải người, một loại chúng sinh; chỉ chung các loại quỷ thần.

amata, bất tử, cam lộ.

amata-dundubhi, cam lồ cổ, trống bất tử.

Ambapāli, Am-bà-la-bà-đề, Am-bà-la-bà-lợi (lị), kỹ nữ danh tiếng.

ambapāna, am-bà-la quả tương, nước quả xoài.

Ambāṭakārāma, A-ma-lê (vườn), tinh xá trong khu rừng

của gia chủ *Citta* (Chất-đa), được ông cúng dường cho Tăng.

ambavana, nại viên, vườn xoài.

ambavana, Am-bà-la viên, vườn xoài.

amoha, amūḷha, vô si.

amūlaka, avatthu, vô căn, không căn cứ; không bằng chứng.

amūlaka pārājika, vô căn ba-la-di, tội ba-la-di không căn cứ, không bằng chứng.

amūlakena anuddhaṃseti, vô căn báng, cáo buộc tội không căn cứ, không bằng chứng.

amūḷha-vinaya, bất si tỳ-ni; phán quyết không điên cuồng; tì-kheo bệnh tâm thần được Tăng phán quyết miễn tội cho một số học xứ.

anādariya, khinh sư, khinh tha, bất kính.

anāgata bhikkhu, vị lai khách tỳ-kheo, khách tỳ-kheo sẽ đến (có dấu hiệu sắp đến).

anālaya, vô hữu sào quật; phi chấp tàng, diệt khát ái; phi a-lại-da (A-la-hán).

Ānanda, A-nan.

ānāpānassati, a-na-ban-na tam-muội, sổ tức niệm, chánh niệm nơi hơi thở ra vào.

anāsava cetovimutta, thân lậu tận, ý giải; vô lậu tâm giải thoát; tâm đã giải thoát dứt sạch lậu.

anāsava vimutta, vô lậu giải thoát.

Anāthapiṇḍika, A-nan-phân-để, A-nan-tân-đê, Cấp Cô Độc, Cấp Cô Độc Thực.

anattā, vô ngã.

Anattalakkhaṇasutta, Vô ngã tướng kinh.

Andhakavindaka, A-na-tần-đầu (nước).

Andhavana, An-đà viên, Ám lâm; khu rằng phía nam *Sāvatthi* (Xá-vệ).

aṅgavijjā, chi tiết chú, khoa xem tướng, xem các dấu hiệu trên thân để đoán vận mệnh.

Aṅgulimāla, Ương-quật-ma-(la), Chỉ Man, tướng cướp hung bạo được Phật độ.

aṅgulimuddikā, chỉ ấn, nhẫn.

Aṅguttarāpā, A-mâu-đa-la (nước).

aniyata, bất định (thiên tội).

añjana, nhãn dược; thuốc bôi mắt.

aññabhāgiya adhikaraṇa, dị phần sự, sự dị phần trung thủ phiến, sự tình của phần khác; lấy một chi tiết khác, một sự kiện khác tương tợ tội phạm để cáo buộc một tỳ-kheo phạm tội ấy.

Añña-Koṇḍañña, A-nhã Kiêu-trần-như.

anna-sannihikāra, đình thực.

aññavādaka, dị ngữ, dư ngữ; nói lãng để chối tội.

Anotatta, A-nậu, A-nậu đại tuyền, A-nậu-đạt (ao).

antaravāsa, an-đà-hội; y nội, y trong; 1 trong 3 y của tỳ-kheo, khoác dưới thân, như váy sa-rông.

antarāya, nạn, gây trở ngại.

antarāyika dhamma, chướng ngại pháp, chướng đạo pháp; nạn sự (mười ba), già nạn; yếu tố ngăn cản thọ cụ túc.

antevāsika, nội trú giả, đệ tử, đệ tử hầu cận, thị giả.

anumodana, tán thành, tuỳ hỷ (tụng), chú nguyện công đức sau khi nhận bố thí.

anupādisesanibbāna-dhātu, Vô dư Niết-bàn giới, Niết-bàn giới không chấp thủ (sinh y).

Anupiya, Anupiyā, A-nậu-di, A-nậu-lâm, A-nô-di; thị trấn tgrong xứ *Malla* (Mạt-la), phía đông *Kapilavatthu* (Ca-tì-la-vệ).

Anurudddha, A-na-luật, A-la-hán đệ nhất thiên nhãn.

anusāsanī-pāṭihāriya, giáo hoá bằng sự thuyết pháp,

giáo giới thị đạo.

anusiṭṭhi, anusāsati, giáo thọ, giáo giới, huấn dụ.

anuttara yogakkhema, vô thượng hưu tức pháp, vô thượng an ổn.

anuttara, Vô thượng sĩ.

anuvāda, a-nậu-bà-đà, tùy thuyết, phi nạn, chỉ trích.

anuvādādhikaraṇa, mích tránh; tránh sự trong Tăng, do tranh luận về bằng chứng phạm tội của một tỳ-kheo; một trong 4 tránh sự (*adhikaraṇa*).

anuvattaka, anulomika, thuận tùng, tùy thuận.

appagabbo, nhập thai; không hư, khiêm cung, không ngạo mạn.

apalokana, cầu thính, hứa khả.

Āpaṇa, A-ma-na (thành), thành phố trong xứ *Aṅguttrarāpa*, từ đây đức Thích Tôn đi đến *Kusinārā* để nhập Niết-bàn.

aparikkammana, phương xứ, vô hành xứ, chỗ không có lối đi.

apassena, a-ba-xa, tùng thuộc, y thuộc; vật để tựa, bẫy ngụy trang.

āpattādhikaraṇa, phạm tránh; tránh sự trong Tăng, do tranh luận về tội danh trong các thiên tội từ ba-la-di cho đến đột-kiết-la, ác thuyết, mà một tỳ-kheo được nói là đã phạm; một trong 4 tránh sự (*adhikaraṇa*).

āpatti, phạm, tội.

āpattiṃ āropetvā, phục thủ tội, phục tội, nhận tội.

āpattiṃ ropetabba, dữ tội, trao tội, cáo bạch tội.

āpattisamuṭṭhāna, đẳng khởi tội; động lực phạm tội.

āpattiyā adassane ukkhepanīya, bất kiến tấn; bị Tăng xả trí do ngoan cố không nhận tội.

āpattiyā adassane, bất kiến phạm, bất kiến tội; không nhận tội đã phạm.

āpattiyā appaṭikamme, bất sám hối; không sám hối tội đã phạm.

appiccha santuṭṭha, thiểu dục tri túc; biết đủ, ít ham muốn.

arahant, Chánh chơn, Chí chơn, đạo chân, Ứng cúng, Vô sở trước, Vô trước nhân.

ārāma, vườn.

arañña, a-lan-nhã, a-luyện-nhã, không địa, không nhàn xứ; rừng vắng, chỗ vắng vẻ không tiếng động.

araññaka, a-luyện-nhã tỳ-kheo; tỳ-kheo tu rừng, chỉ sống trong rừng.

Ariṭṭha, A-lê-tra (tỳ-kheo); tỳ-kheo bị Tăng xả trí vì không chịu từ bỏ ác kiến.

ariyavaṃsa, Thánh chủng (bốn).

aruṇa, minh tướng, bình minh.

aruṇuggamana, bình minh (minh tướng) xuất hiện.

asādhāraṇapaññatti, bất cộng giới; học xứ được chế định không cộng thông tỳ-kheo với tỳ-kheo-ni.

asaṃvāsa, bất cộng trú; không được sống chung trong Tăng.

asaṅkheyya, a-tăng-kỳ kiếp; vô số (kiếp).

āsavakkhaya, lậu tận, đoạn tận, dứt sạch các lậu.

āsitta-paṇḍako, kiền huỳnh môn; bất năng nam, người nam bị thiến (như hoạn quan).

Assaji, A-thấp-bà, A-thấp-phược-ca, A-thấp-tì, Mã Tú.

assattha(dhamma), không dao kiếm, vô úy pháp, an tức pháp, an toàn không gì làm kinh sợ.

assattha, cát tường thọ. nht.

Asssaji, An-bễ.

asura, A-tu-la.

atiratta-bhojana, dư thực pháp, thủ tục cần thực hiện sau khi có dấu hiệu ăn xong mà muốn ăn thêm.

atirekacīvara, súc trưởng y, trường y (y dư).

atirekapatta, súc trưởng bát, trường bát, (chứa) bát dư.

attā, ngã, tự ngã.

attakāmapāricariyāya vaṇṇaṃ, tự thán thân, tự khen thân mình.

attha, nghĩa, mục đích, cảnh (đối tượng).

aṭṭha-garu-dhamma, bát kỉnh pháp, bát bất khả vi pháp, bất khả quá pháp.

Aṭṭhakavaggikāni, Ba-la-diên-tát-giá-đà-xá-tu-đố-lộ, thập lục cú nghĩa, thập lục nghĩa phẩm kinh; Nghĩa phẩm kinh.

aṭṭhārasahi vatthuhi adhammavādī, thập bát phá Tăng sự, 18 vấn đề dẫn đến phá Tăng, khiến Tăng vỡ.

aṭṭhavatthukā, bát sự, tám sự, tám tội ba-la-di của tỳ-kheo-ni.

Ātumā, A-đầu, tụ lạc, thị trấn nằm giữa *Kusināra* và *Sāvatthi*.

Aunuddha, A-ni-lâu-đà, nh. A-na-luật.

Avanti, A-bàn-đề quốc,

āvāsa, trú xứ, nơi ở, chỗ ở.

āvāsakappo, đắc tự nội, trú xứ tịnh; được cho phép trong phạm vi trú xứ.

āvasathacīvara, già nguyệt kỳ y, y ngăn nguyệt kỳ của tỳ-kheo-ni.

āvasaṭhapiṇḍa, nhất túc xứ, phước đức xá; chỗ ngủ trọ một đêm, lữ xá có bố thí thức ăn.

avasesa akaraṇa, hữu dư bất tác; ngăn cản Tăng tự tứ mà không có lý do, không căn cứ, ngăn cản bất thành.

āvāsika-bhikkhu, cựu trú tỳ-kheo, tỳ-kheo cũ, lâu ngày, trong một trú xứ của Tăng.

avassuta, tâm nhiễm ô.

avitakka savicāra samādhi, vô giác hữu quán tam-muội, vô tầm duy tứ định.

avatthu, vô căn cứ, không căn cứ, không lý do.

avatthusmiṃ akāraṇa, vô căn, bất tác, vô sự vô duyên; hành sự không hiệu lực vì không căn cứ, không lý do; ngăn Tăng tác pháp mà không hiệu lực do không có căn cứ, không lý do được chấp nhận.

avijjā āsava, vô minh lậu; lậu (=nhiễm) chính là vô minh; một trong bá lậu.

ayaṃ tattha sāmīcī, thị pháp ưng nhĩ, thị sự pháp nhĩ, thị sự ưng nhĩ, thử thị kỳ pháp, thử thị thời; "điều này hợp thức ở đây."

āyatana, xứ, nhập; 12 xứ v.v…

ayopatta, thiết bát, bát (khất thực) bằng sắt.

ayye, a-di; (xưng hô) bạch Thánh giả! Thưa Ngài!

B

Bāhiya, Bà-di (A-la-hán)

bahukatta, đa tác, đa sở tác, thường hành nhiều lần, thường xuyên.

Bārāṇasī, Ba-la-nại.

Belaṭṭhasīsa, Tỳ-la-trà, Thượng Thắng (tỳ-kheo).

Bhaddavaggiyā, Bạt-đà-la-bạt-đề, Hiền bộ, nhóm 3 thanh niên đầu tiên quy y Phật.

Bhaddavatikā, Bạt-đà-la-bà-đề (thị trấn).

Bhaddiya, Bà-đề, Bạt-đề; Bạt-đề (nước), Bạt-đề (thành).

bhāgavā, Bà-già-bà, Bạc-già-phạm, Chúng Hựu, Thế Tôn.

bhāṇaka, bối-nặc, tụng, hiệp bối, đọc tụng.

Bharukaccha, Bà-lâu-việt-xa; cửa biên trong xứ Bharu.

bhattaggavatta, thực thượng pháp, thực đường pháp; nghi tắc/quy tắc nhà ăn.

bhattasamada, ăn đủ (túc thực).

bhattuddesaka, điển tri phạn thực, sai thứ thọ thỉnh phạn thực, điển thứ sai thỉnh hội, (Tỳ-kheo Tăng sai) phân phối tỳ-kheo thứ tự đi thọ trai khi được cư sĩ thỉnh, người phân phối thức ăn cho các tỳ-kheo.

bhaya, bố úy, kinh sợ.

bhejja, dược liệu, thuốc (trị bịnh).

bhikkhaka, hành khất (người).

bhikkhunovāda, giáo thọ ni, giáo giới ni.

bhikkhusaṅgha, tỳ-kheo Tăng, Chúng tỳ-kheo.

bhiṃsanaka, khủng bố, bố úy, kinh sợ, đáng sợ.

bhiṃsanaka vanasaṇḍa, khủng bố lâm, khủng úy lâm, khu rừng đầy kinh sợ.

bhojanīya, bồ-thiện-ni thực, bồ-xà-ni, chánh thực, thức ăn mềm, trái với thức ăn loại cứng (*khādanīya*).

bhūmaṭṭha, địa xứ, (vật) trong lòng đất.

bhūtagāma, quỷ thần thôn, chủng tử thôn, mầm giống, mầm giống thực vật, thực vật (quỷ).

bhūtagāmapātavyatāya, sát sinh thảo mộc, phá hoại mầm giống, thảo mộc.

bīja, chủng tử, hạt giống.

bīja-bhūtagāma, chủng tử quỷ thôn, xem trên.

Bījaka, Chủng Tử (Tôn giả), Tục Chủng.
Bimbisāra, Bình-sa, Tần-bà-sa-la (vua).
Bodhirājakumāra, Bồ-đề vương tử.
bojjhaṅga, giác ý, giác chi.
Brahmacāla (Brahmajāla), Phạm động (Phạm võng).
brahmacariya, phạm hạnh, tịnh hạnh.
Brahmadatta, Phạm-ma-đạt, Phạm Thí.
Brahmakāyika, Phạm thiên (chúng), Phạm chúng thiên, Phạm thân thiên.
brāhmaṇa, bà-la-môn.
buddha-suta, Phật tử, con của Phật.
buddhavana, Phật ngôn.

C

cakkabheda, phá pháp luân, phá Tăng luân.
Cakkavattī, Chuyển luân vương.
cakkhuviññāṇa, thức của mắt, nhận thức bởi mắt.
Campā, Chiêm-ba, Chiêm-bà.

camma, da thuộc.

Caṇḍakālī, Xiển-đề (tỳ-kheo-ni), Hắc (tỳ-kheo-ni).

Caṇḍala, Chiên-đà-la.

caṅkama, kinh hành, kinh hành xứ.

caṅkamanasālā, kinh hành đường, nhà để đi kinh hành.

Caraka, Giá-la (vua).

cattāri saccāni, bốn Thánh đế.

cattāro ariyavaṃsā, tứ hiền thánh tộc, bốn Thánh chủng.

cattāro nissayā, tứ y, bốn sự y chỉ.

cattāro pārājikā, tứ khí, bốn ba-la-di.

catudesa-saṅgha, chiêu-đề Tăng, Tăng bốn phương.

catumahārājā, Tứ Đại Vương, Tứ Thiên Vương.

cātummahārājikā, Tứ Đại Vương thiên, trời Tứ Đại vương.

catutthajjhāna, đệ tứ thiền, đệ tứ tĩnh lự, thiền/tĩnh lự thứ tư.

Cetiya, Chi-đà (nước), Chi-đề.

cetovimutti, tâm giải thoát.

cha anusati, sáu tùy niệm.

cha vivādamūlāni, lục tránh bản/tránh căn, sáu gốc rễ đấu tranh, tranh chấp.

chabbaggiyā, lục quần tỳ kheo, nhóm sáu tỳ-kheo.

chabbhaggiyā bhikkhunī, lục quần tỳ-kheo-ni, nhóm sáu tỳ-kheo-ni.

chandaṃ dātum, dữ dục, gởi dục.

chandavāsinī, tự lạc (nữ), tự lạc phụ, tự nhiệm (phụ), tuỳ ý trú, người nữ an trú theo ý muốn.

Channa, Xiển-na (trưởng lão), Xa-nặc, Xiển-đà.

chāratta-mānatta, sáu đêm ma-na-đoả.

chinnaka, cát tiệt y, y từ những mảnh vải cắt rời, y bá nạp.

chupana, nại, tróc ma, sờ mó.

Cittagahapati, Chất-đa-la cư sĩ.

cittāgara, họa đường, văn sức họa đường.

cīvara, y (vải).

cīvaracetāpana, y giá, tiền sắm y.

cīvarakālasamaya, y thời, thời gian được phép may sắm y.

codanā, cử tội, nêu tội, cáo buộc tội.

colapaṭṭa, sa yêu đái, thắt dây lưng bằng vải cola (Skt. cola hay coḍa; các từ điển Skt. và Pāli không cho biết rõ đây là loại vải gì).

cora, tặc, đạo tặc, cướp, giặc cướp.

corī, nữ tặc.

Cūla-Panthaka, (Châu-lợi) Ban-đà, Ban-đặc, Châu-lợi Bàn-đà-già.

cutūpapātañāṇa, tử sanh trí.

D

Dabbamallaputta, Đà-bà Lực Sĩ Tử, Đạp-bà-ma-la Tử, Đà-phiêu Lực Sĩ Tử, Đà-phiêu Ma-la Tử, Thật Lực Tử, A-ha-hán, bị vu khống phạm ba-la-di.

dadhi, tô, sữa chua, sữa đông.

dāna, bố thí.

dānapati, đàn-việt, thí chủ.

Daṇḍapāṇī, Chấp Trượng (Thích chủng).

danta, nha, răng, ngà (voi).

dantakāra, nha giác sư, trị giác sư, thợ làm ngà voi.

dantakaṭṭha, dantapoṇa, dương chi, tăm.

dantakaṭṭhaṃ khādanti, nhăm nhành dương (dương chi, tăm xỉa răng).

dārugaha, dārugatika, điển tài lệnh, mộc tượng, tài mộc sư; người quản lý cây rừng, thợ làm đồ gỗ.

dārugaha gaṇaka, chưởng mộc thủ tài nhân đại thần, đại thần quản lý cây rừng.

dasa atthavasa, mười cú nghĩa, thập sự lợi ích, mười mục đích (chế giới).

dasa atthavase paṭicca, tập thập cú nghĩa, duyên sự mười cú nghĩa, mười mục đích chế giới.

dāsa, nô tì, nô lệ, tôi tớ.

Dasaratha, Thập Xa (vua).

Devadatta, Đề-bà-đạt-đa.

dhajāhaṭā, vương kỳ phụ, biên phương đắc, vợ cướp được do chinh phạt..

dhammacakkappavattana, chuyển pháp luân.

Dhammacakkappavattana-sutta, Chuyển pháp luân kinh.

dhammacakkhu, pháp nhãn, con mắt (thấy) pháp.

dhammacakkhu-parrisuddhi, pháp nhãn tịnh, sự thanh tịnh của pháp mắt.

dhammaññāṇā, pháp trí.

Dhammapada, Pháp cú kinh.

dhammapaṭirūpakena samagga, tợ pháp hoà hợp chúng.

dhammapaṭirūpakena vagga, tợ pháp biệt chúng.

dhammarakkhitā, hữu pháp hộ, pháp hộ (nữ), người nữ

được luật pháp thủ hộ.

dhammāsabhā, Chánh pháp điện, Chánh pháp đường, hội trường thảo luận pháp.

dhammasammukhatā, pháp hiện tiền, pháp được thọ trì để diệt tránh.

Dhaniya kumbhakāraputta, Đản-ni-ca bí-sô đào sư tử, Đạt-ni-ca, Đạt-nị-già (ngõa sư tử trưởng lão, vị trưởng lão nguyên thợ gốm).

Dhanusata, Bách Cung (vua).

dhuta, dhūta, đầu-đà, loại bỏ, vứt bỏ, vứt bỏ sự tham luyến nơi y, thực, trú xứ, chỉ sống trong rừng.

dibbacakkhu-visuddha, thiên nhãn thanh tịnh, sự thanh tịnh, trong suốt, của thiên nhãn..

Dīghavū, Trường (Vương tử), Trường Ma-nạp.

Dīghīti, Trường Sanh Vương.

Dīpaṇkāra-bodhisatta, Định Quang (Bồ-tát).

Dīpaṅkāra-tathāgata, Định Quang Như Lai.

diṭṭhadhammasukhavihāra, hiện thân đắc lạc, hiện pháp lạc trú; an trú, sống trong trạng thái an lạc ngay trong hiện tại.

diṭṭhivipatti, phá kiến, quan điểm sai lầm, tà kiến; có

quan điểm trái nghịch Thánh giáo.

dosa, sân nhuế, sân hận, phẫn nộ; sự giận dữ, ác ý, ý xấu.

dosābhisanna, hoạn thủy, chứng rối loạn thể dịch.

dubbacajātiko, ác tánh bất thọ nhân ngữ, ác tánh lệ ngữ, ác tánh nan cộng ngữ, tự dụng lệ ngữ, tính khó nói, khó dạy bao, khó khuyên can.

dubbalya, giới luy (giới sút kém).

dubbalyaṃ anāvikatvā, giới luy bất tự hối, giới luy bất xuất, không tuyên bố giới sút kém, không kham năng trì giới.

dubbhāsita, ác thuyết (đột kiết-la).

duditṭhi, ác kiến.

dukkata, đột-kiết-la.

dukkha-ariyasacca, khổ Thánh đế.

dukkhanirodha-ariyasacca, khổ diệt Thánh đế, khổ tận Thánh đế, khổ xuất yếu Thánh đế; Thánh đế diệt tận khổ.

dukkhasamudaya-ariyasacca, khổ tập Thánh đế, Thánh đế diệt tận tập khởi của khổ.

dussīla, ác giới, phá giới.

dūtaparamparāya, trùng sứ (giết), lần lượt, liên tiếp giết người được sai giết (để xóa bằng chứng sai giết).

dūtena upasampāda, thọ sứ cụ túc, thọ cụ túc bằng cử người đại diện (trường hợp bị đe dọa, người thọ cụ túc cử đại diện thọ giới thay).

dvaṅgulakappa, nhị chỉ sao, nhị chỉ tịnh; hợp thức, được cho phép với 12 lóng tay; (được phép ăn quá trưa) khi bóng chưa quá hai ngón tay. Liên hệ điều luật phi thời thực.

dve antā, nhị biên; chỉ hai cực đoan.

E

ekadhamma, một pháp.

ekakamma, đồng (nhất) yết-ma, cùng yết chung.

ekāsana, ekabhatta, nhất toạ thực, nhất thực pháp, ăn một lần ngồi.

Ekottara, Tăng nhất (kinh).

ekuddesa, đồng một (nhất) thuyết giới, đồng nhất thuyết giới, cùng thuyết chung.

eḷaka, cổ dương, sơn dương,

eragu, y-lê-diên-đà, tên hươu chúa.

Erāpatha, Hê-la-bát long.

Erāvaṇa, Y-la-bà-ni (voi chúa, vật cỡi của Thiên đế Thích), Y-la-bà-ni tượng vương.

G

Gagga, Già-cừ (ao),

gahapatānī, cư sĩ phụ, vợ cư sĩ.

gahapati, gia chủ, cư sĩ, trưởng giả.

gahapati-putta, con trai của gia chủ/cư sĩ, trưởng giả tử.

gāma, thôn, xóm.

gāmantara, thôn gian, khoảng giữa hai thôn xóm.

gaṇa, mahāparisā, đại chúng.

gaṇa, parisā, chúng.

gaṇabhojana, biệt chúng thực, ăn riêng chúng, ăn theo nhóm (ngoài Tăng).

gandha, hương, mùi thơm.

garupāvuraṇa, trọng y, y dày, loại áo choàng ngoài vào mùa lạnh..

gatapaccāgata dūta, vãng lai sứ, sứ giả qua lại.

Gavampati, Già-phạm-bà-đề.

Gayā-Kassapa, Già-da Ca-diếp.

Gayāsīsa, Già-da (sơn), Tượng đầu sơn.

Ghosita-gahapati, Cù-sư-la (trưởng giả).

Ghositārāma, Cù-sư-la viên (vườn), Diệu âm (vườn).

gihigatā, tằng giá, thích tha phụ, dĩ giá nữ, người nữ đã có chồng,

Gijjhakūṭa, Kỳ-xà-quật, Linh thứu.

gilāna, bệnh.

gilāna-upaṭṭhāka, gilāna-upaṭṭhākī, nuôi bệnh, khán hộ.

gocara, sở hành, phạm vi hoạt động.

gopālaka, mục ngưu giả, người chăn bò.

Gotama, Cù-đàm.

Gotamī, Kiều-đàm-di, Cù-đàm-di; Cù-di (Thích nữ).

gotta, chủng tộc, dòng họ.

guḷa, hắc thạch mật, đường đen, mật mía.

guḷodaka, hắc thạch mật tương, nước đường đen, nước mật mía.

H

haliddi, ha-lê-đà, củ gừng.

harita, già lâu thảo, kết lũ thảo; rau cỏ, các thứ xanh tươi; được giải thích là trồng để làm thức ăn cho con người.

Hatthaka, Pháp Thủ; Thủ (tì-kheo), Thủ (trưởng giả).

Hatthaka Sakyaputta, Ha-đa (Thích), Tượng Lực.

Himavā, Tuyết sơn.

hiṅgu, hinh ngưu, hưng cừ, a-ngùy (Asa foetida).

hiṅguvatī, hinh-nga-bà-đề, hưng cừ, loại thuốc lấy từ nhựa cây.

hintāla, hán-đà-la (cỏ), giống cây chà-là; một loại cây cọ.

Hiraññavatī, Hê-lan-nhã. Kim hà, con sông trong xứ Malla (Mat-la), mà bên bờ sông là rừng Sa-la nơi Phật nhập Niết-bàn.

hiri-ottappa, tàm quý, hổ thẹn.

I

iddhapāda, abhiñña, thần thông, thần túc, như ý túc.

iddhipāda-pāṭihāriya, thần túc giáo hoá, giáo hoá bằng thần túc/thần thông, thần biến thị đạo.

imaṃ jānāhi, tri thị khán thị, "hãy biết cho điều này".

Isidatta, Lê-sư-đạt, Lê-sư-đạt-đa, Lị-sư-đạt-đa, Tiên Nhân đạt-đa (đại thần).

Isigili, Tiên nhân (hang).

Isigilipassa, Ất-la sơn, hàng Tiên nhân.

Isipatana, Tiên nhân đọa xứ,

Issara, Tự Tại, Thiên Chúa.

itivuttaka, Như thị sanh (kinh).

J

jalogi, xà-lâu-la; rượu loãng, hay nước trái cây để lâu mà chưa lên men thành rượu.

jambu, diêm-phù, cây hồng táo,

Jambudīpa, Diêm-phù đề, châu Hồng táo.

jambupakka, diêm-phù quả; quả hồng táo.

jantāghara, ôn thất; nhà tắm nước nóng; chỉ chung nhà tắm.

jātā pathavī, sinh địa, quê quán.

jātaka, Bản kinh, Bản sinh (truyện), truyện tiền thân.

jātarūpa, sanh tượng, hoàng kim (vàng ròng), chân kim (vàng thật), vàng nguyên chất chưa được tinh chế.

Jaṭila Keniya, Sí-nậu (bà-la-môn bện tóc).

jaṭila, tóc búi, loa kế phạm chí, phạm chí bện tóc.

jātiyā kālaka, sanh hắc (màu đen tự nhiên).

jatumaṭṭaka, hồ giao.

jatūni bhejjāni, niêm dược, dược liệu lấy từ nhựa cây.

jegucchī, uế ác / ố (pháp), yểm ố, kinh tởm, ghê tởm.

Jeta-rājakumāra, Kỳ-đà vương tử.

Jetavana, Kỳ-hoàn, Kì thọ, rừng cây Kỳ-đà.

Jīvakomārabhacca, Kỳ-bà Đồng tử (y sĩ).

K

kahāpaṇa, kế-lị-sa-bàn, đơn vị tiền tệ; 19 tiển = 1 kế-lị-sa-bàn.

Kajaṅgala, Già-lang (bà-la-môn).

kakudha, ca-hưu, một loại cây.

Kakudha Koliya, Câu-hưu-câu-la Tử.

Kakudha-devaputta, Ca-hưu Thiên tử.

kāla, thời, thời gian.

kālacīvara, thời y, y đúng thời.

kāḷaka, ca-la, con sóc (?).

Kalanda(ka)putto, Yết-lan-đạc-ca.

Kalandakagāma, Ca-lan-đà thôn.

Kalandakanivāpa(Veḷuvana), Ca-lan-đà (vườn trúc), chỗ nuôi sóc.

kālapakkha, hắc nguyệt, hắc phần, phần tháng tối (đen), từ ngày 15-30.

Kālasilā, Hắc thạch sơn.

Kāḷudāyi, Ca-lưu-đà-di.

kāma, dục (năm dục).

kāmacchanda, dục, ái dục (dục cái).

kāmāsava, dục lậu.

kambala, khâm-bà-la, vải dệt bằng lông thú.

kamaṇḍalu, táo bình, bình đựng nước bằng gỗ hay đất của các đạo sĩ ngoại đạo thường mang theo.

kamma, nghiệp, yết-ma.

kammakārī, đồng nghiệp (nô tỳ do hợp tác).

kammaṭhapana, già yết-ma, ngăn cản Tăng tác pháp yết-ma.

kaṃsa, trương điệp.

Kāṇamātā, Già-nhã-na, Hạt Nhãn.

Kaṇḍaka, Kế-na, Yết-na, Lợi Thích (sa-di).

kaṇḍupaṭicchādi, phú sang y, phú thân y, vải che ghẻ.

Kapilavatthu, Ca-duy-la, Ca-duy-la-vệ, Ca-tỳ-la-vệ.

kāpotikā, hắc tửu, thạch mật tửu, rượu chua, rượu đen.

kappa, kapiya, tịnh, hợp thức, hợp pháp, được phép sử dụng.

kappāsa, kiếp-bối, miên bố, vải bông.

Kappina, Kiếp-tân-na (A-la-hán).

kappiya, tịnh, hợp thức, hợp cách, được phép sử dụng.

kappiyamaṃsa, tịnh nhục, thịt hợp cách, được phép dùng. Ba loại tịnh nhục: không thấy con vật bị giết, không nghe tiếng con vật khi bị giết, không nghi vật bị giết cho mình.

kappiyaphala, tịnh quả, trái cây hợp cách; trái cây đã được tác tinh, được phép dùng.

karaṇīya, hữu tác, sở tác, nghĩa vụ, điều cần làm.

kasaṭa, ca-sa vị, vị đắng chát, hay chua chát.

kasāya, kasāva, ca-sa, cặn bã, vẩn đục; tế mạt dược, thuốc có vị chất lấy từ cây cỏ.

Kāsi, Ca-thi (quốc), Già-thi, Già-xa.

kasiṇāyatanāni, nhất thiết nhập, biến xứ (định).

Kassapa, Ca-diếp (Phật).

Kaṭamoraka-tissa, Ca-lưu-la-đề-xá.

kaṭhina, ca-thi-na, công đức y.

kaṭṭhapādukā, guốc gỗ.

kattikā, Ca-đề, tháng cuối cùng mùa hạ; cũng gọi là hậu Ca-đề (*pacchima-kattikā*) tiếp sau tháng *Assayuja* được gọi là tiền Ca-đề (*pubba-kattikā*).

kattikacorakā, ca-đề tặc, bát nguyệt tặc; cướp tháng tám, bọn cướp ca-đề, vì chúng hoạt động vào tháng ca-đề, thường nhất là đêm có trăng. Chủ yếu cướp y các tỳ-kheo nhận được sau an cư.

kāya, thân, thân thể.

kāyasakkhin, thân chứng, chứng đắc trực tiếp bởi tự thân.

kāyasaṃsaggaṃ, thân tương xúc, thân xúc chạm nhau.

kāya-satipaṭṭhāna, thân niệm xứ (niệm trụ).

kesara, đài hoa, nhụy hoa, râu hoa, hương tu; kế-sa dược, thuốc lấy từ đài hoa.

khadānīya, khư-đà-ni, khư-xà-ni, đạm thực, khả đạm thực, thực đạm, (thức ăn) cần phải nhai, cắn.

khadira, khư-la-đà, tên một loại cây, cho gỗ rất cứng.

khakkhara, tích trượng.

Khaṇḍadeviyāputta, Khiên-đà-la-đạt-bà.

khandha, uẩn (ấm).

khāra, tro (để làm thuốc).

khattiya, Sát-lợi (dòng).

khattiya-muddahāvasitta, Sát-lợi Quán đảnh, Sát-lợi thủy nghiêu đảnh, vua dòng Sát-đế-lị được làm lễ quán đảnh.

khattiya-vijjā, sát-lợi chú; chú thuật về quyền lực của vua chúa, tức khoa học chính trị.

Khemā, An Ẩn, Sai-ma, Sám-ma (tỳ-kheo-ni).

khīra, kiết-la, sữa.

khoma, ma, sô-ma, y sô-ma, vải bố.

khuddānukhuddaka, tiểu tiểu (giới), tạp toái (giới), vụn vặt (giới).

khuddānukhuddaka-sikkhāpada, tạp toái giới.

Khujjasobhita, Bất-xà-tô-ma (trưởng lão).

kiccādhikaraṇa, sự tránh, sở tác tránh, tranh luận, tranh chấp về điều cần làm, trong ngôn tránh, trong mích tránh, trong phạm tránh.

Kimbila, Kim-tỳ-la (A-la-hán).

kiṃsuka, khẩn-thù-thán, một loại dây leo, tên khoa học Butea frondosa..

kiṇṇa, kế-ni, chất gây men.

Kiṭāgiri, Chỉ-tra sơn, Hắc sơn thổ địa, Hắc sơn tụ lạc, Ki-liên, Ki-li-na (nước), Kỳ-liên, Ngật-la-ngật-liệt (ấp).

kojava (kocava), câu-chấp (y), câu nhiếp; chăn lông, áo choàng hay chăn bằng lông dê.

Kokālika, Câu-bà-ly.

Kolita, Câu-luật-đà.

Koṇḍañña, Kiều-trần-như.

kosa, câu-lô-xá.

Kosala, Câu-tát-la.

Kosambī, Câu-thiểm-di, Câu-thiểm-tỳ, Câu-xá-di, Kiêu-thiểm-tì.

koseyya, câu-giá-la, câu-xá, kiêu-xa-da, miên, tơ tằm.

kosiyamissaka, tạp dã tàm miên, tơ tằm hỗn hợp.

Kukkuṭārāma, Kê viên.

kuladusāka, ô tha gia, ô danh gia đình người.

kulamaccharin, hộ tích tha gia, bủn xỉn về gia đình, nói xấu một gia đình để không ai đến đó.

kulaputta, con nhà tộc tánh, thiện gia nam tử, tộc tánh tử.

kumāra, đồng tử, thiếu niên.

kumārī, đồng nữ, thiếu nữ.

kumbha, cẩm-mãn, ghè nước.

kummāsa, khứu, cháo.

kumuda, câu-mâu-đầu (hoa), câu-vật-đầu, cưu-vật-đấu; hoa sen trắng.

kusa, cỏ, cỏ cu-xá; cỏ được dùng làm thẻ để rút thăm

Kuraraghara papāta pabbata, Câu-lưu Hoan hỷ sơn khúc.

kusa-avahāra, ỷ thác, lấy bằng cách rút thăm.

Kusinārā, Câu-thi thành.

kūṭāgāra, trùng các.

Kūṭāgarasālā, Trùng các (giảng đường), Cao các (giảng đường), Lâu các giảng đường.

kuṭivatthudesana, dữ xử phân, chỉ định chỗ có thể cất thất.

kuṭṭha, ung, ghẻ chóc, hủi.

L

lahukā āpatti, khinh tội.

lahupāraṇa, khinh y, y mỏng, rất nhẹ.

lahuta (cīvara), y la-hầu-đa, y mỏng và nhẹ.

Laṭṭhivana, Trượng lâm.

Licchavi, Lê-xa, Li-xa.

Licchaviputta, Lê-xa Tử, Li-xa Tử.

liṅga, tiêu tướng, dấu hiệu.

Lokavidu, Thế gian giải.

loṇa, muối.

M

Macchikāsaṇḍa, Mật lâm.

Magadha, Bà-già-đà thành, Ma-kiệt, Ma-kiệt-đà, Ma-yết-đà quốc.

magga, đạo, con đường, sinh dục đạo.

mahācorā, đại tặc, cướp lớn.

Mahā-Cunda, Ma-ha Châu-na, Đại Châu-na.

Mahaka, Ma-hầu-ca, Ma-khư.

Mahā-Kacāyana, Ma-ha Ca-chiên-diên, Đại Ca-chiên-diên.

Mahā-Kappina, Đại Ca-tân-nậu, Ma-ha Kiếp-tân-na, Đại Kiếp-tân-na.

Mahā-Kassapa, Ma-ha Ca-diếp, Đại Ca-diếp.

Mahā-Koṭṭhika, Ma-ha Câu-hy-la.

mahallaka, ma-ha-la, lão đại, lớn tuổi, già nua.

mahallaka vihāra, đại trú xứ, tinh xá lớn.

Mahā-Moggallāna, Đại Mục-(kiền)-liên.

mahānāga, đại long tượng vương.

Mahā-Nāma, Ma-ha-nam.

Mahānidāna-sutta, Đại nhân duyên (kinh).

Mahāpājapati, Ma-ha Ba-xà-ba-đề, Đại Sanh Chủ, Đại Ái Đạo (tỳ-kheo-ni),

Mahāpanāda, Ma-ha-ba-la-na (vua).

mahāpurisa, đại nhơn, đại trượng phu.

Mahāsamaṇa, Đại Sa-môn.

Mahāsudasana, Đại Thiện Hiện, Đại Thiện Kiến.

Mahāsujāta, Đại Thiện Sanh.

Mahāvana, Đại lâm (rừng).

mahāvihāra, đại phòng, tinh xá lớn.

mahāyañña, đại tế đàn, đại tự.

Mahīdhāra, Ma-hê-đà-la.

Mahissāra, Ma-hê-thủ-la (thiên).

majjhāru, mạo-mạo-la; loại thú, hình trạng như loại cọp beo; da dày, lông mềm, da dùng làm ngọa cụ, ngồi rất êm.

makara, Ma-kiệt ngư, cá sấu.

makkaṭī, thư di hầu, vượn cái.

Makkhali-Gosāla, Mạt-khư-la Cù-xa-la, Mạt-khư-lê-cù-xa-li.

Makuṭa-(bandhana)-cetiya, Thiên quan (miếu).

mala, trần cấu, cáu bẩn.

Mallā, Mạt-la.

Mallaputta, Ma-la Tử.

Mallikā, Mạt-lợi phu nhân, Thắng Man phu nhân.

Mallikārāma, Mạt-lị viên.

maṃsa, thịt.

mānatta, ma-na-đoả.

māṇava, ma-nạp, niên thiếu, thiếu niên bà-la-môn.

mañca, giường, ngoạ sàng, tế thẳng sàng, thẳng sàng.
maṇḍa, man-nâu, tối thượng vị, đề hồ.
Mandākinī, Mạn-đà-diên (ao).
mandāra, mạn-đà-la (hoa).
Māndhātā, Đảnh Sanh (vua).
Maṇicūḷa, Châu Kế (trưởng giả, đại thần).
Maṇikaṇṭho, Ma-ni-kiền-đại (Long vương).
manthañca madhupiṇḍikañca, mật khứu, bánh làm bằng lúa mạch trộn với mật.
manussaviggahaṃ jīvitā voropeyya, đoạn nhân mạng, giết người.
Māra-devā, Ma thiên thần.
mārakāyikā devatā, Tự tại thiên ma.
māsaka, ma-sái, tiền.
masāraka, trường kỷ.
Mātikā, Ma-đắc-lặc-già, Ma-di.
mattikapatta, nê bát, bát đất.
Māyā-devī, Ma-da Phu nhân.
Meṇḍaka, Mân-trà.
meraya, mộc tửu, rượu nấu bằng cây.

Metteyya (Bodhisatta), Di-lặc (Bồ-tát).

Mettiyā, Từ (tỳ-kheo-ni).

Mettiyabhummajakā bhikkhū, Từ Địa (tỳ-kheo), Thiện Hữu và Đại Địa.

Mettiyabhummajakā, Di-đa-la-phù-ma.

miga, lộc, hươu, nai.

Migadaṇ, Migalaṇḍika, Lộc Trượng phạm chí, Vật-lực-già Nan-đề.

Migadāya, Lộc dã, Lộc uyển, vườn Nai.

Migalaṇḍika, Di-lân-chiên-đà-la.

Migāranatta, Lộc Tử cư sĩ nhi.

Migaratta, Sāḷho Migāranatta, Lộc Lạc (trưởng giả).

Moggallāna, Mục-kiền-liên.

moha (āpatti), vô tri tội, tội do không biết.

mohagāmi, bất minh, bẩm tánh ngu si.

moragu, một loại cỏ, tên khoa học Achyranthes aspera.

mucalinda, mục-chân-lân-đà, văn-lân, tên một loại cây, *Barringtonia acurtangula*.

Mucalinda, Văn Lân (sông), Văn-lân thuỷ.

mūlaya paṭikasana, bốn nhật trị.

muñja, văn-nhã, một loại cỏ, cỏ lau, *Saccharum munja.*

musāvāda, vọng ngữ.

N

na aññakena mutti atthi, vô như vô giải, không phải do vì không biết mà thoát khỏi tội.

Nadī-Kassapa, Na-đề Ca-diếp.

nāgadanta, cọc ngà voi, long nha, ngà voi, tượng nha dặc.

Nāgarāja, Long vương.

Nakha, Trảo.

Naḷeru-pucimanda, Na-lân-la-tân-châu-man-đà-la.

Nāḷijaṅgha, Na-lăng-ca (bà-la-môn), Na-lân-già.

nānappakārakaṃ, chủng chủng dụng bảo, chủng chủng mãi mại, chủng chủng xuất nạp cầu lợi, nhiều chủng loại tương tợ, chỉ các hình thức buôn bán, đổi chác khác nhau; *nānappakārakaṃ: katampi akatampi katākatampi,* đã được chế biến thành các thứ trang sức, hoặc chưa được chế biến, hoặc nửa chế biến nửa chưa chế biến.

Nanda, Nan-đà.

Nandapokkharaṇī, Nan-đà (ao).

Nandiya, Nan-đề.

Narada, Na-lặc-đà, Na-la-đà.

narapati, nhân chủ, nhân vương, trượng phu vương, vua loài người.

nāseti, nāsita, diệt tẫn, trục xuất.

nāvā, thuyền, hồ thuyền.

navaka, doanh sự, kinh dinh (xây dựng).

navakammika, tri sự, doanh sự (tỳ kheo).

Nerañjarā, Ni-liên-thiền (sông).

nevasaññānāsaññāyatana, Phi tưởng phi phi tưởng xứ, hữu tưởng vô tưởng (định).

nīca-kamma, hạ nghiệp; nghiệp hạ tiện, nghề nghiệp thấp hèn, thường chỉ nghề giết chó của Chiên-đà-la.

niccapavāraṇa, thường thỉnh, thỉnh cung cấp thường xuyên.

nigama, tụ lạc, thôn xóm.

Nigaṇṭha, Ni-kiền, Ni-kiền Tử.

Nigaṇṭha-Nātaputta, Ni-kiền Na-da Tử, Ni-kiền-đà Nhã-đề Tử.

nigrodha, ni-câu-luật, cây đa, hay một loại cây sung Ấn-độ, Ficus India.

Nigrodhārāma, Ni-câu-loại (vườn), Ni-câu-luật (vườn).

nimantana, mời, thỉnh thực.

Nimmāṇarāti-devā, Hoá-lạc thiên.

niraya, nê-lê, địa ngục.

nirodha, diệt, diệt tận.

nisīdana, ni-sư-đàn, toạ cụ.

nissaggiya-pācittiaya, ni-tát-kỳ-ba-dạ-đề, xả đọa.

nissaggiya(cīvara), y xả đoạ.

nissāranīya, đuổi, tẩn, khu xuất, xả trí (tăng-già-bà-thi-sa).

nissaya, y chỉ; *nissayakamma,* y chỉ yết-ma.

nivāsana, niết-bàn-tăng, nội y, xà-rông.

O

Okkāka, Ý-sư-ma, tổ phụ của dòng họ Thích.

omasavāda, mạ lị, chủng loại hủy tỷ ngữ, hủy tỷ ngữ, nhục mạ, chửi rủa.

opakkamika-paṇḍako, biến huỳnh môn, kiền huỳnh

môn, trừ khứ huỳnh môn; bất năng nam, bất lực do bị thiến.

opāta, khanh hãm, ô-mãn-thổ, ưu-bà-đầu, bẫy.

orambhāgiya saṃyojana, hạ kết sử, hạ phần kết, kết dẫn đến tái sanh Dục giới.

otiṇṇo vipariṇatena cittena, dâm dục biến tâm, dục thạnh biến tâm, dục ý xí thạnh, bị ức chế bởi tâm biến đổi.

ovāda, giáo giới.

ovādaṃ ṭhapetuṃ, xả giáo thọ; ngưng giáo giới. Tỳ-kheo-ni bị ngưng giáo giới, không được dự bố-tát (*na ovādaṭṭhapitāya bhikkhuniyā saddhiṃ uposatho katabbo*).

ovadati, ovāda, ovādaka, giáo thọ, giáo giới.

P

pabbājaniya, tẫn (pháp); *pabbājaniyakamma*, tẫn yết-ma, yết-ma tẫn xuất, diệt tẫn, trục xuất khỏi Tăng.

paccekabuddha, Bích-chi-phật, Độc Giác.

pacchimika vassūpanāyika, hậu an cư; an cư ba tháng sau. Tăng-già Việt-nam thọ an cư từ ngày 16 tháng Tư đến 15 tháng Bảy, gọi là tiền an cư. Thọ an cư từ 16 tháng 6 đến 15 tháng 8, gọi là hậu an cư.

Pāciṇakā, Ba-di-na.

pācittiya, ba-dạ-đề, ba-dật-đề.

padāttha, cú nghĩa, phạm trù, thực thể.

pada-vyañjana, cú vị, văn cú.

padesapaññatti, phương tỳ-ni, chế giới cục bộ, hạn định chế; sự điều phục một phần.

pādukā, mộc kịch, guốc gỗ.

paduma, bát-đầu, ba-đầu-ma hoa; hồng liên hoa, xích liên hoa; sen trắng.

Paduma, Bát-ma (đại quốc); Liên hoa (thành).

pakkha, phần, bộ phận, phần tử; bè đẳng; nửa tháng (phần trắng/sáng & phần đen/ tối).

pakkhapaṇḍaka, bán nguyệt huỳnh môn; bất năng nam, nửa tháng bất lực, nửa tháng khả năng.

Pakudha Kaccāyana, Mâu-đề-xỉ-bà-hưu-ca-chiên-diên, Ba-cù Ca-chiên-diên, một trong 6 tôn sư ngoại đạo; ngoại đạo lục sư.

pala, phala, ba-la, bát-la, đơn vị trọng lượng.

paṃsu, phấn tảo, rác.

paṃsuka, thuộc về rác, y phấn tảo, y tỳ-kheo, vải được lượm từ đống rác.

paṃsukūla, bố nạp y, bàn tẩu y, phấn tảo y.

pāna, nước (uống được).

pāṇātipāta, đoạn mạng chúng sanh, giết hại sinh vật.

pañca āpattikkhandā, ngũ thiên, năm tụ phạm, 5 thiên tội.

pañca mahācorā, năm đại tặc.

pañca orambhāgiya saṃyojana, hạ ngũ sử, thuận hạ ngũ phần kết, 5 kết dẫn đến hạ phần, dẫn tái sanh Dục giới.

pañca satthār, ngũ chủng tôn, năm hạng Tôn sư.

pañca upādānakkhandha, năm thủ uẩn, ngũ thạnh ấm.

paṇḍaka, bán-trạch-ca, huỳnh môn; bất năng nam, đàn ông bất lực.

Paṇḍava, Ban-trà-bà (núi).

Paṅkadhā, Băng-già-di.

paññatti, chế, chế giới, kết giới.

paññāvimutti, huệ giải thoát.

pāpasamācāro, hành ác hạnh.

pārājika, ba-la-di, ba-la-thị-ca, khí.

parammukha-vikappana, khiếm diện tác tịnh, triển chuyển tịnh thí.

paramparabhojana, sác sác thực, triển chuyển thực, xứ xứ thực.

Paranimittavasavatti-devā, Tha hoá tự tại thiên.

Pārāyana-vagga, Ba-la-diên kinh.

paribbajā, xuất gia.

paribbājaka, Ba-tư-ba-la-xà, Ba-tư-bà-xà-già, phạm chí, du sĩ, phổ hành giả, ngoại đạo xuất gia, xuất gia (năm chúng).

paribbājikā, ngoại đạo nữ nhân, nữ xuất gia ngoại đạo.

pārisuddhiṃ dātuṃ, dữ thanh tịnh, gởi thanh tịnh; tỳ-kheo (bệnh) không đến nghe thuyết giới, nhờ một tỳ-kheo khác cáo bạch Tăng minh thanh tịnh trong các học xứ.

paritta, thủ hộ, phòng hộ, cứu hộ chú; thần chú cứu hộ, bảo hộ.

parivāsa, ba-lị-bà-sa, biến trụ (ngoại đạo xin xuất gia); biệt trụ (tỳ-kheo phạm tăng-già-bà-thi-sa).

pārupati, trước y, khoác y, quàng y, quấn y.

pasayha (pasaya), cưỡng đoạt, quyết định thủ, chiếm

đoạt bằng vũ lực.

Pasenadi, Ba-tư-nặc, vua xứ *Kosala* (Câu-tất-la).

passāva, tiểu tiện.

passāva-magga, tiểu tiện đạo.

Pāṭaliputta, Ba-la-lê Tử, Ba-la-lê Tử (thành).

paṭhama paṭisandhicitta, sơ thức, tối sơ kết sanh thức, tâm (thức) tối sơ nối kết hai đời sống.

paṭhama-jhāna, sơ thiền, sơ tĩnh lự.

paṭhamāpattikaṃ dhammaṃ āpannā nissāraniyaṃ saṅghādisesam, sơ pháp ưng xả tăng-già-bà-thi-sa, sơ phạm tăng-già-bà-thi-sa khả hối quá, thị pháp sơ tội tăng-già-bà-thi-sa, (tỳ-kheo-ni) sơ pháp phạm tăng-già-bà-thi-sa cần được xả trí. Vin. i. 224: *ayaṃ bhikkhunī paṭhamāpattikaṃ dhammaṃ āpannā nissāraniyaṃ saṅghā-disesam*, "tỳ-kheo-ni này phạm pháp lần thứ nhất, tăng-già-bà-thi-sa, cần phải bị xả ly." Nghĩa là, ngay khi vi phạm lần đầu, tức thành tăng-già-bà-thi-sa với hình phạt là bị cách ly với Tăng (*saṅghamhā nissārīyati*) mà không kinh qua sự khuyến cáo (*asamanubhāsanāya*).

Pāṭheyyakā (Pāveyyakā), Ba-la-ly Tử. các tỳ-kheo người Pāva (Bà-ba hay Ba-hòa, xem trước), một thủ phủ của người *Vajjī*. Trong kết tập này, họ đứng về phía Revata. Họ được gọi là những người phương Tây.

paṭicchana, phú tàng, che giấu (tội).

pāṭidesanīya, ba-la-đề đề-xá-ni, hối quá.

pāṭihāriya, thị đạo, thần thông, thần biến.

pāṭimokkha, Ba-la-đề-mộc-xoa, Cấm giới kinh, Giải thoát giới kinh, Biệt giải thoát.

pāṭimokkhaṭhapana, uddesaṭhapana, già thuyết giới, ngăn thuyết giới.

pāṭimokkha-uddesa, thuyết giới, thuyết ba-la-đề-mộc-xoa.

paṭinissaga, xuất yếu.

paṭiññātakaraṇa, tác tự ngôn, tự ngôn trị; trong 7 diệt tránh.

paṭiññā (tự ngôn, hay tự xưng); Tăng phán quyết tỳ-kheo phạm tội bằng sự tự nhận. Tỳ-kheo không tự nhận tội, Tăng không được phép xử trị.

paṭisambhidā, vô ngại giải; tuệ phân biệt, nhận thức bằng phân tích; có 4: pháp (*dhamma*), nghĩa (*attha*), từ nguyên (*nirutti*), biện tài (*paṭibhāna*).

paṭisāraṇīya, hạ ý; paṭisāraṇīyakamma, hạ ý yết-ma; tỳ-kheo xúc phạm cư sĩ; Tăng yết-ma khiến tạ lỗi với cư sĩ.

paṭisāyanīyāni bhesajjāni, hàm tiêu dược, tàn dược;

các loại thuốc được uống như ăn; thuốc như thức ăn mềm, không cần nhai.

patta, bát (bát ăn); diệp (lá cây).

pattagāhāpaka, hành mãn thuỷ bát nhân; nghi thức xả bát dư. Tỳ-kheo Tăng sai đổ đầy nước vào bát dư cần xả, đến trình trước đệ nhất Thượng Tọa; nếu vị này cần dùng, thì trao cho bát mới (bát dư) và nhận bát cũ từ vị bày đến trước đệ nhị Thượng tọa; lần lượt như vậy cho đến vị tối hạ tọa.

pattaṃ nikkujjatu, phúc bát, úp bát; cư sĩ xúc phạm tỳ-kheo, Tăng tác pháp yết-ma, ngăn các tỳ-kheo không ai được tới lui quan hệ với cư sĩ ấy.

pattamūlaṃ ghaṃsiyati, hoại huân; bị rỉ sét, hay bị ăn mòn; đáy bát bị ăn mòn.

pattamaṇḍalaṃ, đế tròn của bát.

Pāva, Ba-bà, thị trấn của người Malla (Mạt-la).

pavāraṇa, thỉnh, tự tứ, tùy ý; yêu cầu người khác chỉ điểm; tỳ-kheo tự tứ vào ngày sau cùng của mùa an cư.

pavāraṇaṭhapana, già tự tứ, ngăn tự tứ; ngăn cản Tăng tác pháp tự tứ.

pavārita, túc thực (ăn đủ). Có thức ăn, đã trao cho, đã nhận và đã nhai và nuốt, ăn đã xong, đã rời khỏi chỗ ngồi, gọi là túc thực (ăn đã đủ).

Payāga, Bà-kha, Bà-la (sông).

pesuñña, loạn đấu, lưỡng thiệt, ly gián ngữ.

phala-bhesajja, quả dược; thuốc từ trái cây.

phāṇita, thạch mật, đường mía, mật mía.

phārusakapāna, bà-lâu-sư, bát-lỗ-sái; quả giống anh táo tử (Vitis bryoniifolia, loại nho leo). Chỉ chung cây thực vật cho quả. Loại chà là dại nhỏ).

phassa, xúc, xúc giác.

Pilindavaccha, Tất-lăng-già-bà-ta, A-la-hán.

piṇḍapāta, khất thực; thức ăn nhận được trong bình bát của tỳ-kheo.

piṇḍiyālopa(nissaya), y chỉ khất thực.

Piṇḍola-Bhāradvāja, Tân-đầu-lô Phả-la-đọa.

Piṅgala, Tân-ca-la.

piññāka, hồ ma chỉ, cặn vừng (mè).

pīṭha, mộc sàng, tọa sàng, thô thằng sàng.

pītisukha, hỉ lạc; *pītisukha-ekaggata*, hỉ lạc nhất tâm (thiền chi, sơ tĩnh lự).

pitucitta, phụ ý, phụ tâm; tâm của người cha; Hòa thượng chăm sóc đệ tử với tâm ý đó là con.

pokkharaṇi, dục trì, liên trì, ao sen.

pubbāpatti, tiền tội, cựu pháp; tội tối sơ vi phạm (*paṭhamaṃ āpannāpatti*).

puggala, bổ-đặc-già-la, nhân, cá nhân, nhân cách, nhân vật, người, hạng người.

pūlā, bố-la, phú-la, phúc-la, một loại ủng cổ ngắn; giày phú-la, dùng da thuộc khâu lại làm thành.

Punabbasu, Bất-na-bà-sa (tỳ kheo), Bổ-nại-phạt-tố, Mãn Tú, Phân-na-bà, Phú-na-bà-sa, Phú-na-bà-ta (tỳ-kheo).

puṇḍarīka, phân-đà-lị/lợi, sen trắng.

Puṇṇaji, Mãn Nguyện.

Pūraṇa, Phú-la-na, Phú-na-la (đại thần), Phú-lâu-na.

purāṇadutiyakā, cố nhị, vợ cũ.

Pūraṇo Kassapo, Bất-lan Ca-diếp.

purisa, trượng phu, đàn ông.

purisadamasarathi, Điều ngự trượng phu, vị huấn luyện và đánh xe cho loài người.

purisa-indriya, nam căn.

purohita, Phú-lô-hê-xỉ (đa), tư tế quan, quốc sư, phụ tướng.

puṭabaddha, phú-la-bạt-đà-la, phú-na-bạt-đà-la thảo tỉ; một loại giày ống, cao đến đầu gối; dây làm bằng sợi gòn, tức loại dép cỏ có dây buộc làm bằng gòn. Thiện kiến 17, ibid.: dép phúc-la-bạt-đà-la, dùng bông gòn và các tạp vật may chung với da, khiến cho ở giữa nổi cộm lên.

pūtimutta, hủ lạn; *pūtimutta-bhesajja,* trần khí dược, hủ lạn dược.

puttacitta, nhi ý, tâm của người con: Đệ tử chăm sóc Hòa thượng với tâm ý đó là cha.

R

rāja, vua.

Rājagaha, Vương-xá (thành).

rājakārāma, vườn vua, vương viên.

rajata, văn tượng (tiền); bạc, bạch ngân, được dùng làm tiền.

rasa, vị (nhận biết bởi mũi); thực vị; nước dịch, nước cốt.

rattandhakāra, ám thất, bóng tối đêm; trong bóng tối ban đêm không đèn.

ratti, đêm, ban đêm.

Revata, Li-việt, Ly-bà-đa, A-la-hán.

Roja, Lâu-di, Lâu-diên, Lô-di.

rukkhamuḷa-senāsana(nissaya), y thọ hạ tọa; y chỉ chỗ nằm ngồi dưới gốc cây.

rūpa, sắc (nhận biết bởi mắt); sắc pháp, sắc uẩn.

rūpiyasaṃvohāra, dụng bảo, kinh doanh tài bảo, buôn bán vàng bạc.

S

sabbadhī, nhất thiết giải; "thấu hiểu tất cả." Pāli: *sabbadhi danto*, được chế ngự trong mọi trường hợp; tức các căn hoàn toàn được nhiếp phục.

Sabbakāmi, Nhất Thiết Khứ.

sabbaññu, Nhất thiết trí.

sabbatthapaññatti, biến tỳ-ni, biến thông chế, toàn diện chế, quy định phổ quát, quy định cho tất cả mọi trường hợp.

sabhojana, hữu thực gia, thực gia,

Sacca-Nigaṇṭha, Tát-giá Ni-kiền Tử.

sadda, tiếng (thanh).

saddhamma, chánh pháp.

saddheyyavacasā upāsikā, chánh tín ô-ba-tư-ca, khả tín ưu-bà-di, tín nhạo ưu-bà-tư, trụ tín ưu-bà-tư, ưu-bà-tư trụ tín; vị ưu-bà-di mà lời nói đáng tin.

Sādhu Migāraratta/Sāḷho Migāranattā, Đại Thiện Lộc Lạc.

Sāgara, Xá-ca-đà (vua).

Sāgara-nāgarja, Hải Long vương.

Sāgata, Sa-già-đà, Sa-kiệt-đà, Thiện Lai.

sagga, sanh thiên.

Sahajāti, Bà-sưu thôn.

sahajīvita, đồng hoạt, đồng học; sống chung; *saddhivihārinī,* cùng ở chung (một chỗ).

Sahampati, Sa-bà thế giới chủ.

sahaseyya, đồng thất; ngủ chung nhà, chung buồng.

sahassāra, thiên bức luân tướng; một nghìn nan hoa, căm xe, tướng bánh xe nghìn căm.

Sākiyā, Xá-di.

Sakka Inda devānam, Thích Đề-hoàn Nhơn, Thiên đế Thích.

Sakkamuni Tathāgata, Thích-ca Văn (Mâu-ni) Như Lai.

Sakkapañha-suttanta, Thiên đế Thích vấn (kinh).

Sakkesu, Thích-sí-(suý)-sấu: giữa những người họ Thích.

sāla, tát-la thọ, sa-la (cây).

salāka, xá-la, thẻ, thăm, phiếu (bầu).

salākagāha, bốc thăm, hành trù.

sālavana, rừng Sa-la.

Sālavatī, Sa-la-bạt-đề.

Sāḷha, Sa-lưu.

Sāḷha Migāranatta, Sa-lâu Lộc Lạc; Thi-lị-bạt.

sālūka, rượu ngọt, rượu nước quả lê, rượu nước quả uy nhuy, rượu quả xá-lâu-già.

sālūkapāna, xá-lâu-già (nước trái cây), xem trên.

samādhija, định sanh, phát sanh do định.

samagga, samaggī, hòa hiệp.

samaggasaṅgha, Tăng hoà hợp.

samāhita citta, tam-ma-hê-đa tâm định ý, định tâm; tâm tập trung.

samaṇa, sa-môn.

samaṇabhatta, sa-môn thí thực; bữa ăn từ các sa-môn; chúng tỳ-kheo được sa-môn đị đạo mời ăn.

samaṇa-cīvara, áo (y) sa-môn.

sāmaṇera, samaṇuddesa, sa-di, cầu tịch.

sāmaṇerī, sa-di-ni.

samāpatti, đẳng chí chánh thọ, chánh nhập, nhập định. 9 đẳng chí.

Sāmāvati, Xa-di-bạt-đề.

Sambhūta, Tam-phù-đà.

sammādiṭṭhi, chánh kiến.

sammākammanta, chánh hành, chánh nghiệp.

sammasāmbuddha, Chánh đẳng giác, Chánh biến tri.

sammāsati, chánh niệm.

sammukha, hiện tiền.

sammukhavikappana, chân thật thí, chân thật tịnh thí, hiện tiền tác tịnh; thí thật sự; tỳ-kheo chứa y dư phi pháp, Tăng tịch thu chuyển cho người khác dùng (theo ý tỳ-kheo có y dư).

sammukhavinaya, hiện tiền luật, hiện tiền tỳ-ni; nguyên tắc xử trị phải có sự hiện diện của đương sự.

sammukhībhūta saṅgha, hiện tiền Tăng; Tăng sự thực hiện cần hội đủ túc số tỳ-kheo.

saṃsaṭṭhā vihareyya, thân cận cộng trú; cùng sống chung trong một trú xứ.

Samuddadatta, Tam-văn-đạt-đa.

saṃvāsa, cộng trú; sống chung.

saṃvohāra, mãi mại, mậu dịch, xuất nạp cầu lợi; buôn bán.

saṃyojana, kết, kết phược, kết sử (phiền não trói buộc).

saṃyojanakkhaya, đoạn kết, đoạn trừ kết sử, đoạn trừ phiền não.

saṃyojana-vinaya, kết sử tỳ-ni.

saṃyutta, tạp, tương ưng, kết hợp.

sāṇa, bố (vải), xá-nâu.

sañcarita, vãng lai, tới lui mai mối, môi giới.

saṅgha, Tăng, Tăng-già.

saṅghabheda, phá Tăng, sự tan vỡ của Tăng.

saṅghādisesa, tăng-già-bà-thi-sa, tăng tàn.

saṅghāṇi, khoả y, váy hay quần đùi.

saṅghārāma, Tăng-già-lam, Tăng viên, Tăng viện.

saṅghassa karanīya, Tăng sự.

saṅghika labha, Tăng vật, lợi lộc của Tăng.

Saṅgīti-suttanta, Tăng-kỳ-đà (kinh); Chunga tập kinh (Trường A-hàm).

Sañjaya, San-nhã, tôn sư ngoại đạo.

Sañjaya Belaṭṭhi-putta, San-đầu Tỳ-la-tra Tử, San-nhã-tỳ-la-tra-tử.

saṅkaccha, saṅkacchika, phú kiên y; yếm che ngực, áo che vai.

Saṅkassa, Tăng-già-xa.

saññācikāya, tự khất cầu.

sannidhikāra, (vật) tàng trữ, tàn túc thực, túc thực (thức ăn cách đêm).

santhāgāra, đoán sự đường, tập hội đường, hội trường.

santhata, phu cụ, khăn trải, ngọa cụ.

santuṭṭhi, tri túc.

saparikkammana, hữu hành xứ, chỗ có lối đi.

sappi, đề hồ, tô, thục tô, toan nhũ, sữa chua; ya-ua.

sārambha, nạn xứ, chỗ nguy hiểm; chỗ ngã tư đường nhiều người tụ tập; chỗ dâm nữ, chợ búa, gây trở ngại và nguy hiểm cho đời sống phạm hạnh.

Sāriputta, Xá-lợi-phất.

sarīra, xá-lợi; thân thể, nhục thể; cốt, tro cốt.

Saruci, Đa-lâu-tỳ-đế (vua).

sāsaṅkasammato, hữu nghi xứ, chỗ có nghi ngờ, có giặc cướp.

sāsava, hữu lậu (ô nhiễm).

satapadī, bách túc, con trăm chân, rết.

sati, niệm, ức niệm, ký ức, nhớ.

satipaṭṭhāna, trụ niệm, an trụ chánh niệm, niệm tại thân, ý chỉ, niệm xứ, niệm trụ.

sativinaya, ức niệm tỳ-ni, phán quyết không phạm tội (không nhớ có phạm); luật bất hồi tố.

sattāhakālika, thuốc bảy ngày, thất nhật dược, thuốc dùng trong thời hạn 7 ngày.

Sattapaṇṇigūha, Thất diệp (hang).

satthā, Tôn sư, Đạo sư, vị thầy dạy học.

Satthā devamanussānaṃ, Thiên nhơn sư.

sāvaka, Thanh văn, đệ tử.

sāvasesā āpatti, hữu dư tội, tội có thể sám hối.

sāvasesa karaṇa, hữu dư tác, (ngăn yết-ma) có lý do nhưng chưa đủ.

sāvasesā, anavasesā, hữu tàn và vô tàn, (tội) có thể sám hối, và không thể sám hối (phạm ba-la-di).

Sāvatthi, Xá-vệ (thành phố).

savitakka/savicāra, hữu tầm hữu tứ, giác quán, hữu giác hữu quán.

Sāyikā, Xá-di.

sekha, hữu học (Thánh giả).

sekhiyā dhammā (sikkhā karaṇīyā), thức-xoa-ca-la-ni, chúng học pháp, chúng đa học pháp, (những) điều cần phải học).

sekkhasammuti, học gia (yết-ma). Cư sĩ có nguy cơ phá sản, Tăng yết-ma học gia, ngăn tỳ-kheo đến nhà cư sĩ khất thực để cư sĩ không phải vì bố thí Tăng mà khánh kiệt.

Senagāma, Đại tướng thôn.

Senānī, Tư-na (bà-la-môn).

Senā-nigama, Tư-na (thôn).

senāsana, sayana, ngoạ cụ.

senāsanacarikaṃ āhiṇḍantā, án hành ngoạ cụ; tuần hành kiểm tra tọa ngoạ cụ, chỗ nằm chỗ ngồi.

senāsana-katham, ngoạ khởi sự.

senāsanapaññapa, phân ngoạ cụ.

Seniya, Tư-ni (ngoại đạo).

Setakaṇṇika, Bạch mộc điều (nước), Bạch mộc tụ lạc.

Seyyasaka, Tăng-sô, Thi-lị-da-bà (tỳ-kheo).

Sīhahanu, Sư Tử Giáp.

Sīha-senāpati, Tư-ha tướng quân.

sikhkā karaṇīyā, ưng đương học, thi-xoa-kế-lại-ni, thức-xoa-ca-la-ni.

sikkhamaṇā, thức-xoa-ma-na.

sikkhāsājīvasamāpanna, đồng đẳng học xứ, đồng giới, đồng học giới pháp, đồng nhập tỳ-kheo học pháp; cùng sống chung và cùng học giới.

sīlakkhandha, giới thân, giới uẩn; bộ phận giới.

sīlasammukhi, giới hiện tiền.

sīlavipatti, phá giới.

sīma, giới, cương giới.

siṃsapā, thi-xa-bà (cây).

sirīsapa, thất-lê sa trùng.

Sītavana, Thi-đà lâm, Hàn lâm.

Sīvakadvāra, Thi-ha.

Sobhita, Nghiêm Hảo.

Soṇa Kuṭikaṇṇa, Soṇa-Koḷivisa, Ức Nhĩ ưu-bà-tắc, Nhị Thập Ức (Sa-môn), Thủ-lâu-na, Thủ-lung-na.

sosa, can tiêu, bệnh lao phổi.

Sotthiya, Cát An, người cắt cỏ, cho Bồ-tát.

Sudassana, Thiện Hiện.

Sudatta, Tu-đạt-đa, tên thật ông Cấp Cô Độc.

suddhakāḷakāna eḷakalomāna, thuần hắc nhu dương mao, thuần hắc dương mao, thuần hắc mao chiên; lông dê toàn màu đen.

Suddhāvāsa, Thủ-đà-hội, Tịnh cư (trời).

Suddhodana, Duyệt-đầu-đàn, Thâu-đầu-đàn-na, Tịnh Phạn vương.

Sudhammāsabhā, Đế Thích đường, Thiện pháp giảng đường, hội trường chư thiên Tam thập tam.

Sudinna Kalandaputta, Tu-đề-na Ca-lan-đà Tử, Tu-đề-na Gia-lan-đà, Tu-đề-na Tử.

Sudinna, Tô-trần-na.

sugata, tu-già-đà; sugata-vidaṭṭhati, Phật trách thủ, Phật trương thủ; gang tay Phật.

Sujāta, Tô-xà-la, Thiện Sanh.

Sujātā, Thiện Sinh (tỳ-kheo-ni).

Sūkarakhatalena, Trư khảm, hang Con Lợn trên sườn núi *Gijjhakūta* (Kì-xà-quật, núi Linh thứu).

sūkaranta, biên đái, đai bện, hình đuôi heo/lợn (?).

sukha, lạc, an lạc; sukhavihārī, lạc trú, hưởng thọ an lạc.

sukka, tinh dịch; sukkavisaṭṭhi, xuất tinh, xuất bất tịnh.

sulasī, tô-la, húng quế một loại thực vật dùng làm thuốc.

sumana, tô-mạn-na (tỳ-kheo).

suṃsumāra, thất-thâu-ma-la, một loại cá sấu.

Suṃsumāra, Thất-thủ-ma-la (núi).

Sundara, Tôn-đà-la.

Sundarananda, Tôn-đà-la Nan-đà.

suṅkaghāṭa, trạm thuế.

sūpa, tu-bộ, nước thịt, canh.

Suppatiṭṭhita-nigrodha (cetiya), Thiện trụ Ni-câu-luật thọ vương (miếu).

Suppiyā, Tô-tỳ (ưu-bà-di).

sura, rượu

sūra, dũng kiện nhơn, võ sĩ.

surāmerayapāna, uống rượu.

Sūrasena, Tu-lại-bà-quốc.

Suruci, Già-nâu-chi (vua), Tu-lâu-chi (vua).

suvaṇṇa-caṅkamanasālā, kim kinh hành đường, nhà kinh hành bằng vàng.

suvīraka, tô-tỳ-la, tô-tỳ-la tương, cháo chua.

T

tajanīya, ha-trách, khiển trách, quở trách; *tajjanīyakamma,* ha-gián/ ha-trách yết-ma, khổ thiết yết-ma; tỳ-kheo ưa gây tranh tụng (*bhaṇḍaka-bhikkhu*), bị Tăng cho yết-ma khiển trách (cảnh cáo).

takka, sanh tô, lạc, bơ lỏng.

Takkasilā, Đắc-sát-thi-la (nước), Đắc-xoa-thi-la.

tāla, đa-la, một loại cây cọ, tên khoa học Borassus flabelliformus.;

tālapatta, đa-la (lá).

taṇhā, khát ái, ái, ái dục.

tapassī, khổ hành giả.

tassa-pāpiyasikā, mích tội, tội xứ sở, bản ngôn trị, mích tội tướng. Tỳ-kheo ở trong chúng, khi được hỏi, lời nói trước mâu thuẫn lời nói sau, cố ý nói dối, Tăng tác pháp yết-ma bằng luật "tội xứ sở."

tatiyajjhāna, tam thiền; đệ tam tĩnh lự.

Tāvatiṃsa, Đao-lợi thiên, Tam thập tam thiên.

tayo-vimokkha(samādhi), ba giải thoát tam-muội.

tejo-samādhi, hoả quang tam-muội.

thalaṭṭha, địa thượng xứ, vật trên mặt đất.

Thāna, Trụ (nước).

ṭhāna, vị trí, xứ.

Theragathā, Thánh kệ kinh, Trưởng lão kệ.

theyya, trộm; theyya citta, tặc tâm, tâm giặc, tâm lén lút, ý nghĩa ăn trộm.

thullaccaya, thâu-lan-giá, thô tội.

Thullanandā, Châu-na-nan-đà, Thâu-la-nan-đà.

thūpa, phật đồ, tháp.

tīhi saraṇagamanehi pabbajja upasampada, tam ngữ đắc giới; đắc giới cụ thúc bằng cách xướng ba lần: "Con tên là ... quy y Phật, quy y Pháp, quy y Tăng. Con xin xuất gia trong giáo pháp của đức Như Lai. Đức Như Lai, Chí chân, Đẳng chánh giác, là Thế Tôn của con."

tiṇavatthāraka, như thảo phú địa, như cỏ che đất. Tránh sự xảy ra trong Tăng, dẫn đến nguy cơ phá Tăng. Để phục hồi Tăng hòa hiệp, pháp diệt tránh như thảo phú địa được thi hành: "Bạch các Trưởng lão, trong tránh sự này, chúng ta nhiều lần phạm các tội, chẳng phải pháp sa-môn, nói năng không chừng mực, ra vào tới lui không thuận oai nghi. Nếu chúng ta cùng nhau tự mình truy cứu tránh sự này, sợ khiến cho tội sâu nặng, không thể như pháp, như tỳ-ni, như lời Phật dạy để chấm dứt, khiến các tỳ-kheo không sống an lạc. Nếu các Trưởng lão chấp thuận, tôi vì các Trưởng lão tác pháp sám hối như thảo phú địa (cỏ che đất) đối với tội này."

tīṇi saṃyojanāni, ba kết (thân kiến, giới thủ kiến, nghi).

tiracchāna, bàng sanh, cầm thú, súc sanh, súc vật.

Tissa-Gotamī, Đề-xá Cù-đàm-di (tỳ-kheo-ni).

tūla, đâu-la, đâu-la-miên, mộc miên, bông gòn.

Tusita-devā, Đâu-suất thiên, Đâu-thuật-đà thiên, Đỗ-sử-đà thiên, Hỷ Túc thiên

U

ubbāhika, ô-hồi-cưu-la, bình đáng nhân, đoán sự nhân; (người đưa ra phán đoán, quyết đoán cuối cùng trong một vấn đề tránh sự.

ubbhata, xuất y; ubbhata kaṭhina, xuất y ca-thi-na; y ca-thi-na được xả tự nhiên do hết thời hiệu, hay do tác pháp xả.

ubhatobhāga-vimutta, câu phần giải thoát, câu giải thoát, nhị câu giải thoát; giải thoát cả hai phần: tâm giải thoát và tuệ giải thoát.

ubhato-saṅgha, hai bộ Tăng: Tỳ-kheo Tăng & Tỳ-kheo-ni Tăng.

ubhatovyañjana, nhị căn, nhị hình, hai căn, cùng lúc có ca nam căn và nữ căn.

PHỤ LỤC

☙❋❧

PHÁP DIỆT TRÁNH

THÍCH NGUYÊN CHỨNG
Biên soạn

TỰA

Trong thời kỳ nguyên thủy, loài người sống tập quần trong một phạm vi địa lý, mà ở đó tài nguyên thiên nhiên cung cấp cho nhu cầu sinh tồn chưa trở thành khan hiếm, mỗi cá nhân tự mình thu hoạch tùy theo nhu cầu thường nhật. Cho đến khi ý niệm tích lũy phát sinh, và hệ quả của nó là tích lũy tư hữu, từ đó ý niệm chiếm hữu cũng phát sinh. Trong quá trình chiếm hữu, mâu thuẫn tranh chấp vẫn thường xuyên xảy ra, và con người bấy giờ thỏa thuận giao ước về các quy tắc để sở hữu và chiếm hữu đối với thiên nhiên. Tuy vậy, các giao ước vẫn thường xuyên bị vi phạm; cho nên cộng đồng nguyên thủy ấy đã bầu nên một người, mà Pāli gọi là Mahāsammato, được tuyển lựa bởi đại chúng; người ấy có nhiệm vụ phân xử các tranh chấp, mà Pāli phát biểu là *dhammena pare rañjetīti ... 'rājā, rājā'*: Người làm vui lòng mọi người đúng như pháp, được gọi là *rājā*. *Rājā*, hay "vua", như vậy, trong nghĩa nguyên thủy, là vị trọng tài phân xử các tranh chấp xã hội.

Đây là khái niệm căn bản của đạo Phật về sự phát sinh của luật pháp, và ý nghĩa xã hội của nó. Luật, như vậy, trước hết là sự giao ước giữa người và người, để điều hòa các mâu thuẫn xã hội. Nhưng luật chỉ có ý nghĩa, nghĩa là có hiệu lực, khi nào xuất hiện cơ cấu tài phán, tức các thiết chế xã hội, mà theo đà phát triển, nó dần dần trở thành cơ cấu quyền lực dựa trên các hiến chế xã hội.

Sự hình thành và phát triển của Tăng-già, cộng đồng đệ tử của Phật, cũng gần tương tự như vậy. Khởi thủy, là các Thánh đệ tử, sống y trên tinh thần tự giác và tự nguyện, không cần đến sự ràng buộc kỷ luật. Cho đến khi Giáo đoàn phát triển rộng lớn, thâu nhận nhiều thành phần xã hội khác nhau, mối quan hệ nội bộ cũng như ngoại tại càng trở nên phức tạp. Từ đó, nhiều điều luật được Phật quy định. Các điều luật này được tập hợp thành văn, mặc dù nguyên thủy qua hình thức khẩu truyền, trở thành hình thức pháp chế của Tăng già.

Các điều luật chỉ có thể có ý nghĩa, có giá trị hay hiệu lực thực tế, chỉ khi nào chúng được áp dụng theo các quy tắc chỉ đạo, mà thuật ngữ Luật học Phật giáo gọi là các nguyên tắc *trì-phạm*. Trì, là những quy định điều gì không được phép làm, và các phận sự phải chấp hành. Phạm, là các trường hợp vi phạm, và các hình thức xử trị.

Như vậy, khi các quy định này bị vi phạm, để xử trị, cần phải có một cơ cấu tài phán. Nhưng trong Tăng-già không có cơ quan tài phán hay giám sát pháp luật thường trực. Chỉ khi nào có sự vụ phát sinh, bấy giờ Tăng họp, và tùy theo trường hợp mà xử lý, trong phạm vi cá nhân từ hai đến ba người, như là các trường hợp hòa giải; hoặc có khi cần đến từ bốn Tỳ-kheo trở lên, tức những sự vụ cần đưa ra tập thể. Dù là xử lý cá nhân như là trường hợp hòa giải; hay cần đến phán quyết tập thể; tất cả đều cần được diễn ra theo các thủ tục quy định, như các thủ tục tố tụng hình sự hay dân sự. Các quy tắc để phán quyết và các thủ tục tiến hành phán quyết được quy định thành một hình thức pháp chế gọi là "pháp diệt tránh".

Trong tập sách nhỏ này, các pháp diệt tránh ấy được giới thiệu chi tiết. Sách gồm ba phần:

Phần I: Đề cập các trường hợp phá Tăng, tức các sự vụ phát sinh trong Tăng có thể dẫn đến tình trạng Tăng bị phân hóa. Nhưng cho đến mức nào thì mới được gọi là Tăng bị phân hóa, hay "phá Tăng" (Tăng vỡ)? Y trên các trường hợp phá Tăng đã phát sinh trong thời Phật tại thế, như là những án lệ, để từ đó lượng định tình trạng phá Tăng, và theo đó mà các quy tắc diệt tránh nào cần được áp dụng.

Phần II: Giải thích ý nghĩa bảy pháp diệt tránh và các trường hợp áp dụng, thủ tục áp dụng.

Phần III: Trích văn, từ *Luật Tứ phần*, như là cơ sở văn hiến. Phần này là tư liệu gốc, cần được tham khảo và dẫn dụng thường xuyên, mỗi khi có sự vụ phát sinh.

Trong các phần trên đây, phần II trước kia nguyên là phần giải thích bảy pháp diệt tránh trong *Giới kinh* của Tỳ-kheo, biên tập trong *Tứ phần hiệp chú*. Khi được đưa vào tập sách này, nhiều chi tiết được thêm bớt.

Sách được ấn hành lần này chỉ được phổ biến giới hạn, do đó nội dung không cần thiết mở rộng.

Nguyện Tăng-già thanh tịnh và hòa hiệp vì sự an lạc cho hết thảy chúng sinh.

Thị Ngạn am
Mùa an cư, 2552
Thích Nguyên Chứng

PHẦN MỘT
PHÁ TĂNG

☙❀❧

Samagro hi saṃgho sammodamāno avivadamāno ekāgradharmoddeśaḥ ekakṣīrodakībhūtaḥ śāstu darśayamānaḥ sukhaṃ sparśaṃ viharantu
(*Prātimokṣasūtra*)

大德應與僧和合歡喜不諍
同一師學如水乳合
於佛法中有增益安樂住
(四分律比丘戒本)

I. TĂNG HÒA HIỆP

Từ cạnh tranh sinh tồn giữa các loài sinh vật, cho đến mâu thuẫn xã hội, hận thù tranh chấp, là những nét đặc trưng trong lịch sử tiến hóa, không chỉ riêng loài người. Cho đến các thần linh trên đỉnh Olympia của Hy-lạp, vì thường xuyên bất mãn và tranh chấp lẫn nhau, dẫn đến không biết bao nhiêu thảm họa cho loài người. Tuy chỉ là huyền thoại, nhưng ở đó cũng đã ghi đậm dấu ấn thất vọng của loài người, trước khát vọng một thế giới thanh bình để sống trọn vẹn với những người mình thương yêu.

Nguyên nhân tại đâu?

Một thời, Thiên đế Thích đến hầu chuyện với Phật, và nêu câu hỏi: Do kết sử gì, do những hệ phược gì, mà trong khi tất cả mọi loài, từ chư thiên cho đến loài người, các loại quỷ thần, đều ước mong sống bình an không hận thù, không tranh chấp; nhưng chúng vẫn hận thù, tranh chấp lẫn nhau, sống không an lạc?[1]

Nguyên nhân sâu xa vẫn là do bởi tự ngã. Tác động lên bản năng tồn tại của tự ngã là thế giới tự nhiên, và các hình thái tập quần.

Từ thời đại xa xưa có những người muốn thoát ly mọi hệ phược do đời sống tập quần để tự tạo cho mình một thế giới thanh bình, an lạc. Sườn non, động đá, núi rừng

---

[1] *Trường A-hàm*, kinh 14: *Thích đề-hoàn nhân vấn*. Pāli, D. 21. *Sakkapañhāsutta*.

u tịch, vẫn không tách rời cá nhân ra khỏi những tương quan với thế giới, với tập quần.

Các đệ tử đầu tiên của Phật họp thành một nhóm nhỏ, gồm những vị trước đó đã hoàn toàn bứt khỏi tất cả hệ phược thế gian, sau đó sống không bị chi phối bởi tham ái. Cộng đồng Thánh đệ tử đầu tiên ấy được nói là sống y chỉ trên Pháp và Luật; nhưng Pháp và Luật bấy giờ không lập thành những quy tắc ràng buộc, mà là những ước thúc tự giác và tự nguyện. Khi Giáo đoàn phát triển rộng lớn, nhiều thành phần xã hội khác nhau, nhiều phần tử mà từ những tập quán tư duy, điều kiện sinh hoạt, thuộc nhiều giai cấp xã hội khác nhau, cùng tập hợp sống chung trong một trú xứ, nhiều sự kiện phức tạp dần dần phát sinh. Từ đó, kỷ luật tu đạo được Phật quy định tùy theo những sự vụ xảy ra.

Ý nghĩa chế giới được Phật nói rõ cho *Bhaddālin* lúc vị này hỏi, khi Phật chưa quy định nhiều học giới thì có rất nhiều Tỳ-kheo chứng đắc Chánh trí hơn; nhưng về sau, càng nhiều học giới được quy định, người chứng đắc Chánh trí càng ít hơn. Phật nói, sự kiện là như vậy, khi mà các hạng chúng sinh thoái thất, khi mà Chánh pháp đang biến mất dần, khi ấy càng có nhiều học giới hơn và càng ít Tỳ-kheo chứng nhập Chánh trí hơn. Đức Đạo Sư chưa quy định học giới cho các đệ tử chừng nào những sự rò rỉ chưa xuất hiện trong Tăng.[2]

---

[2] *Trung A-hàm*, kinh 194: *Bạt-đà-hòa-lợi*. Pāli, M. 65, *Bhaddālisutta*.

Một thời, sau khi Ni-kiền Thân Tử tạ thế, các đệ tử liền tranh chấp nhau, chia rẽ, gây hấn lẫn nhau. Sa-di Châu-na bấy giờ sau ba tháng an cư đến hầu thăm ngài A-nan, nhân tiện tường thuật biến cố vừa xảy ra giữa các đệ tử của Ni-kiền. Vừa nghe xong, A-nan tức thì dẫn Châu-na đến hầu Phật, và tường thuật lại chi tiết biến cố vừa xảy ra giữa các đệ tử của Ni-kiền, mong rằng sau khi Thế Tôn tịch diệt sẽ không có sự tranh chấp xảy ra trong Tăng. Sự tranh chấp như vậy sẽ gây đau khổ cho nhiều người, không ích lợi gì cho chư thiên và nhân loại.

Nhân đó, Phật chỉ cho A-nan gốc rễ của đấu tranh, cùng các pháp ngăn chặn. Đó là sáu gốc rễ tranh chấp, bảy pháp diệt tránh và sáu pháp khả niệm.[3]

Những ai bị chế ngự bởi phẫn nộ và oán hận, ngụy thiện và não hại, tham lam và tật đố, giảo hoạt và man trá, ác dục và tà kiến; những người ấy không tôn kính Phật, không tôn kính Pháp, không tôn kính Tăng, không nỗ lực hoàn thiện các học giới. Những người như vậy thường xuyên gây tranh chấp, tranh luận trong Tăng; gây bất ổn và khiến nhiều người không được an lạc.

Để ngăn ngừa các ác pháp như vậy, chế ngự những hạng như vậy, khiến cho Tăng hòa hiệp, hiện hữu như một cộng đồng hoàn thiện, ưu mỹ giữa các cộng đồng xã hội chất chứa quá nhiều mâu thuẫn, xung đột; ngăn chặn

---

[3] *Trung A-hàm*, kinh 196: *Châu-na*. Pāli, M. 104. *Sāmagāmasutta*.

các pháp ô nhiễm xuất hiện giữa các Tỳ-kheo, trong hiện tại cũng như tương lai, khiến cho những ai chưa tin tưởng Chánh pháp thì có được tịnh tín; những ai đã có tín, thì tín tâm càng kiên cố. Tất cả vì sự tồn tại lâu dài của Chánh pháp, vì ích lợi cho vô số chúng sinh.[4]

---

[4] *Luật Tứ phần*, tr. 570c: "Từ nay trở đi, Ta vì các Tỳ-kheo kết giới, nhắm đến mười cú nghĩa: 1. Nhiếp thủ đối với Tăng. 2. Khiến cho Tăng hoan hỷ. 3. Khiến cho Tăng an lạc. 4. Khiến cho người chưa tín thì có tín. 5. Người đã có tín khiến tăng trưởng. 6. Để điều phục người chưa được điều phục. 7. Người có tàm quý được an lạc. 8. Đoạn hữu lậu hiện tại. 9. Đoạn hữu lậu đời vị lai. 10. Chánh pháp được tồn tại lâu dài. *Ngũ phần* (tr.3c1): 1. Tăng hòa hiệp; 2. Tăng đoàn kết; 3. Chế ngự người xấu; 4. Để cho người biết hổ thẹn được yên vui; 5. Đoạn hữu lậu đời này; 6. Diệt hữu lậu đời sau; 7. Khiến người chưa tin có tín tâm; 8. Khiến người có tín tâm được tăng trưởng; 9. Để Chánh pháp lâu dài; 10. Phân biệt tì-ni phạm hạnh tồn tại lâu dài. *Tăng kỳ* (tr.228c24): 1. Nhiếp Tăng; 2. Cực nhiếp Tăng; 3. Để Tăng an lạc; 4. Chiết phục người không biết hổ thẹn; 5. Để người có tàm quý sống yên vui; 6. Người chưa tin được tin; 7. Người đã tin thì tin thêm; 8. Trong đời này được lậu tận; 9. Các lậu đời vị lai không sinh; 10. Để chánh pháp cửu trụ. *Căn bản* (tr.629b22), như Pāli. Pāli, Vin.iii. tr.32: *saṅghasutthutāya* (vì sự ưu mỹ của Tăng); *saṅghaphāsutāya* (vì sự an lạc của Tăng); *dummaṅkūnaṃ puggalānaṃ niggahāya* (để

Đó là sự thực. Chánh pháp chỉ tồn tại, nếu còn được hành trì. Thuốc chỉ có giá trị nếu được dùng để trị bệnh. Chánh pháp chỉ có thể được bảo vệ bằng tín tâm thanh tịnh, bằng tu học tinh cần của các chúng đệ tử. Chánh pháp không thể được duy trì bằng tranh chấp, bằng ác dục, ngụy thiện, dối trá. Nhưng tham lam và tật đố, ác dục và ngụy thiện, là những pháp ô nhiễm không thể bị diệt trừ dễ dàng đối với phàm phu. Do đó Phật chế giới.

Sự chấp hành giới y trên ý chí tự nguyện, tự giác. Tuy nhiên, như đức Phật chỉ rõ, khi mà Chánh pháp được các quốc vương, đại thần, trưởng giả phú hộ biết đến và tín ngưỡng, pháp hữu lậu bấy giờ xuất hiện trong Tăng. Nhiều hạng người xuất gia vì lợi dưỡng. Cũng có những hạng sơ tâm xuất gia thì chí cầu giải thoát, nhưng khi được nhiều người biết đến, danh dự và lợi dưỡng tăng trưởng, tâm những người thuộc hạng ấy bắt đầu bị ô nhiễm. Từ nơi những hạng ấy, tham lam và tật đố, ác dục và ngụy thiện

chế phục hạng người không biết hổ thẹn) ; *pesalānaṃ bhikhūnaṃ phāsuvihārāya* (để các Tỳ-kheo nhu hòa sống an lạc); *diṭṭhadhammikānaṃ āsavānaṃ saṃvarāya* (để ngăn chặn hữu lậu đời này); *sampāratikānaṃ āsavānaṃ paṭighātāya* (để đối trị hữu lậu đời sau); *appasannānaṃ pasādāya* (vì tịnh tín của người chưa có tín); *pasannānaṃ bhiyyobhāvāya* (vì sự tăng trưởng của người có tín); *saddhammaṭṭhitiyā* (vì sự trường tồn của chánh pháp); *vinayānuggahāya* (để nhiếp hộ tì-ni).

các thứ lấp kín tâm tư, từ nơi ấy gây nên bất ổn trong Tăng, gây nên tranh chấp, phá hoại hòa hiệp Tăng.

Cho nên, trong thời gian đầu khi mà pháp hữu lậu ô nhiễm chưa xuất hiện trong Tăng, đức Phật chỉ giáo giới các đệ tử bằng những điều học đơn giản: đây là giới, đây là định, đây là tuệ; hãy hộ trì khẩu nghiệp, không hành ác nghiệp bởi thân, tâm ý tư duy thanh tịnh. Đấy gọi là giáo giới ba-la-đề-mộc-xoa. Nhưng về sau, danh dự và lợi dưỡng chi phối một số các đệ tử, khi mà Chánh pháp được tín ngưỡng rộng rãi trong nhân gian; bấy giờ đức Phật quy định các điều khoản học xứ: Điều này các ngươi không được làm; những điều này các ngươi cần phải hành trì. Từ đó thiết lập uy đức ba-la-đề-mộc-xoa.

Tỳ-kheo hoàn thiện tăng thượng giới là tu tập bằng sự phòng hộ của ba-la-đề-mộc-xoa. Tự phòng hộ bằng sự chế ngự các căn. Và cũng tự phòng hộ bằng sự giúp đỡ của các đồng phạm hạnh, các thiện hữu đồng học, đồng giới. Cho nên, khi A-nan trình lên Phật ý tưởng cá nhân về sự nương tựa của một cá nhân Tỳ-kheo nơi các đồng phạm hạnh để tu tập, rằng thiện tri thức là phân nửa đời sống phạm hạnh; khi được thưa hỏi như vậy, đức Phật chỉ dạy, không phải phân nửa, mà toàn bộ đời sống phạm hạnh là thiện tri thức. Ý nghĩa này cũng được quy định thành văn, trong sự khuyến cáo của Tăng đối với một Tỳ-kheo, trong thiên Tăng-già-bà-thi-sa: "Đại đức nên như pháp can gián các Tỳ-kheo. Các Tỳ-kheo cũng như pháp can gián Đại đức. Chúng đệ tử của Thế Tôn như vậy được tăng ích, can gián lẫn nhau, khuyên dạy lẫn nhau, bày tỏ sám hối với nhau."

Nguyên lý hay nền tảng để các Tỳ-kheo y trên đó mà bằng ý chí tự nguyện tuân hành các học xứ do Thế Tôn quy định; nguyên lý đó là sáu pháp khả niệm, sáu pháp dẫn đến sự tương thân tương kính, hòa hiệp nhất thể giữa các Tỳ-kheo.[5] Y trên sáu pháp khả niệm ấy, các Tỳ-kheo sống chung trong cùng một trú xứ, cùng tuân hành những phận sự thường hành, đồng chánh kiến và chánh mạng, đồng nhất học xứ và đồng nhất oai nghi; đồng học dưới một đức Đạo Sư, cùng hòa hiệp như nước với sữa.

Tuy vậy, tránh sự vẫn thỉnh thoảng khởi lên, do kiến giải dị biệt, do bất đồng quan điểm giữa hai hay nhiều Tỳ-kheo, về các ngữ nghĩa, về các thiên tội, về phận sự thường hành; từ sự bất đồng giữa một nhóm nhỏ Tỳ-kheo có thể bùng vỡ lớn, dẫn đến sự bất đồng giữa một cộng đồng trong một trú xứ. Trong các trường hợp như vậy, đức Phật quy định bảy nguyên tắc cần chấp hành, để dập tắt tránh sự, đưa đến sự hòa hiệp trong Tăng.

---

[5] Thường nói là sáu pháp hòa kỉnh. *Trung A-hàm*, kinh 196: *Châu-na*, sáu pháp ủy lạo: Đó là pháp khả ái, là pháp khả lạc, khiến cho tương thân, khiến cho tương kính, khiến cho tương trợ, khiến cho cung kính, khiến cho tu tập, khiến cho đoàn kết, tác thành Sa-môn, tác thành nhất tâm, được sự tinh cần, chứng đắc Niết-bàn. Pāḷi, M. 104 Sāmagāmasutta: *ayampi dhammo sāraṇīyo piyakaraṇo garukaraṇo saṅgahāya avivādāya sāmaggiyā ekībhāvāya saṃvattati.* Đây là pháp khả niệm, tác thành tương thân, tác thành tương kính, dẫn đến nhất thể hòa hiệp, không tranh chấp cho Tăng.

II. SỰ KIỆN KIÊU-THƯỞNG-DI

Kiêu-thưởng-di (Skt. *Kauśāmbī;* Pl. *Kosambī*) là thủ phủ của nước Bạt-tra (Skt. *Vatsa;* Pl. *Vaṃsa*). Trong thời Phật, tại đó đã có bốn Tăng-già-lam, được biết đến nhiều nhất là khu lâm viên do trưởng giả Cù-sư-đa cúng dường (Pl. *Ghositārāma*). Các phiên âm khác hoặc gọi là Câu-thiếm-di, hay Câu-xá-di. Câu-thiếm-di cũng là tên một chương, hay kiền-độ (Skt. *skandha*, Pl. *khanda*), của Luật bộ (*Vinaya*).[6] Tại đây đã xảy ra một cuộc tranh chấp nghiêm trọng dẫn đến sự phá vỡ hay có nguy cơ phá vỡ Tăng hòa hiệp. Đó là trường hợp điển hình trong Luật bộ, về tình trạng như thế nào để được nói là Tăng vỡ, về các nguyên tắc Tăng sự cần chấp hành, cũng như các vận động cần được thực hiện, để cứu vãn tình trạng Tăng vỡ, phục hồi Tăng hòa hiệp.

Nguyên khởi, do một Tỳ-kheo cử tội một Tỳ-kheo khác. Cả hai đều là hàng Thượng tọa, đa văn, được nhiều người biết. Tỳ-kheo bị cử tội không thừa nhận. Tỳ-kheo cử tội liền vận động nhiều Tỳ-kheo khác, cưỡng bức Tỳ-kheo kia phải thừa nhận việc đã làm là vi phạm học xứ. Do Tỳ-kheo bị cử không thừa nhận, nên các Tỳ-kheo kia tác pháp yết-ma bất kiến tội, tức yết-ma xả trí do bất kiến tội.

Một Tỳ-kheo khi được giả thiết là có vi phạm học xứ căn cứ trên các bằng chứng do thấy, do nghe hoặc do tình

---

[6] *Luật Tứ phần*, kiền-độ 6. Câu-thiếm-di. Vin. *Mahāvagga*, 10. *Kosambakakkhandhako*.

nghi, nếu vị ấy tự mình thừa nhận và sám hối, sự việc diễn tiến đơn giản. Trường hợp vị ấy không công nhận, Tăng cần họp với túc số cần thiết để nghị sự. Mặc dù không có quy định lập cái gọi là "tòa án" trong Tăng để xét xử, nhưng khi cần tiến hành nghị sự, các Tỳ-kheo cần phải tuân thủ nghiêm mật các quy định, mà căn bản đó là các pháp diệt tránh. Theo thủ tục, khi đủ túc số Tăng để tiến hành nghị sự, trước hết là thủ tục cử tội, gọi là "tác cử". Một Tỳ-kheo căn cứ trên các bằng chứng thấy, nghe, nghi, nêu tội Tỳ-kheo khác trước Tăng. Tăng có thể kiểm điểm những bằng chứng buộc tội này. Nếu các bằng chứng này được xác nhận, Tăng tiến hành thẩm tra người vi phạm, gọi "tác ức niệm", để Tỳ-kheo bị cử nhớ lại có hay không có những hành vi đang được Tăng xét hỏi. Nếu các hành vi bị cử được xác nhận, Tăng tiến hành thủ tục "dữ tội", tức phán Tỳ-kheo bị cử có vi phạm thiên tụ nào trong Giới kinh, thuộc tội có thể sám hay không thể sám, nặng hay nhẹ, tùy theo đó mà cử hành pháp yết-ma. Sau khi pháp yết-ma thành tựu như pháp, Tỳ-kheo bị cử, cũng như tất cả Tỳ-kheo trong trú xứ, đều phải tuân thủ phán quyết của Tăng.

Theo quy tắc tự ngôn trị của pháp diệt tránh, Tăng chỉ có thể xử trị Tỳ-kheo, nghĩa là tác pháp yết-ma dữ tội, chừng nào Tỳ-kheo bị cử xác nhận tội bằng chính miệng của mình. Trong trường hợp Tỳ-kheo bị cử được Tăng xét là có tội, y trên các bằng chứng hoặc thấy, hoặc nghe, hoặc nghi mà thẩm tra; nhưng Tỳ-kheo bị cử ngoan cố không chịu nhận, Tăng không thể tiến hành tác pháp dữ tội, nhưng cũng không thể chấp nhận một Tỳ-kheo không thanh tịnh sống chung với các Tỳ-kheo thanh tịnh. Trong trường hợp đó, căn cứ trên phán quyết tập thể, Tăng tiến hành yết-ma xả trí, nói đủ là "bất kiến tội xả trí."[7] Tỳ-kheo bị Tăng tác pháp yết-ma xả trí tuy vẫn sống trong trú xứ Tăng như trước, vẫn đi khất thực như các Tỳ-kheo khác, nhưng không được tham dự các yết-ma Tăng, không được dự bố tát thuyết giới. Tổng quát, có tất cả 35 điều không được phép làm; và không có Tỳ-kheo nào được phép qua lại với Tỳ-kheo bị cử; không được cùng trò chuyện, chào hỏi; cho đến chia cho một ít phần ăn. Khi yết-ma xả trí thành tựu như pháp, Tỳ-kheo nào không tuân thủ, sẽ bị Tăng y theo luật mà xử trị.[8]

Trong sự kiện Kiêu-thưởng-di, Tỳ-kheo bị cử nguyên là vị Thượng tọa đa văn, có danh tiếng, có uy tín, không thừa nhận có vi phạm. Tỳ-kheo cử tội cũng là Thượng tọa đa văn, danh tiếng, có uy tín, bèn vận động các Tỳ-kheo khác, rồi cùng với Tỳ-kheo túc số tiến hành yết-ma xả trí đối với Tỳ-kheo bị cử. Tỳ-kheo bị cử liền chống lại, vận động các Tỳ-kheo khác cũng chống lại, cho là cử tội phi pháp, yết-ma xả trí cũng phi pháp. Tăng trong trú xứ liền

---

[7] *Luật tứ phần*, quyển 44, tr. 894a8. Bất kiến tội cử 不見罪舉; cử ở đây được hiểu là *xả trí* (Pāli: *ukkhepanīya*). *Thập tụng*: bất kiến tẫn 不見擯. Pāli (Vin.ii. 20): *āpattiyā adassane ukkhepanīya*, bị xả trí (bỏ mặc) vì không chịu nhận tội.

[8] *Luật Tứ phần*, ba-dật-đề 69: tùy thuận Tỳ-kheo bị xả trí.

bị phân hai. Một bên là Tỳ-kheo bị cử cùng các Tỳ-kheo tán trợ chống lại yết-ma Tăng. Một bên là Tỳ-kheo cử tội cùng với các Tỳ-kheo tán trợ không chấp nhận các Tỳ-kheo này, bèn tiến hành bố tát riêng. Các Tỳ-kheo bị cử cũng tiến hành bố tát riêng trong cùng một trú xứ. Biệt bộ yết-ma thành hình; bấy giờ pháp phá Tăng đã xuất hiện, Tăng đã bị vỡ.

Khi biết Tăng tại Kiêu-thưởng-di, trong trú xứ Cù-sư-đa, đã bị vỡ, đức Thế Tôn đi đến đó, nói với các Tỳ-kheo tác cử, khi cử tội một Tỳ-kheo, đó là Tỳ-kheo đa văn, nhiều thân hữu, có danh tiếng, được các quốc vương, đại thần, cư sĩ biết đến; mà Tỳ-kheo ấy nói là không thấy, không nhận tội. Nếu Tăng tiến hành tác pháp yết-ma xả trí vì bất kiến tội, Tỳ-kheo bị cử và đồng bạn có thể chống lại yết-ma Tăng, và sự việc có thể dẫn đến phá Tăng. Trong trường hợp như vậy, các Tỳ-kheo không nên tác yết-ma xả trí với Tỳ-kheo bị cử mà không thấy tội.

Rồi đức Thế Tôn cũng nói với Tỳ-kheo bị cử và các Tỳ-kheo tùy cử là các Tỳ-kheo đồng bạn tán trợ vị ấy, khi phạm tội, chớ nên nói là không phạm, không thấy tội. Vì như thế có thể khiến các Tỳ-kheo tác yết-ma xả trí. Nếu Tỳ-kheo bị cử bị tác yết-ma xả trí mà chống lại, vận động các Tỳ-kheo tán trợ chống lại, như vậy có thể dẫn đến chỗ phá Tăng.

Như vậy, vì nguy cơ phá Tăng, vì sự hòa hiệp của Tăng là tối thượng, các Tỳ-kheo bất hòa hãy bằng mọi phương tiện chấm dứt tránh sự. Nói cách khác, vì sự tồn tại hòa hiệp của Tăng, các Tỳ-kheo nên biết nhượng bộ lẫn nhau, cùng tác pháp sám hối, bỏ qua những dị biệt, để cho Tăng thể được nhất trí hòa hiệp.

Mặc dù đức Thế Tôn đã tự thân can thiệp, giáo giới, nhưng các bên Tỳ-kheo bị cử và tác cử vẫn không nhượng bộ lẫn nhau. Do vậy, đức Thế Tôn thu dọn y bát, một mình đi vào rừng, không có thị giả đi theo.[9]

Sau đó, các cư sĩ ở Kiêu-thưởng-di cũng biết rõ sự vụ Tăng vỡ này, và các Tỳ-kheo kiên trì tranh chấp, không chịu nghe lời khuyên dạy của Phật để nhượng bộ lẫn nhau, cùng hòa hiệp với nhau. Họ bèn phản ứng bằng cách không cung kính các Tỳ-kheo này, không nghênh đón, không chào hỏi, không cúng dường y phục, ẩm thực, y dược. Trước nguy cơ sụp đổ do tình trạng Tăng phá, do phản ứng của các cư sĩ, không còn cung kính, thân cận, các bên Tỳ-kheo bèn tự động tìm phương tiện hòa giải lẫn nhau.

Bấy giờ đức Phật đã về lại Xá-vệ. Các Tỳ-kheo đấu tranh ở Kiêu-thưởng-di, mỗi bên vẫn theo biệt bộ của mình, đi đến Xá-vệ để cùng sám hối trước Phật. Các Trưởng lão tại Xá-vệ hay tin các Tỳ-kheo Kiêu-thưởng-di đang trên đường đi về Xá-vệ, liền đến thỉnh ý Phật, nên đối xử với các vị ấy như thế nào, để cho tránh sự ấy không thể lây lan đến Tăng trong trú xứ này, và để cho tránh sự ấy có thể

---

[9] Cf. *Trung A-hàm*, kinh số 72: *Trường Thọ vương bản khởi*. Pāli, M. 128. *Upakkilesasutta*.

được dập tắt hoàn toàn. Đức Phật chỉ dạy, trong trường hợp tránh sự chưa hoàn toàn dập tắt, nên phân phối phòng xá và chỗ ngồi cho các Tỳ-kheo Kiêu-thưởng-di sao cho có sự cách ly, bằng sự gián cách giữa hai nhóm qua trung gian một Tỳ-kheo Xá-vệ. Về việc phân chia y thực, chia chung, đồng đều, cho cả hai nhóm Tỳ-kheo Kiêu-thưởng-di và Xá vệ, theo thứ tự lớn nhỏ, không phân biệt trú xứ và phe nhóm.

Các Tỳ-kheo ni cũng đến thỉnh vấn Phật về việc nên xử sự như thế nào với các Tỳ-kheo Kiêu-thưởng-di. Phật dạy, các Tỳ-kheo ni có thể nghe pháp từ cả hai bên, nhưng căn cứ trên mười tám sự để phân biệt; khi biết Tỳ-kheo nói đúng pháp, thì hãy nghe theo, cầu giáo thọ.

Các cư sĩ, như ông Cấp Cô Độc, bà Tỳ-xá-khư, cũng đến thỉnh vấn Phật. Phật dạy, về pháp, nghe từ cả hai, nhưng hãy phân biệt đâu là pháp, đâu là phi pháp. Nếu là như pháp, thì hãy nghe theo. Về sự cúng dường, như bố thí y vật, thì nên chia đều ra hai phần, cúng dường đồng đẳng cho cả hai bên. *Luật Tứ phần* cũng nói thêm: "Này các Cư sỹ, như thỏi vàng chia làm hai phần, cả hai đều là vàng. Do vậy, này các Cư sỹ, vật bố thí cúng dường nên chia làm hai phần. Vì đây là Tăng, kia cũng là Tăng."[10]

---

[10] *Tứ phần*, quyển 43, tr. 883c1-2.

III. ĐỀ-BÀ-ĐẠT-ĐA

Trường hợp Đề-bà-đạt-đa (*Devadatta*) là biến cố nghiêm trọng trong sự phân hóa của Tăng già. Sự vụ không chỉ dừng lại ở đây, trong phạm vi nội bộ của Tăng, mà nó lan rộng đến toàn xã hội, làm sụp đổ một chế độ, rồi dẫn đến chiến tranh giữa hai đại cường quốc thời bấy giờ là vương quốc Ma-kiệt-đà và Câu-tát-la. Tuy nhiên, các ghi chép trong kinh điển Phật giáo chỉ giới hạn phạm vi của sự vụ trong nội bộ phá Tăng, hoàn toàn không có chút gợi ý gì đến nguyên nhân và ảnh hưởng chính trị của nó.

Trong nhiều chuyện kể, truyện tiền thân và các loại truyện mang tính nhân gian, trong nhiều đời quá khứ cho đến hiện tại, luôn luôn Đề-bà-đạt-đa ganh tị, chất chứa nhiều ác ý đối với Bồ-tát. Cho đến khi Ngài thành Phật, Đề-bà-đạt-đa vẫn là kẻ phá hoại. Các truyện kể cố mô tả ý nghĩa nhẫn hay bao dung trong các ba-la-mật của Bồ-tát. Sự thật trong kinh điển, cũng như được ghi chép trong Luật, thoạt tiên Đề-bà-đạt-đa là một trong các vương tử họ Thích theo Phật xuất gia. Tất cả đều tinh tấn tu tập, kể cả Đề-bà-đạt-đa, chứng đắc các quả vị khác nhau. Đề-bà-đạt-đa được kể là đạt được thần túc thông của thế tục, tức là cũng đã đạt đến đệ tứ thiền nhưng chưa đạt đến Thánh quả vô lậu.

Gạt bỏ một số chi tiết có thể không quan trọng trong các chuyện kể, thì giai đoạn đầu của thời tu đạo Đề-bà-đạt-đa cũng là một Tỳ-kheo nhiệt thành tu tập, và cũng có được nhiều tiếng khen. Cho nên ông được vương tử A-xà-thế rất ngưỡng mộ. Sự ngưỡng mộ này hình như vượt trên mức bình thường khiến nhiều Tỳ-kheo cũng ngạc nhiên. Không phải họ ngạc nhiên vì ganh tị, mà vì vương tử A-xà-thế được biết là người không có tín tâm, nhưng nay lại phát tín tâm nhiệt thành với Đề-bà-đạt-đa, sùng kính Đề-bà-đạt-đa hơn cả Phật. Nhưng chính danh dự và lợi dưỡng này dẫn đến sự sụp đổ của Đề-bà-đạt-đa. Đức Phật khéo léo cảnh giới các Tỳ-kheo: Chớ có ganh tị, thèm muốn danh dự và lợi dưỡng như Đề-bà-đạt-đa. Danh dự và lợi dưỡng ấy rồi sẽ gây tổn thất cho Đề-bà-đạt-đa, sẽ dẫn Đề-bà-đạt-đa đến chỗ tự hủy, như cây chuối sau khi cho trái để tự diệt.[11]

Những lời cảnh giới của Phật dần dần được chứng thực. Một thời gian, Đề-bà-đạt-đa khởi lên ý tưởng: Ta phải thay thế Phật, đứng đầu chúng Tăng, để xứng với danh dự và lợi dưỡng này. Sau đó, lúc Tăng tập họp đông đảo để nghe Phật thuyết pháp, Đề-bà-đạt-đa tiến lên đề nghị: Thế Tôn nay đã già, nên an trụ tịnh lạc của riêng mình mà trao Tăng chúng lại cho Đề-bà-đạt-đa lãnh đạo. Đức Phật đáp ứng lời đề nghị như sau:

---

[11] *Tạp A-hàm*, kinh 1064, TN2n99, tr. 276c; *Ngũ phần luật*, quyển 5, tr. 18b7: 芭蕉以實死 竹蘆實亦然 駏驉坐妊死 士以貪自喪. Pāli, Vin. ii. 188: *phalaṃ ve kadaliṃ hanti, phalaṃ veḷuvā phalaṃ naḷaṃ; sakkāro kāpurisaṃ hanti, gabbho assatariṃ yathā"ti*. Chính quả chuối làm hại cây chuối. Trúc và lau sậy cũng vậy. Danh dự hủy diệt kẻ xấu. Cũng như con lừa cái chết vì sinh con.

"Này Đề-bà-đạt-da, Ta sẽ không trao chúng Tỳ-kheo lại cho ngươi. Ngay cả Xá-lợi-phất và Mục-kiền-liên, Ta cũng không trao chúng Tỳ-kheo cho, huống chi là ngươi, kẻ mà đàm dãi dính đầy mình."[12]

Phật gọi Đề-bà-đạt-đa là kẻ "dính đàm dãi đầy mình" là ý nói, ông đã bị ô nhiễm bởi danh dự và lợi dưỡng.

Phật nói không trao chúng Tỳ-kheo thậm chí cho Xá-lợi-phất và Mục-kiền-liên là vấn đề ai sẽ là vị lãnh đạo Tăng già được nêu lên chính bởi đức Phật trước khi Phật công bố sẽ nhập niết-bàn, và cũng là câu hỏi của Cù-mặc Mục-kiền-liên (Pl. *Gopaka-moggallāna*) sau khi Phật đã nhập niết-bàn.

Tại ngôi làng Trúc gần thành Tì-da-li, trước khi công bố quyết định nhập niết-bàn, đức Phật bảo A-nan: "Chúng Tỳ-kheo mong đợi gì ở Ta nữa? Ta đã giảng diễn pháp không phân biệt trong ngoài, hiển hay mật. Như Lai không phải là người Thầy nắm chặt bàn tay. Với những ai có ý tưởng: Tôi sẽ dắt dẫn chúng Tỳ-kheo; chúng Tỳ-kheo là người chịu sự giáo giới của tôi; hãy để cho người ấy có ý nghĩa như vậy. Vì Như Lai không có ý nghĩ rằng Ta sẽ dắt dẫn chúng Tỳ-kheo; chúng Tỳ-kheo là người chịu sự giáo huấn của Ta."[13]

---

[12] *Tứ phần*, quyển 4, tr. 592b12-14.
[13] *Trường A-hàm*, tr. 15a. D. 16 (ii tr. 100): *tathāgatassa kho, ananda, na evaṃ hoti: ahaṃ bhikkhusaṅghaṃ pariharissāmi ti vā mam uddesiko bhikkhusaṅgho" ti vā:

Lời dạy của đức Phật trong đây đề cập đến vai trò lãnh đạo chúng Tỳ-kheo, như vị Giáo chủ đứng đầu một giáo đoàn, và giáo đoàn tuyệt đối phục tùng Giáo chủ. Ý nghĩa của vấn đề sẽ được rõ ràng hơn, khi liên hệ đến câu hỏi của Cù-mặc Mục-kiền-liên và Đại thần nước Ma-kiệt-đà là Vũ-xá (*Vassakāra*).[14]

Sau khi đức Phật nhập niết-bàn chưa bao lâu, Cù-mặc Mục-kiền-liên gặp Tôn giả A-nan, bèn hỏi: Có ai có thể sánh ngang với Phật chăng? Có ai được Phật di chúc rằng, "Sau khi Ta niết-bàn, Tỳ-kheo này sẽ là người lãnh đạo chúng Tỳ-kheo" chăng?

A-nan trả lời: Không ai có thể sánh ngang Phật. Phật cũng không di chúc cho Tỳ-kheo nào lãnh đạo chúng Tỳ-kheo sau khi Phật nhập niết-bàn. Các Tỳ-kheo cũng không suy cử lên ai là người lãnh đạo chúng Tỳ-kheo.

"Nếu vậy", Đại thần Vũ-xá hỏi, "các vị hiện tại không có ai để nương tựa, để cùng sống hòa hiệp, không tranh chấp, an ổn, đồng nhất một giáo pháp, cùng hiệp nhất như nước với sữa, sống an lạc, như trong lúc Sa-môn Cù-đàm tại thế chăng?"

A-nan đáp:

> Như Lai không nghĩ rằng: "Ta lãnh đạo chúng tỳ-kheo, hay chúng Tỳ-kheo được Ta chỉ giáo."

---

[14] *Trung A-hàm*, tr. 654a,b. Pāli: *Gopakamoggallānasuttaṃ*, M. iii. 7.

"Ông chớ nói rằng chúng tôi không có ai để nương tựa. Vì sao vậy? Thật sự chúng tôi có nơi nương tựa... Thế Tôn, bậc Tri kiến, là Như Lai, bậc Vô Sở Trước, Đẳng Chánh Giác, đã có dạy về mười pháp đáng tôn kính. Nếu chúng tôi thấy Tỳ-kheo nào có mười pháp này, chúng tôi cùng ái kính, tôn trọng, cúng dường, lễ sự Tỳ-kheo ấy."

Mười pháp ấy là gì?

"Này Vũ Thế, Tỳ-kheo tu tập cấm giới, thủ hộ Biệt giải thoát, lại khéo thu nhiếp oai nghi lễ tiết, thấy tội lỗi nhỏ nhặt cũng thường sanh lòng lo sợ, thọ trì học giới. Này Vũ Thế, nếu chúng tôi thấy Tỳ-kheo nào tích cực hành trì tăng thượng giới thì chúng tôi cùng ái kính, tôn trọng, cúng dường, tôn phụng, lễ sự Tỳ-kheo ấy.

1. "... Tỳ-kheo học rộng nghe nhiều, ghi nhớ không quên, tích lũy sự bác văn, đối với những pháp sơ thiện, trung thiện, hậu thiện, có nghĩa, có văn, cụ túc thanh tịnh, hiển hiện phạm hạnh, đối với các pháp như vậy, vị ấy học rộng nghe nhiều, tụng thuộc cho đến hằng nghìn, chuyên ý tư duy quán sát, thấy rõ, hiểu sâu... Chúng tôi cùng ái kính, tôn trọng, cúng dường, tôn phụng, lễ sự Tỳ-kheo ấy.

2. "Tỳ-kheo học rộng nghe nhiều, ghi nhớ không quên, tích lũy sự bác văn, đối với những pháp sơ thiện, trung thiện, hậu thiện, có nghĩa, có văn, cụ túc thanh tịnh, hiển hiện phạm hạnh, đối với các pháp như vậy, vị ấy học rộng nghe nhiều, tụng thuộc cho đến hằng nghìn, chuyên ý tư duy quán sát, thấy rõ, hiểu sâu.

3. "Tỳ-kheo ấy xứng đáng là thiện tri thức, xứng đáng là thiện bằng hữu, xứng đáng là người bạn đồng hành tốt.

4. "Tỳ-kheo ưa thích đời sống viễn ly, thành tựu cả hai sự viễn ly là thân và tâm.

5. "Tỳ-kheo ưa thích sự tĩnh tọa, nội tâm thực hành tu chỉ, cũng không rời thiền tọa, thành tựu quán hạnh, tăng ích đời sống nhàn cư.

6. "Tỳ-kheo tri túc, áo cốt che thân, ăn chỉ để sống, đi đâu đều mang theo y bát, đi không luyến tiếc. Cũng như con nhạn mang theo đôi cánh bay liệng trong hư không.

7. "Tỳ-kheo thường hành chuyên niệm, thành tựu chánh niệm, những gì đã tập hành từ lâu, những gì đã từng nghe từ lâu, hằng ghi nhớ không quên.

8. "Tỳ-kheo thường hành tinh tấn, đoạn trừ ác bất thiện, tu tập các thiện pháp, hằng tự khởi ý, chuyên nhất kiên cố, đối với các gốc rễ thiện pháp không từ bỏ phương tiện.

9. "Tỳ-kheo tu hành trí tuệ, quán pháp hưng suy, được như thật trí, bằng Thánh tuệ minh đạt, phân biệt thông suốt mà chân chánh diệt tận sự khổ.

10. "Tỳ-kheo các lậu đã diệt tận, chứng đắc vô lậu, tâm giải thoát, tuệ giải thoát, tự tri, tự giác, tự tác chứng, thành tựu an trụ, biết như thật: 'Sự sanh đã dứt, phạm

hạnh đã vững, điều cần làm đã làm xong, không còn tái sanh nữa'..."[15]

Bất cứ cộng đồng quần cư nào cũng cần có người đứng đầu lãnh đạo để duy trì trật tự, giải quyết những mâu thuẫn tranh chấp giữa các thành viên của cộng đồng. Đây là quy luật xã hội tất yếu kể từ khi loài người sống tập quần, như được nói rõ trong kinh *Tiểu duyên*, hay *Khởi thế nhân bản*.[16] Cho nên, tham vọng đứng đầu đám đông, lãnh đạo tập thể, cũng là một thứ tâm lý xã hội có sâu gốc rễ nơi con người. Đó là một thứ cấu uế, mà ngài Xá-lợi-phất đã cảnh giới các Tỳ-kheo:[17]

"Hiền giả, giả sử có người sanh tâm ước muốn như vầy: Mong rằng ta ngồi trước mặt Đức Thế Tôn, thưa hỏi Đức Thế Tôn về giáo pháp để Ngài nói cho các Tỳ-kheo nghe, chứ không phải vị Tỳ-kheo khác ngồi trước mặt Đức Thế Tôn, thưa hỏi Đức Thế Tôn về giáo pháp để Ngài nói cho các Tỳ-kheo nghe.

"... Lúc các Tỳ-kheo vào làng, mong rằng ta đi trước nhất, các Tỳ-kheo theo sau ta mà vào làng.

"... Mong rằng ta ngồi chỗ cao hơn hết, được chỗ ngồi bậc nhất, được nước rửa bậc nhất, được thức ăn bậc nhất...

---

[15] *Trung A-hàm 36*, phẩm Phạm chí, T01no26, tr. 654c12-655a25. Pāli, *Gopakamoggallānasutta*, M. iii. tr. 82.
[16] *Trường A-hàm*, kinh số 5. Pāli, D. 24. *Aganña*.
[17] *Trung A-hàm*, kinh số 87: *Uế phẩm*.

... Mong rằng ta được Vua biết đến, được các Đại thần, Bà-la-môn, Cư sĩ và nhân dân trong nước biết đến và kính.

"Hiền giả, giả sử có người sanh tâm ước muốn như vầy: 'Mong rằng ta được bốn chúng Tỳ-kheo, Tỳ-kheo-ni, Ưu-bà-tắc và Ưu-bà-di kính trọng; đừng có Tỳ-kheo nào khác được bốn chúng Tỳ-kheo, Tỳ-kheo-ni, Ưu-bà-tắc, Ưu-bà-di kính trọng'. Này Hiền giả, nhưng có Tỳ-kheo khác được bốn chúng Tỳ-kheo, Tỳ-kheo-ni, Ưu-bà-tắc và Ưu-bà-di kính trọng. Do bởi có Tỳ-kheo khác được bốn chúng Tỳ-kheo, Tỳ-kheo-ni, Ưu-bà-tắc và Ưu-bà-di kính trọng, nên người ấy sanh tâm ác. Người ấy sanh tâm ác và sanh tâm dục, cả hai đều là bất thiện.

...
Tham vọng lãnh đạo của Đề-bà-đạt-đa lên đến mức nguy hiểm, không còn một chút thiện căn gì. Lợi dụng lòng tin của A-xà-thế, khêu gợi tham vọng ngông cuồng nơi một hoàng tử trẻ, Đề-bà-đạt-đa đã gây nên tội ác tày trời. Xúi con giết cha, và tự chính mình âm mưu giết Phật. Tham vọng ấy vượt lên cái mong ước phổ biến là đứng đầu đám đông. Nó bộc lộ dã tâm tham vọng quyền lực, tham vọng thống trị của một ông hoàng có sẵn nơi Đề-bà-đạt-đa.

Trong chúng Tỳ-kheo đệ tử Phật, không ít các hoàng tử, vương tử, không ít các tướng soái thao lược. Họ vì ngưỡng mộ giáo pháp cao thượng, hâm mộ đời sống tịch tĩnh, viễn ly, nên xả bỏ tất cả mọi thứ danh vọng và quyền lực. Trừ những vị đã chứng Thánh quả, với số còn lại, trong địa vị phàm phu, các thứ phiền não cấu uế ấy chỉ tạm thời bị trấn áp bởi năng lực của giới, của định, của tuệ. Nhưng nếu, một khi mất cảnh giác, để cho danh vọng và lợi dưỡng làm ô nhiễm tâm, các thứ cấu uế, như là đàm dãi đã từng nhổ bỏ đi, đột nhiên xuất hiện kéo theo sự sụp đổ đời sống phạm hạnh, dẫn đến chỗ gây nên tội ác nguy hiểm như Đề-bà-đạt-đa.

Để ngăn ngừa ác pháp như vậy, để bảo hộ các Tỳ-kheo chưa được miễn dịch bởi danh lợi, đức Phật, đấng Đại trí, thấy tất cả, biết tất cả, đã không di chúc một Tỳ-kheo nào sẽ là vị lãnh đạo chúng Tỳ-kheo sau khi Thế Tôn nhập niết-bàn; để tránh tương lai có thể có những cuộc tranh chấp quyền hành đẫm máu, dẫn đến cảnh huynh đệ tương tàn như từng thấy trong nhiều tôn giáo.

Giáo huấn tối hậu, di chúc của đức Thế Tôn cho các Thánh đệ tử: "Này A-nan, chớ nghĩ sau khi Ta diệt độ, các ngươi mất chỗ nương tựa, không ai che chở. Chớ có quan niệm như vậy. Nên biết những Pháp và Luật mà Ta đã dạy từ khi thành Đạo đến nay, đó là chỗ nương tựa, che chở các ngươi."[18]

Sau khi từ chối thỉnh cầu của Đề-bà-đạt-đa, có thể do biết rõ trước những điều tổn thất trầm trọng mà Đề-bà-đạt-đa sẽ gây ra cho chúng Tỳ-kheo, nên ngay sau đó đức

---

[18] *Trường A-hàm*, kinh *Du hành*, tr. 26a. Pāḷi: D. 16: *Mahāparinibbānasuttaṃ*, ii. 154: *atītasatthukaṃ pāvacanaṃ, natthi no satthā'ti. na kho panetaṃ, ānanda, evaṃ daṭṭhabbaṃ. yo vo, ānanda, mayā dhammo ca vinayo ca desito paññatto, so vo mamaccayena satthā.*

Phật chỉ thị chúng Tỳ-kheo tiến hành pháp yết-ma hiển thị[19] đối với Đề-bà-đạt-đa. Theo đó, toàn thể dân chúng trong thành Vương xá được cáo tri rằng, kể từ nay, những gì Đề-bà-đạt-đa nói hay làm thảy đều không liên hệ đến Phật, Pháp và Tăng.

Sự cáo tri này có thể xem như tuyên bố khai trừ. Nhưng theo diễn tiến được ghi chép trong các Luật bộ, bấy giờ Đề-bà-đạt-đa vẫn không hề bị diệt tẫn. Vì nó không phải là do phán quyết Đề-bà-đạt-đa phạm tội ba-la-di. Các hành vi của Đề-bà-đạt-đa tuy có thể dẫn đến hậu quả nghiêm trọng là phá hoại hòa hiệp Tăng, nhưng ở đây ông chưa phạm điều nào trong bốn ba-la-di nên Tăng không thể tiến hành yết-ma diệt tẫn chống lại.

Bấy giờ Đề-bà-đạt-đa tiến hành phá Tăng, phân hóa chúng đệ tử Phật, bằng vận động bộ đảng. Nhóm Đề-bà-đạt-đa được thành hình.[20] Ông cùng bốn Tỳ-kheo thường xuyên khất thực chung, cùng sinh hoạt thành một chúng riêng biệt. Sự kiện này được các Tỳ-kheo phản ánh lên Phật. Đức Phật quy định ba-dật-đề về biệt chúng thực

---

[19] Pāli: *pakāsanīya-kamma*; Vin. ii. 189. *Tứ phần*, tr. 593b: Tăng yết-ma sai Xá-lợi-phất cáo tri đại chúng bạch y.

[20] Đồng bọn của Đề-bà-đạt-đa, theo *Tứ phần*: Tam-văn-đạt-đa 三聞達多, Khiên-trà-đạt-bà 騫茶達婆, Câu-bà-ly 拘婆離, Ca-lưu-la-đề-xá 迦留羅提舍. Vin.ii. 196: *Kokālika, Kaṭamoraka-tissa, Khaṇḍadeviyā-putta, Samuddadatta.*

cho các Tỳ-kheo.²¹ Theo đó, các Tỳ-kheo không được họp thành nhóm từ bốn người trở lên để ăn chung. Nói cách khác, sinh hoạt trong cùng trú xứ, các Tỳ-kheo không được tách riêng thành nhóm bốn người trở lên để ăn chung với nhau. Vì bốn người trở lên có thể thành túc số Tăng. Với túc số này, các Tỳ-kheo ấy có thể tiến hành biệt bộ yết-ma, và như vậy hòa hiệp Tăng bị vỡ.

Sau khi vận động lập thành bộ đảng, Đề-bà-đạt-đa và đồng bạn lập mưu phân hóa chúng đệ tử Phật. Họ thảo luận, và nêu lên năm điểm, tin tưởng rằng sẽ có số đông Tỳ-kheo tán thành. Số này sẽ đi theo Đề-bà-đạt-đa lập thành một Giáo đoàn biệt lập, và Đề-bà-đạt-đa sẽ là vị Giáo chủ đối lập với Phật.

Nhân một buổi thuyết pháp của Phật, với chúng Tỳ-kheo đông đảo, Đề-bà-đạt-đa tiến lên đề nghị Phật năm điểm cải cách trong quy tắc sinh hoạt của Tăng già. Tất nhiên đức Phật bác bỏ.

Năm điểm ấy được Đề-bà-đạt-đa rao truyền trong các Tỳ-kheo, nói theo *Luật Tứ phần*, như sau: "Đức Thế Tôn dùng vô số phương tiện khen ngợi người tu hạnh đầu-đà, thiểu dục, tri túc, dẫn đến xuất ly. Nay chúng tôi có năm thắng pháp, cũng là hạnh đầu-đà, thiểu dục, tri túc, dẫn đến xuất ly. Đó là, trọn đời khất thực, trọn đời khoác y

---

²¹ *Tứ phần*, ba-dật-đề 33; *Ngũ phần*, ba-dật-đề 32; Pāḷi, *pācittiya* 32: *gaṇabhojana*.

phấn tảo, trọn đời ngồi nơi đất trống, trọn đời không ăn muối, không ăn cá và thịt."[22]

Năm điểm đề nghị hay cải cách của Đề-bà-đạt-đa được nói là sự cải biến từ bốn Thánh chủng, tức là bốn pháp truyền thừa bởi Thánh.[23] Bốn pháp này được quy định thành pháp "tứ y" mà Tỳ-kheo y trên đó mà xuất gia, thọ cụ túc. Phật tuy thuyết bốn Thánh chủng và quy định bốn y chỉ cho Tỳ-kheo, sống cuộc đời hoàn toàn vô sở hữu, thiểu dục và tri túc, nhưng Phật cũng cho phép mở rộng trong nhiều trường hợp. Ở đây, Đề-bà-đạt-đa không chấp nhận có sự nới rộng. Cho nên, khi năm đề nghị bị Phật bác bỏ, Đề-bà-đạt-đa và đồng bạn mở chiến dịch rao truyền rằng Sa-môn Cù-đàm dạy đệ tử mà cho phép sống không

---

[22] *Ngũ phần 25* (tr.164a): 1. Không ăn muối. 2. Không ăn sữa đặc. 3. Không ăn cá thịt. 4. Chỉ xin ăn, không nhận mời. 5. Xuân, Hạ, tám tháng ngồi giữa chỗ trống; Đông bốn tháng sống trong am cỏ. *Thập tụng 36* (tr.295a): 1. Mặc nạp y. 2. Chỉ khất thực. 3. Chỉ một lần ăn. 4. Ngồi giữa trời trống. 5. Không ăn thịt. *Phá Tăng sự* (tr.149b8): Không dùng sữa; không ăn cá thịt; không ăn muối; không bứt bỏ sợi chỉ dài khi may y (?); chỉ sống trong thôn xá. Pāli, Vin. ii. 197 , Vin. iii. 171: 1. Sống trong rừng (*āraññikā*). 2. Chỉ khất thực (*piṇḍapātikā*). 3. Mặc phấn tảo (*paṃsukūlikā*). 4. Sống dưới bóng cây (*rukkhamūlikā*). 5. Không ăn cá (*macchamaṃsaṃ na khādeyyuṃ*).

[23] Cf. *Trường A-hàm 8* (tr.50c28) tứ hiền thánh tộc. Pāli, *cattāro ariyavaṃsā*; cf. D.iii. 224.

tri túc, không thiểu dục. Có rất nhiều Tỳ-kheo mới học đạo, có xu hướng hướng khổ hạnh cực đoan, tán thành năm điểm của Đề-bà-đạt-đa. Họ đi theo Đề-bà-đạt-da.

Tuy nhiên, cho đến mức độ đó cũng chưa thể nói là sự phá Tăng đã thành hình. Theo ngôn ngữ của Luật tạng, phá Tăng chỉ thành hình khi nào xuất hiện biệt bộ yết-ma. Cả trong trường hợp phá Tăng của Đề-bà-đạt-đa cũng vậy. Cho nên, về sự kiện này *Luật Tứ phần* chép:

> "Thế Tôn ở tại thành Vương-xá. Bấy giờ có nhân duyên nên chúng Tăng tập hợp. Đề-bà-đạt-đa từ chỗ ngồi đứng dậy, hành xá-la: 'Các Trưởng lão nào chấp thuận năm việc này là pháp, là tỳ-ni, là lời dạy của Phật thì rút một thẻ.' Bấy giờ có năm trăm vị Tỳ-kheo tân học vô trí rút thẻ. Lúc ấy Tôn giả A-nan từ chỗ ngồi đứng dậy lấy uất-đa-la-tăng khoác vào một bên, nói như vầy: 'Các Trưởng lão nào chấp thuận năm việc này là phi pháp, phi tỳ-ni, phi lời Phật dạy, thì lấy uất-đa-la-tăng khoác qua một bên.' Trong đó có sáu mươi Trưởng lão Tỳ-kheo lấy uất-đa-la-tăng khoác qua một bên. Bấy giờ Đề-bà-đạt-đa nói với các Tỳ-kheo rằng: 'Này các Trưởng lão, chúng ta không cần Phật và chúng Tăng. Chúng ta cùng nhau tác pháp yết-ma thuyết giới.' Họ liền đến trong núi Già-da. Đề-bà-đạt-đa đến trong núi Già-da, rời bỏ Phật và Tăng, tự tác yết-ma thuyết giới."[24]

---

[24] *Tứ phần*, tr. 909b.

Sự phá Tăng như vậy được thành hình.

Cho đến đây, bằng sự kiện này, đã có đủ cơ sở để luận tội Đề-bà-đạt-đa, và nhân bởi sự kiện này đức Phật quy định hai điều luật trong thiên Tăng-già-bà-thi-sa (Pl. *saṅghādisesa*). Luật Tứ phần, Tăng-già-bà-thi-sa thứ 10 quy định:

"Tỳ-kheo nào, muốn phá hoại hòa hiệp Tăng, tiến hành phá hoại hòa hiệp Tăng, chấp chặt pháp phá hòa hiệp Tăng, kiên trì không bỏ. Các Tỳ-kheo nên can gián Tỳ-kheo này rằng: 'Đại đức chớ phá hòa hiệp Tăng, chớ tiến hành phá hoại hòa hiệp Tăng, chớ chấp chặt phá hoại hòa hiệp Tăng kiên trì không bỏ. Đại đức nên cùng Tăng hòa hiệp, vì cùng Tăng hòa hiệp, hoan hỷ không tranh chấp, đồng học một thầy, hòa hiệp như nước với sữa, thì ở trong Phật pháp mới có sự tăng ích, sống an lạc.' Tỳ-kheo ấy được can gián như vậy ba lần cho bỏ việc ấy, cho đến ba lần can gián, bỏ thì tốt; nếu không bỏ, tăng-già-bà-thi-sa."

Trong đó nói "tiến hành phá hoại hòa hiệp Tăng" chỉ cho sự vận động đồng bạn. Nói "pháp phá hoại hòa hiệp Tăng" chỉ quan điểm giáo lý chống lại những gì mà Tăng đang thọ trì, như trong trường hợp Đề-bà-đạt-đa đó là năm điều cải cách phá hoại Thánh chủng. Khi một Tỳ-kheo tiến hành vận động phá Tăng với quan điểm hay giáo nghĩa được xem là phi pháp, phi luật, Tăng có thể tiến hành yết-ma ha gián, buộc Tỳ-kheo phá Tăng chấm dứt hoạt động phá Tăng. Sau khi yết-ma lần thứ ba, Tỳ-kheo ngoan cố không từ bỏ sẽ được phán quyết là phạm tăng-già-bà-thi-sa. Sau khi yết-ma có hiệu lực, tội tăng-già-bà-thi-sa thành hình, Tỳ-kheo ấy được các Tỳ-kheo xử trí như là xả trí, cũng gọi là hành pháp phạm-đàn (*brahmadaṇḍa*), tức bị chúng Tỳ-kheo mặc tẩn. Cho đến khi nào Tỳ-kheo này nhận tội, chấp nhận từ bỏ những điều phi pháp dẫn đến phá Tăng, bấy giờ sẽ được tác pháp sám hối theo thiên sám tăng-già-bà-thi-sa.

Tỳ-kheo phá hòa hiệp Tăng, một trong năm tội vô gián; về phương diện nghiệp đạo, cũng nghiêm trọng như các tội kia, và cũng chịu báo ứng tương xứng như vậy. Nhưng về mặt già chế, tức tội phạm theo quy định bởi Phật, các tội kia bị xử diệt tẩn theo thiên tội ba-la-di. Riêng phá hòa hiệp Tăng, được xử trị theo thiên tội tăng-già-bà-thi-sa. Tỳ-kheo phạm không bị diệt tẩn, mà chỉ bị mặc tẩn chừng nào chưa nhận tội và quay trở lại phục tùng Tăng. Đây là điểm đặc biệt trong ý nghĩa già chế của Phật. Giới luật được Phật chế nhằm mục đích phòng hộ Tỳ-kheo không bị sa đọa ác đạo. Khi Tỳ-kheo do bị chi phối bởi phiền não quá sâu nặng nên phạm trọng tội, trừ trường hợp gây nguy hại và tổn hại cho xã hội, giới pháp luôn luôn giữ cho Tỳ-kheo phạm tội không bị đọa lạc, nghĩa là vẫn tạo cho cơ hội sám hối để tu tập mà sửa đổi. Đây là điểm tế nhị, hiển thị tinh thần từ bi trong ý nghĩa già chế và trị phạt của Luật tạng; cần được suy nghĩ cẩn thận để không bao che cho kẻ xấu không chịu hối cải, nhưng cũng không vùi dập người do ngu si, yếu đuối, mà phạm trọng tội.

Điều khoản tăng-già-bà-thi-sa tiếp theo liên hệ đến đồng bạn của Tỳ-kheo thủ lãnh phá Tăng. Điều khoản này cũng quy định, sau ba lần can gián mà Tỳ-kheo tùy thuận phá Tăng không chịu hối cải, phạm tăng-già-bà-thi-sa và cũng bị xử trị theo pháp phạm-đàn.

Như đã thấy trên, điều kiện tiên khởi để dẫn đến phá Tăng là một quan điểm dị biệt về giáo nghĩa được nêu lên, và sự vận động thành phe nhóm từ bốn người trở lên. Kết quả của các sự kiện trên có khả năng dẫn đến hai trường hợp khác nhau: chỉ làm cho Tăng nứt rạn mà Tứ phần gọi là Tăng trần cấu,[25] hoặc làm cho Tăng vỡ.

Trong kiền-độ Phá Tăng, *Luật Tứ phần* cũng như *Vinaya* Pāli, Ưu-ba-li nêu câu hỏi về hai trường hợp này.[26] Phật dạy:[27]

"Có hai sự việc phá Tăng: Vọng ngữ, tương tợ ngữ.[28] Do hai việc này nên gọi là phá Tăng.

---

[25] Tăng trần cấu 僧塵垢. Tăng bẩn vì bụi. Bản Hán đọc là *saṅgharaja* (Tăng bị bụi bẩn), thay vì *saṅgharāji* (Tăng bị nứt rạn).

[26] Tham chiếu, Vin. ii. 202: "Upāli hỏi, cho đến mức nào thì Tăng nứt mà không vỡ? Cho đến mức nào thì Tăng nứt và vỡ?" (*kittāvatā ... saṅgharāji hoti, no ceva saṅghabhedo? Kittāvatā ca pana saṅgharāji ceva hoti saṅghabhedo ca?*).

[27] *Tứ phần*, tr. 913b.

[28] Vọng ngữ và tương tự vọng ngữ: Tỳ-kheo là người phi pháp thuyết (*adhammavādī*), nêu lên quan điểm phi pháp.

"Này Ưu-ba-ly, lại có hai sự việc phá Tăng: tác yết-ma, hành xá-la.

"Này Ưu-ba-ly, một Tỳ-kheo không thể phá Tăng, tuy cầu phương tiện cũng không thể phá Tăng. Cũng chẳng phải Tỳ-kheo-ni, chẳng phải thức-xoa-ma-na, sa-di, sa-di-ni phá Tăng, tuy cầu phương tiện phá Tăng cũng không thể phá Tăng. Này Ưu-ba-ly, chúng này một Tỳ-kheo, chúng kia một Tỳ-kheo, họ làm việc phá Tăng, hành xá-la, tác yết-ma như vậy cũng không thể phá Tăng, chỉ khiến cho Tăng trần cấu mà thôi. Hai người, ba người cũng vậy. Này Ưu-ba-ly, nếu chúng này bốn người hoặc hơn, chúng kia bốn người hoặc hơn, làm việc phá Tăng hành xá-la, tác yết-ma. Này Ưu-ba-ly, với số người như vậy được gọi là phá Tăng. Như vậy gọi là phá hòa hiệp Tăng."

Theo đó, trong một trú xứ gồm có dưới 8 Tỳ-kheo, không thể xảy ra sự phá Tăng. Nếu có tranh chấp, sự tranh chấp ấy chỉ được nói là khiến Tăng nứt rạn, hay Tăng bị trần cấu. Nói cách khác, trong một trú xứ có dưới 8 Tỳ-kheo, các Tỳ-kheo này chưa đủ để tác thành biệt bộ yết-ma với túc số mỗi bên ít nhất bốn Tỳ-kheo.

Điều này Pāli nói chi tiết hơn: một bên gồm bốn Tỳ-kheo phi pháp thuyết (*adhammavādipakkha*), và bên kia cũng gồm bốn Tỳ-kheo như pháp thuyết (*dhammavādipakkha*). Bấy giờ có một Tỳ-kheo thứ chín muốn gây phá Tăng bằng cách nêu lên phi pháp thuyết, và hành xá-la (*salākaṃ gāheti*). Như vậy, trong một trú xứ với sự hiện diện của chín Tỳ-kheo hoặc nhiều hơn, tại đó mới có khả năng xuất hiện tình trạng phá Tăng.[29]

Khi tránh sự xảy ra có nguy cơ dẫn đến phá Tăng, các Tỳ-kheo có bổn phận dập tắt tránh sự. Để đối phó với Tỳ-kheo phá Tăng, và các Tỳ-kheo tùy thuận phá Tăng, chúng Tỳ-kheo trước hết tiến hành pháp ha gián, khuyên can cho bỏ. Nếu không bỏ, tiến hành xử trị bằng pháp phạm-đàn.

Để ngăn ngừa tránh sự có thể khởi lên, hay dập tắt tránh sự đã phát khởi, đức Phật quy định bảy pháp diệt tránh, được ghi thành văn, thuộc chương viii trong Giới kinh của Tỳ-kheo; hay chương vii trong Giới kinh của Tỳ-kheo ni. Tỳ-kheo hay Tỳ-kheo ni không tuân thủ các pháp diệt tránh này trong khi chấp hành Tăng sự được nói là phạm đột-kiết-la.

---

[29] Vin. ii. 202: *navannaṃ vā, upāli, atirekanavannaṃ vā saṅgharāji ceva hoti saṅghabhedo ca.*

PHẦN HAI
DIỆT TRÁNH

I. DUYÊN KHỞI VÀ Ý NGHĨA

1. Ý nghĩa vấn đề:

Tránh, hoặc nói là sự, hoặc nói là tránh sự, là ba thuật ngữ Hán dịch tuy khác nhau nhưng cũng đồng một gốc (Skt. *adhikaraṇa*). Theo nghĩa đen, từ gốc này chỉ cho việc được thêm vào ngoài sự việc thường nhật, và có thể đặt thêm một từ Hán khác để dịch: tăng thượng tác sự. Tuy nhiên, trong thuật ngữ của Luật tạng, nó chỉ một sự xáo trộn, một sự việc phiền toái xảy ra, hay nói cách khác, vấn đề được đặt ra mà Tăng cần phải giải quyết để duy trì đời sống thanh tịnh và hòa hiệp giữa các Tỳ-kheo. Với ý nghĩa chuyên biệt này, có thể mượn một từ Hán khác, gần chính xác: công án, mà theo nghĩa thế tục, là vụ án được đưa ra công đường hay công quyền phán xét. Nhưng ở đây, *công*, cần được hiểu là chỉ cho Tăng.

Như vậy, tránh, hay tránh sự, theo ý nghĩa tổng quát của nó là bất cứ một sự xáo trộn nào xảy ra mà Tăng cần giải quyết hay phán xét. Sự xáo trộn ấy có thể chỉ liên hệ đến cá nhân một Tỳ-kheo, như vi phạm học xứ chẳng hạn. Tỳ-kheo phạm luật, đời sống thanh tịnh của vị ấy coi như bị đảo lộn. Một Tỳ-kheo là một thành viên của Tăng. Vị ấy nếu không thanh tịnh, thì bản thể thanh tịnh của Tăng bị sứt mẻ. Như vậy, sự xáo trộn xảy ra cho Tăng. Do đó, Tăng cần xét xử xem có thực sự Tỳ-kheo ấy bị tỳ vết hay không, hay hoàn toàn thanh tịnh. Mặt khác, cũng có sự xáo trộn phát xuất từ Tăng. Thí dụ, các Tỳ-kheo thảo luận về pháp, về luật, về giáo nghĩa của Phật. Các ý kiến mâu thuẫn nhau được đề xuất. Và mỗi người tự bênh vực quan điểm của mình, cuối cùng chia thành phe nhóm, tranh luận và tranh chấp lẫn nhau, đời sống của Tăng như vậy bị đảo lộn, bị xáo trộn.

Nói tóm, tránh sự bao gồm cả hai phạm vi: cá nhân và tập thể. Pháp diệt tránh là các nguyên tắc luật định có chức năng dập tắt các tránh sự trong cả hai phạm vi ấy.

Vậy, diệt tránh là gì? Câu hỏi này xem có vẻ đơn giản: Đó là dập tắt các tránh sự, làm cho bụi bặm xáo trộn lắng xuống. Diệt tránh còn có một dịch ngữ Hán khác: chỉ tránh, đình chỉ tránh sự. Diệt hay chỉ, trong nghĩa gốc tiếng Phạn (Skt. *śamatha*, Pāli: *samatha*), là tình trạng lắng dịu, tĩnh lặng. Tuy nhiên, trong ý nghĩa chuyên biệt của Luật, nên hiểu đó là sự phán quyết về một vụ án. Hiểu như thế, thì các pháp diệt tránh là những nguyên tắc để Tăng xử trị các trường hợp phạm luật, bao trùm cả phạm vi cá nhân, và tập thể. Nói cách khác, chúng giống như những nguyên tắc pháp chế mà một tòa án thế tục phải tuân theo khi xét xử một vụ án, để cho phù hợp với công bằng và lẽ phải.

Nói là nguyên tắc, nhưng thực sự chúng bao gồm các thủ tục tổ chức xét xử và tuyên bố phán quyết. Đương nhiên, không hề có việc thiết lập một pháp đình tôn giáo giữa Tăng. Mỗi khi có tránh sự cần dập tắt, Tăng cần phải họp để phán xét. Sự tập hợp như vậy, với chức năng của nó, chẳng khác gì một tòa án lâm thời. Do đó, nếu sự tập hợp không tuân theo một nguyên tắc nào cả, thì sự tránh sự chẳng những không thể dập tắt, mà còn có nguy cơ gây tranh luận, rồi dẫn tới tranh chấp, và cuối cùng có thể đi đến tình trạng chia rẽ giữa Tăng. Bởi vì, mỗi tránh sự có những dữ kiện, nguyên nhân, bản chất mỗi khác, thì sự tập Tăng để phán xét phải tuân theo nguyên tắc tương xứng.

Trong thủ tục tổ chức, tức phương pháp tập Tăng, có các vấn đề như thụ lý tránh sự, chỉ định người đoán sự, hay thiết lập ban đoán sự.

Trong vấn đề thụ lý, nó bao gồm các nguyên tắc cử tội tức tố quyền của Tỳ-kheo nguyên cáo, và các trường hợp bất phục tức kháng biện của Tỳ-kheo bị cáo. Tức là, khi một Tỳ-kheo cử tội một Tỳ-kheo khác trước Tăng, không phải đương nhiên Tăng căn cứ theo đó để xét xử Tỳ-kheo bị cử, mà trước hết phải xét tư cách như pháp của người cử tội. Và thứ đến, xem xét lời cử tội có như pháp hay không. Chỉ khi nào tất cả đều như pháp, Tăng mới xét xử.

Điều này cũng giống như các yếu tố hợp pháp mà tòa án xét để chấp thuận đơn khởi tố. Còn về trường hợp kháng biện của Tỳ-kheo bị cáo, quyền ấy chỉ được dùng trong một số tránh sự theo luật định, chứ không phải lúc nào nếu không muốn phục tùng phán quyết của Tăng đều có thể kháng biện. Nếu kháng biện được chấp thuận, các Tỳ-kheo hay ban đoán sự mà Tăng chỉ định bị kháng biện không thể tiếp tục trở lại thụ lý vấn đề nữa, mà phải chuyển sang cấp đoán sự khác. Sự tổ chức các cấp đoán sự này tùy theo mỗi tránh sự, và đều đã được luật quy định. Đương nhiên, tới một cấp nào đó, là chung thẩm, quyền kháng biện không được chấp nhận nữa. Điều này xem ra cũng tương tợ cách tổ chức các cấp tòa án khác trong pháp chế thế tục.

Trên đây chỉ là những nét phác họa để có cái nhìn tổng quát về ý nghĩa cũng như nội dung và áp dụng thực tiễn của các nguyên tắc diệt tránh. Các tránh sự vốn dĩ nhiều, và đa dạng, với những dữ kiện, tình lý khúc mắc, mà pháp diệt tránh chỉ có bảy, xem ra hình như khó giải đáp tất cả. Tuy nhiên, trong mỗi pháp diệt tránh bao gồm nhiều nội dung uẩn áo, nếu không quán thông Tam tạng, kinh nghiệm thực tế phong phú, thì rất khó mà triển khai cho tận tình tận lý.

2. Duyên khởi:

Theo ghi chép trong Luật tạng của các bộ, bảy nguyên tắc diệt tránh này được quy định do bởi từng dữ kiện khác nhau. Nhưng, theo sự ghi chép trong *Trung A-hàm*, chúng được Phật quy định một lần, do thỉnh cầu của Tôn giả A-nan. Nguyên do, khi Ni-kiền Thân Tử (Pl. *Nigaṇṭha Nāṭaputta*) vừa tạ thế, các đệ tử của ông, tại gia và xuất gia, lập tức bị phân hóa. Họ tranh chấp nhau, thậm chí đi đến trình trạng ẩu đả nhau, vì bất đồng quan điểm đối với các điểm giáo lý mà tôn sư của họ để lại. Tin này được đồn đến giữa các Tỳ-kheo. A-nan hay được, lo sợ cho chúng Tỳ-kheo sau khi Đức Phật nhập diệt có thể xảy ra tình trạng như vậy, bèn đến trình Phật về sự cố này. Nhân đấy, Phật nêu các nguyên tắc sống chung giữa các Tỳ-kheo. Và thảng hoặc nếu có tránh sự khởi lên, phải tùy trường hợp thích đáng mà giải quyết bằng một trong bảy pháp diệt tránh.[30]

Bảy pháp diệt tránh, theo Hán dịch của *Luật Tứ phần*, như sau, trích từ chương viii, *Tỳ-kheo Giới kinh*:

"Thưa các Đại đức, đây là bảy pháp diệt tránh xuất từ giới kinh, mỗi nửa tháng tụng một lần. Nếu có tránh sự khởi lên giữa các Tỳ-kheo, tức thì cần phải trừ diệt.

1) Cần giải quyết bằng hiện tiền tỳ-ni, phải giải quyết bằng hiện tiền tỳ-ni.

2) Cần giải quyết bằng ức niệm tỳ-ni, phải giải quyết bằng ức niệm tỳ-ni.

---

[30] *Trung A-hàm*, kinh 196: *Châu-na*. Pāli, M. 104. *Sāmagāmasutta*. Xem phần I, tiết i. Tăng hòa hiệp.

3) Cần giải quyết bằng bất si tỳ-ni, phải giải quyết bằng bất si tỳ-ni.

4) Cần giải quyết bằng tự ngôn trị, phải giải quyết bằng tự ngôn trị.

5) Cần giải quyết bằng tội xứ sở, phải giải quyết bằng tội xứ sở.

6) Cần giải quyết bằng đa nhân ngữ, phải giải quyết bằng đa nhân ngữ.

7) Cần giải quyết bằng như thảo phú địa, phải giải quyết bằng như thảo phú địa.

Thưa các Đại đức, tôi đã thuyết xong bảy pháp diệt tránh.

Nay hỏi các Đại đức trong đây có thanh tịnh không?

Các Đại đức trong đây thanh tịnh. Vì im lặng. Tôi ghi nhận như vậy."[31]

Trong các thiên trước, từ thiên ba-la-di, của *Giới kinh phân biệt*, một số pháp diệt tránh thường được dẫn, được

---

[31] Nguyên văn Pāli, *Pāṭimokkhasuttaṃ*: Ime kho panāyasmanto satta adhikaraṇasamathā dhammā uddesaṃ āgacchanti. Uppannuppannānaṃ adhikaraṇānaṃ samathāya vūpasamāya: 1. Sammukhāvinayo dātabbo. 2. Sativinayo dātabbo. 3. Amūḷhavinayo dātabbo. 4. Paṭiññāya kāretabbaṃ. 5. Yebhuyyasikā. 6. Tassapāpiyyasikā. 7. Tiṇavatthārakoti. Uddiṭṭhā kho āyasmanto satta adhikaraṇasamathā dhammā.

áp dụng để giải quyết một số vấn đề liên quan tội phạm của các Tỳ-kheo. Trong phần duyên khởi về bảy pháp diệt tránh mà các bộ tường thuật, đại bộ phận đều nhắc lại những trường hợp đã dẫn từ các thiên trước của *Giới kinh phân biệt*. Duyên khởi theo tường thuật *Luật Tứ phần* như sau[32]:

a) Hiện tiền tỳ-ni *(sammukhāvinayo)*: Tỳ-kheo Ca-lưu-đà-di tắm chung với nhóm sáu Tỳ-kheo. Khi lên bờ trước, vị này đã cầm nhầm y của một trong sáu vị ấy. Sáu người lên sau, không nhìn thấy y của mình nhưng lại nhìn thấy y của Tỳ-kheo kia bỏ sót lại, họ cho rằng Tỳ-kheo ấy đã lấy cắp. Do vậy, họ tác pháp yết-ma diệt tẫn đối với Tỳ-kheo cầm nhầm, quy bởi tội ba-la-di. Khi Tỳ-kheo kia phát hiện ra sự nhầm lẫn của mình, bèn trở lại chỗ tắm. Bấy giờ sáu Tỳ-kheo tác pháp vừa xong, bèn báo cho Tỳ-kheo cầm nhầm biết. Tỳ-kheo này biết rõ mình vô tội, nhưng nghi ngờ về hiệu lực yết-ma mà sáu Tỳ-kheo vừa thực hiện xong. Ông đến thỉnh vấn Đức Phật. Phật phán rằng yết-ma ấy phi pháp, vì đương sự không hiện diện. Và nhân đó, Ngài thiết lập quy tắc diệt tránh bằng hiện tiền tỳ-ni.[33]

---

[32] *Tứ phần luật*, chương xvi. Diệt tránh, tr. 913c và tiếp.
[33] Tham chiếu Pāli, *Cullavagga, Samathakkhandhakaṃ*, Vin. ii. 73 ff: Nhóm sáu tỳ-kheo tiến hành các yết-ma ha trách *(tajjanīyakamma)*, y chỉ *(nissayakamma)*, tẫn xuất *(pabbājanīyakamma)*, hạ ý *(paṭisāraṇīyakamma)*, xả trí yết-ma *(ukkhepanīyakamma)*, mà không có sự hiện diện của tỳ-kheo đương sự *(asammukhībhūtānaṃ*

b) Ức niệm tỳ-ni (sativinayo): Trường hợp xảy ra cho Tôn giả Đạp-bà Ma-la Tử[34] (*Dabba Mallaputta*) mà nội dung đã nói rõ trong hai điều 8 và 9 thuộc chương Tăng-già-bà-thi-sa. Do các Tỳ-kheo Từ và Địa (*Mettiyabhummajakā bhikkhū*) vu khống về tội ba-la-di không căn cứ, Trưởng lão Đạp-bà Ma-la Tử thường bị các Tỳ-kheo khác cật vấn. Phật khiến Tăng-già tác pháp yết-ma về ức niệm tỳ-ni cho Đạp-bà Ma-la Tử, để sau đó không Tỳ-kheo nào được phép cật vấn nữa.

c) Bất si tỳ-ni (amūḷhavinayo): Tỳ-kheo Nan-đề[35] phát cuồng, mất trí, nên phạm rất nhiều học xứ của Tỳ-kheo. Một thời gian sau, Tỳ-kheo này hết bịnh, các Tỳ-kheo khác thường đến cật vấn các tội đã phạm trong lúc điên cuồng. Để chấm dứt sự phiền nhiễu ấy, Phật khiến Tăng-già tác pháp bất si tỳ-ni cho Nan-đề, và từ đó không Tỳ-kheo nào được phép nhắc nhở các việc phi pháp của Nan-đề trong lúc mất trí.

---

bhikkhūnaṃ). Đức Phật phán rằng các yết-ma như vậy là phi pháp, và quy định, không được tiến hành yết-ma như vậy mà không có tỳ-kheo đương sự hiện diện.

[34] 沓婆摩羅子.

[35] 難提. *Ngũ phần*: Tỳ-kheo Già-già. *Tăng-kỳ*: Hai đệ tử của Tôn giả Kiếp-tân-na 劫賓那 (Pl. *Kappinna*) là Nan-đề 難提 và Bát-bát giá-nan-đề 鉢鉢遮難提. *Thập tụng*: Tỳ-kheo Thi-việt 施越. Pāli: Tỳ-kheo *Gagga*.

d) Tự ngôn trị (paṭiññāya) [36]: Vào ngày bố tát, các Tỳ-kheo đã tập họp đủ để nghe Phật thuyết giới. Cho đến nửa đêm, Ngài vẫn im lặng không thuyết giới. Sau ba lần thỉnh cầu của A-nan, Ngài nói: Như Lai không thuyết giới khi giữa Tăng có một Tỳ-kheo không thanh tịnh. Nói xong, Ngài trở lại im lặng. Tôn giả Mục-kiền-liên vận dụng tha tâm trí, quan sát khắp chúng, khám phá một Tỳ-kheo phạm tội nhưng che giấu, không phát lộ sám hối. Tôn giả bèn dùng sức mạnh nắm tay lôi Tỳ-kheo ấy ra khỏi thuyết giới đường.[37] Nhân đó, Phật nêu quy tắc tự ngôn trị.

e) Tội xứ sở (tassapāpiyyasikā) [38]: Trường hợp của Tỳ-kheo Tượng Lực.[39] Tỳ-kheo này thường tranh luận với các tu sĩ ngoại đạo. Khi nào đuối lý, thì nói quanh, dối trá. Các tu sĩ ngoại đạo chỉ trích. Chúng Tỳ-kheo hay biết, bèn hỏi Tượng Lực về sự thực, Tượng Lực chối quanh, nói dối giữa Tăng, ngoan cố không chịu xác nhận tội trạng của mình. Do đó, Phật lập quy tắc tội xứ sở.

---

[36] *Tăng-kỳ*: Điều 5; *Căn bản*: Điều 6.
[37] Cf. *Trung A-hàm*, kinh số 37: *Chiêm-ba*. Pāli, A. 8. 20. *Uposatha*.
[38] *Ngũ phần*: Bản ngôn trị. *Tăng-kỳ*, *Thập tụng*: Mích tội tướng. Pāli: Điều 6; *Tăng-kỳ*: Điều 4; *Căn bản*: Điều 4.
[39] Tượng Lực Thích tử 象力釋子 (Skt. *Hastaka śakyaputra*). *Ngũ phần*: Tỳ-kheo Ưu-đà-di (Skt. *Udāyin*). *Tăng-kỳ*: Thi-li-da-bà 尸利耶婆 (Skt. *śīrṣava?*). *Thập tụng*: Tỳ-kheo Ha-đa 訶哆 (Skt. *Hastaka*). Pāli: Tỳ-kheo *Upavāḷa*.

g) Đa nhân ngữ (yebhuyyasikā)[40]: Các Tỳ-kheo ở Xá-vệ tranh chấp nhau. Tăng ở đó không giải quyết được, vì các Tỳ-kheo can dự bất phục phán quyết của Tăng. Để giải quyết vấn đề tranh chấp này, Phật dạy quy tắc đa nhân ngữ.

h) Như thảo phú địa (tiṇavatthārakoti): Cũng do nhóm Tăng ở Xá-vệ. Do sự cố tranh chấp lâu ngày, các Tỳ-kheo đều phạm nhiều tội. Vì cả tập thể Tăng đều phạm tội, không còn Tỳ-kheo nào thanh tịnh để tác chủ thọ sám hối, Do đó, Phật dạy sám hối theo pháp như thảo phú địa. Nói là các Tỳ-kheo tại Xá-vệ, vì khi tác pháp như thảo phú địa họ đang ở tại Xá-vệ. Nhưng gốc của họ là từ Kiêu-thiểm-di (Pāli: *Kosambī*) tới, nơi mà họ đã tranh chấp nhau kịch liệt. Đây là cuộc tranh chấp giữa các Tỳ-kheo trầm trọng nhất trong thời Phật. Chính đức Phật tự thân đến hòa giải, nhưng các Tỳ-kheo vẫn ngoan cố tranh chấp nhau. Rồi sau đó, Phật rời bỏ nhóm Tỳ-kheo ngoan cố này, vào rừng sống độc cư, với sự hầu hạ của một con voi và một con khỉ. Một thời gian sau, do vì áp lực của các cư sĩ, nghĩa là họ không cung cấp tứ sự cho nhóm Tỳ-kheo ấy, nên cuối cùng các vị này ý thức được rằng: "Nơi đây chúng ta cùng bị hủy diệt trong sự tranh chấp này", và cùng đồng ý hòa giải, dẹp bỏ vấn đề tranh chấp. Khi họ chấm dứt tranh chấp, họ nhờ A-nan hướng dẫn vào rừng để sám hối với Phật và thỉnh Ngài trở về. Từ Câu-diệm-di, Phật du hành đến Xá-vệ. Tại đây, vì vụ tranh chấp nổi tiếng ấy,

---

[40] *Tăng-kỳ*: Đa-mích. Pāli: Điều 5; *Căn bản*: Điều 5.

họ thường bị các Tỳ-kheo khác lẫn tránh. Trong mặc cảm tội lỗi, họ thỉnh cầu Phật, Ngài dạy họ cần sám hối tập thể, bằng pháp như thảo phú địa.

II. NỘI DUNG CHI TIẾT BẢY DIỆT TRÁNH

Nội dung của bảy diệt tránh vốn phong phú và phức tạp, như đã giới thiệu tổng quát trong mục ý nghĩa ở trên. Do vậy, cần phải nắm vững các chi tiết căn bản được hàm chứa trong đó, sau đó mới có thể vận dụng linh động, áp dụng cho mỗi tránh sự.

Để tiện lợi trong việc trình bày, ở đây trước hết sẽ giới thiệu các chi tiết nội dung của chúng. Mục tiếp theo sẽ giới thiệu các trường hợp tránh sự cần được giải quyết theo pháp diệt tránh nào. Sự trình bày này thực sự là mô phỏng theo kỹ thuật chương pháp trong Luật tạng của các bộ. Kỹ thuật chương pháp này, ngoài sự kiện gọi là tiện lợi, còn có một ý nghĩa khác cũng nên biết đến.

Xét về bản chất, bảy diệt tránh là các học xứ của Tỳ-kheo, tức những nghĩa vụ mà luật ấn định, các Tỳ-kheo phải chấp hành. Ai không chấp hành, phạm đột-kiết-la, y luật xử trị. Nói theo thuật ngữ của Luật tạng, bản chất của chúng là luật tác trì. Đã là luật Phật chế thì không ai được phép thêm bớt, và cũng không được phép giải thích chúng một cách tùy tiện. Nhưng, trong áp dụng thực tiễn, các pháp diệt tránh là những quy tắc được áp dụng để xét xử và giải quyết tránh sự trong Tăng. Đương nhiên, khi xét xử, có các vấn đề thủ tục tập Tăng, tổ chức các cấp đoán sự, v.v...

Một mặt, là các nghĩa vụ phải chấp hành, và mặt khác là thủ tục điều hành; các pháp diệt tránh như vậy hàm chứa hai bản chất khác nhau.

Trong phạm vi nghĩa vụ, chúng phải được giải thích theo học lý dựa trên nền tảng Pháp, Luật và giáo huấn của Phật. Nhưng trong phạm vi áp dụng, chúng cần được thực hiện tùy theo thực tế. Mà thực tế thì luôn luôn thay đổi theo thời gian và hoàn cảnh. Cho nên, khi chia hai lãnh vực khác nhau để trình bày các pháp diệt tránh, Luật tạng đã dành cho lãnh vực áp dụng một phạm vi rộng rãi; nghĩa là mở ngõ cho các giải thích. Chính trong kỹ thuật chương pháp này nó cho thấy nội dung phong phú của bảy diệt tránh, và vì vậy, không thể giới thiệu chúng với một tinh thần giáo điều hạn chế được.

1. Hiện tiền tỳ-ni:

Tỳ-ni ở đây được hiểu là quy tắc hay nguyên lý hướng dẫn, phải tuân theo. Hiện tiền tỳ-ni, nói cách khác, là nguyên tắc hiện diện. Nội dung của sự hiện tiền này gồm ba điểm căn bản: pháp hiện tiền, tỳ-ni hiện tiền và nhân hiện tiền.[41]

---

[41] *Ngũ phần*, ba hiện tiền: Tăng hiện tiền, nhân hiện tiền, tỳ-ni hiện tiền. Cf. Pāli, *Majjhimanikāya-aṭṭhakathā*, iv. 43, có bốn hiện tiền: Tăng hiện tiền (*saṅghasammukhatā*), pháp hiện tiền (*dhammasammukhatā*), tì-ni

Pháp được nói ở đây là giáo pháp, tức lời dạy của Phật. Chánh yếu là những lời dạy được ghi chép trong Kinh tạng. Tỳ-ni hay luật, tức những điều được ghi trong Luật tạng. Những điều khoản này vốn cô đọng, chỉ quy định một cách rất tổng quát điều gì Tỳ-kheo phải làm và điều gì không được phép làm. Nhưng trong thực tế, khi một Tỳ-kheo bị coi là vi phạm một điều luật nào đó, thì điều luật này cần được giải thích chánh xác, phù hợp với thực tế xảy ra. Việc giải thích này không thể tùy tiện theo quan điểm cá biệt của mỗi người, hay theo trí thông minh riêng biệt của mỗi người. Nó phải được giải thích như thế nào mà không vượt ngoài tinh thần giáo lý. Nói cách khác, khi giải quyết một vấn đề xảy ra giữa các Tỳ-kheo, trước hết phải dẫn Luật, và tiếp theo đó, điều luật này phải được giải thích bằng cách dẫn chứng giáo lý được ghi trong Kinh tạng.

Pháp hiện tiền và tỳ-ni hiện tiền là hai điểm phải được dẫn chứng hiện tiền trong mọi trường hợp. Nhưng như thế chưa phải là đủ, nếu đương sự vắng mặt. Quyền tự biện hộ là quyền tối thượng. Trong luật tố tụng của thế tục, tòa án có thể xử khuyết tịch một đương sự. Nhưng trong luật Tỳ-kheo, trường hợp này không bao giờ được chấp nhận. Như vậy, một Tỳ-kheo sống di động, không cố định tại một trú xứ nào, làm sao xử lý? Vấn đề này thoạt

hiện tiền (*vinayasammukhatā*), nhân hiện tiền (*puggalasammukhatā*).

xem có vẻ rắc rối, nhưng nếu nắm vững quy tắc tổ chức sinh hoạt của Tăng, sẽ không có gì là nan giải.

Trước hết, nên biết rằng, mặc dù Tăng đoàn không hề có cơ cấu lãnh đạo trung ương, nhưng không một Tỳ-kheo nào tự ý coi mình như sống ngoài Tăng đoàn. Tổ chức Tăng đoàn không theo hệ thống tập quyền trung ương, mà phân tán thành những cộng đồng tự trị địa phương. Tỳ-kheo đến trú xứ nào, tự nhiên là thành phần Tăng-già tại trú xứ đó. Tăng-già địa phương này có đủ thẩm quyền xét xử Tỳ-kheo ấy, dù chỉ mới dừng chân đến trong giây lát. Nói thế có nghĩa là, Tăng-già tại địa phương này hay biết rằng Tỳ-kheo ấy tại địa phương ấy đã có hành vi phạm giới, chưa sám hối, và Tăng-già ở đó chưa kịp xử trị, hoặc xử trị nhưng không được Tỳ-kheo ấy tuân phục; thì chỉ cần căn cứ vào sự hay biết ấy, Tăng có đủ thẩm quyền để gọi Tỳ-kheo mới đến trình bày hay đối chất. Nếu Tỳ-kheo này bất phục, lại bỏ đi nơi khác, thì Tăng-già tại địa phương mới cũng phải có nhiệm vụ xử lý với sự hiện diện của đương sự, chứ không được phép để một Tỳ-kheo phạm giới chưa chịu sám hối sống chung trong trú xứ của mình. Như vậy, một Tỳ-kheo ngoan cố, nhất định sẽ bị gạt ra khỏi Tăng đoàn tại bất cứ trú xứ nào.

Ba điểm vừa nêu trên được kể là căn bản trong nguyên tắc hiện tiền. Tuy nhiên, như thế chưa phải là hết. Vì chúng chỉ áp dụng trong trường hợp giải quyết cá thể hay nhóm từ ba Tỳ-kheo trở xuống. Nếu vấn đề cần được Tăng giải quyết, phải thêm hai sự hiện tiền nữa. Đó là Tăng hiện tiền và giới hiện tiền. Tăng hiện tiền, là các Tỳ-kheo trong cùng trú xứ đều hiện diện. Tỳ-kheo có duyên sự chánh đáng không đến họp phải gởi dục. Khi Tăng đoán sự, việc làm của Tăng không bị phủ quyết bởi bất cứ một Tỳ-kheo nào có đủ tư cách phủ quyết. Thiếu một trong các yếu tố này, không thể gọi là Tăng hiện tiền. Kế đến, giới, tức cương giới, phạm vi trú xứ của Tăng đã được ấn định như pháp. Nếu tại nơi chưa tác pháp kết giới, các Tỳ-kheo phải tác yết-ma kết giới trước, tiếp theo đó mới có thể khai diễn thảo luận. Nếu không như vậy, thì thiếu yếu tố giới hiện tiền.

Nói tóm lại, tùy theo mức độ vấn đề, hiện tiền tỳ-ni bao gồm tổng quát năm yếu tố: pháp hiện tiền, tỳ-ni hiện tiền, nhân hiện tiền, Tăng hiện tiền và giới hiện tiền.

2. Ức niệm tỳ-ni:

Như đã trình bày trong duyên khởi, ức niệm tỳ-ni lần đầu được áp dụng cho Tôn giả Ma-la Tử, vì sự cớ các Tỳ-kheo hay chất vấn một tội phạm mà Tôn giả đã chứng tỏ là mình hoàn toàn trong sạch. Ở đây, ức niệm có nghĩa là đương sự nhớ rõ,[42] biết rõ một cách chánh xác việc làm của mình, biết rằng mình vô tội. Thế nhưng, theo sự áp

---

[42] Theo thủ tục Tăng sự, khi thẩm tra một Tỳ-kheo, Tăng không hỏi: "Có phạm hay không?" mà hỏi: "Có *nhớ* là đã làm như vậy như vậy hay không?" (Pāli, M. ii. 247: *saratāyasmā evarūpiṃ garukaṃ āpattiṃ āpajjitā pārājikaṃ vā pārājikasāmantaṃ vā'ti?*: Trưởng lão có nhớ đã phạm trọng tội như vậy hay không, tội ba-la-di hay tương đương ba-la-di?

dụng rộng rãi, quy tắc ức niệm này bao gồm hai trường hợp. Thứ nhất, đối với người hoàn toàn vô tội. Thứ hai, người có tội, nhưng đã sám hối như pháp. Trong trường hợp trước, khi một Tỳ-kheo bị vu khống, và trước Tăng, Tỳ-kheo này đã chứng tỏ minh bạch rằng mình vô tội, và Tăng cũng đã xác nhận điều đó. Nhưng rồi cũng có một số Tỳ-kheo hiếu sự, hoặc thỉnh thoảng, hoặc thường xuyên, đến tra vấn Tỳ-kheo này. Sự việc như vậy thật gây phiền phức không ít cho người vô tội. Để chấm dứt tình trạng này, Tỳ-kheo đương sự đến trước Tăng, thỉnh cầu Tăng tác pháp ức niệm tỳ-ni cho. Sau khi Tăng đã tác pháp thành tựu, Tỳ-kheo nào còn hiếu sự hỏi lôi thôi, sẽ bị như luật xử trị.

Dưới đây là diễn tiến về vụ Tôn giả Đạp-bà Ma-la Tử.

Do bị phiền nhiễu bởi sự buộc tội vô căn cứ, Tôn giả đến trước Tăng, bỏ dép bên ngoài, trịch áo vai phải, quỳ gối phải xuống đất, bạch Tăng:

> "Đại đức Tăng, xin lắng nghe. Tôi Tỳ-kheo Đạp-bà Ma-la Tử, không phạm trọng tội, ba-la-di, tăng-già bà-thi-sa hoặc thâu-lan-giá. Các Tỳ-kheo bảo tôi: 'Thầy có nhớ rõ là đã phạm trọng tội ba-la-di, tăng-già-bà-thi-sa hoặc thâu-lan-giá hay không?' Tôi nhớ rõ là tôi không phạm trọng tội, ba-la-di, tăng-già-bà-thi-sa hoặc thâu lan giá, nên đã trả lời các Tỳ-kheo ấy rằng: 'Tôi nhớ rõ là tôi không phạm trọng tội, ba-la-di, tăng-già-bà-thi-sa hoặc thâu-lan-giá. Các Trưởng lão không nên mỗi mỗi cật vấn

tôi.' Nhưng các Tỳ-kheo vẫn cứ cật vấn tôi không thôi. Tôi nay nhớ rõ là không phạm, nên đến trước Tăng thỉnh cầu pháp ức niệm tỳ-ni. *Nguyện Tăng ban cho tôi pháp ức niệm tỳ-ni. Từ mẫn cố.*" (nói ba lần)

Tiếp theo, sau khi Tăng thảo luận, kiểm điểm và xác nhận Tỳ-kheo đương sự hoàn toàn vô tội, bấy giờ một Tỳ-kheo làm yết-ma sư tác bạch Tăng:

"Đại đức Tăng, xin lắng nghe. Tỳ-kheo Đạp-bà Ma-la Tử này không phạm trọng tội, ba-la-di, tăng-già-bà-thi-sa hoặc thâu-lan-giá. Nhưng các Tỳ-kheo nói là phạm trọng tội, ba-la-di... thâu-lan-giá, và hỏi rằng: 'Thầy có nhớ rõ... thâu-lan-giá hay không?' Tỳ-kheo này nhớ rõ là không phạm trọng tội, bèn trả lời rằng: 'Tôi nhớ rõ là không phạm trọng tội. Các Trưởng lão không nên cật vấn tôi.' Nhưng các Tỳ-kheo ấy vẫn cứ cật vấn không thôi. Tỳ-kheo này nhớ rõ là không phạm tội. Nay thỉnh cầu Tăng pháp ức niệm tỳ-ni. Nếu thời gian thích hợp đối với Tăng, Tăng nay chấp thuận ban cho Tỳ-kheo này pháp ức niệm tỳ-ni. Đây là lời tác bạch.

"Đại đức Tăng, xin lắng nghe. Tỳ-kheo, như văn bạch trên cho đến... nay thỉnh cầu Tăng pháp ức niệm tỳ-ni. Tăng nay ban cho Tỳ-kheo Đạp-bà Ma-la Tử này pháp ức niệm tỳ-ni. Các Trưởng lão nào chấp thuận Tăng nay ban cho Tỳ-kheo Đạp-bà Ma-

la Tử pháp ức niệm tỳ-ni thì im lặng. Ai không chấp thuận hãy nói. Đây là lần yết-ma thứ nhất."

(Lần thứ hai, lần thứ ba, cũng như trên.)

"Tăng đã chấp thuận ban cho Tỳ-kheo Đạp-bà Ma-la Tử pháp ức niệm tỳ-ni. Vì im lặng. Tôi ghi nhận như vậy."

Sau khi yết-ma đã như pháp thành tựu, Tỳ-kheo nào còn khơi dậy vấn đề cũ, phạm ba-dật-đề như đã nói trong chương VI của *Giới kinh*.

Trong diễn tiến này, sau khi Tỳ-kheo đương sự thỉnh cầu pháp ức niệm tỳ-ni, Tăng cần nghiệm xét trước khi tác pháp chấp thuận. Sự nghiệm xét này chủ yếu nhắm đến tính chất hợp pháp trong sự thỉnh cầu của Tỳ-kheo đương sự. Thỉnh cầu không được coi là hợp pháp, nếu đương sự là Tỳ-kheo đã bị Tăng yết-ma diệt tẫn, hoặc đã xả giới, hoặc thật sự có phạm nhưng chưa sám hối. Và quan trọng hơn cả, là thật sự bị cật vấn. Chỉ được coi là hợp pháp, khi nào đương sự là Tỳ-kheo hoàn toàn vô tội đối với những lời cáo buộc, hoặc có phạm nhưng đã sám hối như pháp.

Trên đây nói sự cật vấn hay cáo buộc, là nhắm vào trường hợp vô căn cứ. Nếu cáo buộc hay cật vấn có căn cứ do thấy, nghe hoặc nghi, thỉnh cầu của Tỳ-kheo đương sự cũng không được coi là hợp pháp.

3. Bất si tỳ-ni:

Nói cách khác, đây là nguyên tắc không mất trí. Sự ấn định các điều khoản của luật có một nguyên tắc rất quan trọng. Đó là nguyên tắc miễn thứ. Mỗi điều luật có một số trường hợp đặc miễn. Nhưng tất cả đều có một đặc miễn quan trọng, đó là trường hợp Tỳ-kheo mất trí. Những gì Tỳ-kheo làm trong khi mất trí đều không bị kết tội. Do đó, khi xét tội mà mỗi Tỳ-kheo đã phạm, việc phải làm trước hết là xác định trạng thái tinh thần của đương sự trong lúc phạm. Tỳ-kheo mất trí có hai trường hợp. Thứ nhất, khi tỉnh khi điên. Người như vậy, khó xác định trạng thái thần kinh lúc vi phạm. Bởi vì, đương sự có thể nói trá là lúc đấy mình mất trí mà kỳ thực thì còn sáng suốt. Đối với hạng mất trí bất bình thường này, Tăng chỉ tác pháp yết-ma công nhận bịnh cuồng si, để miễn trừ cho các vị ấy khỏi phải thường xuyên dự nghe thuyết giới, và các Tăng sự khác. Nhưng không miễn trừ hẳn các trường hợp phạm giới. Trường hợp mất trí thứ hai, là người điên hẳn chứ không phải lúc tỉnh lúc điên. Với hạng này, tất cả điều luật đều được miễn thứ. Trường hợp mất trí này cũng có nhiều điểm tế nhị về thời gian tính. Thí dụ, trước khi mất trí, Tỳ-kheo ấy đã được Tăng yết-ma cho ly y túc một tháng. Sau đó, còn mấy ngày nữa thì thời hiệu lực yết-ma mới hết, nhưng đột nhiên đương sự nổi điên, mất trí hẳn. Vậy trong thời gian mất trí này, thời hiệu yết-ma ly y túc được ngưng. Cho đến khi nào đương sự tỉnh lại, thời hiệu lực sẽ được nối vào cho đến hết số ngày còn lại. Như vậy, nếu trước khi điên, đương sự phạm một tội trong giới bốn nhưng chưa kịp sám hối. Tội phạm ấy không bị thủ tiêu bởi sự mất trí này. Chừng nào đương sự tỉnh cơn điên, tội phạm ấy phải được xử trị.

Theo các dẫn giải vừa nói, pháp bất si tỳ-ni ở đây có mục đích xác nhận các sự phạm luật của Tỳ-kheo đương sự hoàn toàn xảy ra trong khi mất trí. Do vì trong thời gian mất trí, đương sự được hưởng luật miễn thứ. Cho nên, cần có pháp bất si tỳ-ni để ngăn cản không cho các Tỳ-kheo khác cật vấn lôi thôi, gây tranh tụng, xích mích giữa các Tỳ-kheo. Ngụ ý của bất si này nói rằng: việc làm ấy chỉ được coi là phạm luật khi nào đương sự không mất trí. Đấy là nhắm đến khía cạnh tích cực của các học xứ, nghĩa là luật không dung thứ những Tỳ-kheo còn tỉnh táo mà làm bậy. Cho nên, mặc dù thuật ngữ của nguyên tắc này được nói dưới dạng phủ định, nhưng hiệu lực của nó mang tính chất khẳng định về hiệu lực của giới bổn.

Điển hình trường hợp này, như đã giới thiệu trong phần duyên khởi, là Tỳ-kheo Nan-đề. Trong khi điên cuồng tâm loạn, Nan-đề phạm nhiều tội lỗi, nhưng cố nhiên không Tỳ-kheo nào hạch hỏi. Vì dù có hạch hỏi cũng vô ích. Vả, chẳng ai lý sự với một người điên. Nhưng khi Tỳ-kheo Nan-đề hoàn toàn tỉnh trí, sinh hoạt trở lại bình thường, các Tỳ-kheo khác mới đem chuyện cũ ra cật vấn. Sự việc ấy khiến Tỳ-kheo Nan-đề bị phiền nhiễu không ít, và do thế sự tu tập cũng bị cản trở không ít. Cho nên, Phật khiến Nan-đề thỉnh cầu Tăng ban cho pháp bất si tỳ-ni. Tỳ-kheo Nan-đề, đủ oai nghi lễ tiết, đến trước Tăng thỉnh cầu:

"Đại đức Tăng, xin lắng nghe. Tôi Tỳ-kheo Nan-đề, trong khi điên cuồng tâm loạn đã phạm nhiều tội, vào ra đi đứng không thuận oai nghi. Về sau, khi tâm trí tỉnh lại, các Tỳ-kheo hỏi tôi rằng: 'Thầy có

nhớ là đã phạm trọng tội ba-la-di, tăng-già bà-thi-sa, thâu-lan-giá chăng?' Tôi trả lời rằng: 'Trước đây, khi điên cuồng tâm loạn, tôi hay phạm nhiều tội, vào ra đi đứng không đúng oai nghi. Nhưng đấy không phải là do tôi cố ý làm, mà do vì điên cuồng tâm loạn. Các Trưởng lão không nên mỗi mỗi cật vấn tôi.' Tuy nhiên, các Tỳ-kheo vẫn cứ cật vấn tôi mãi không thôi. Tôi nay bất si, thỉnh cầu Tăng pháp bất si tỳ-ni. Nguyện Tăng ban cho tôi pháp bất si tỳ-ni. Từ mẫn cố." (nói ba lần).

Sau khi nghe trình bày của đương sự, Tăng thảo luận để nghiệm xét vấn đề. Nếu lời thỉnh cầu đúng pháp, sẽ tác pháp yết-ma chấp thuận. Thỉnh cầu hợp pháp chỉ khi nào đương sự quả thật có điên, quả thật có bị các Tỳ-kheo cật vấn, và cật vấn ấy chỉ truy các việc phi pháp mà đương sự làm trong khi điên. Nếu sự cật vấn của các Tỳ-kheo nhắm vào các tội mà đương sự đã phạm trước hay sau thời gian xác nhận là điên, thì sự thỉnh cầu được coi là bất hợp pháp.

Nghiệm xét và xác nhận xong, Tăng cử một Tỳ-kheo làm yết-ma sư. Yết-ma sư bạch:

"Đại đức Tăng, xin lắng nghe. Tỳ-kheo Nan-đề này trước đây khi điên cuồng tâm loạn, hay phạm nhiều tội lỗi, nói năng không chừng mực, vào ra đi đứng không thuận oai nghi. Về sau, khi tâm trí tỉnh lại, các Tỳ-kheo hỏi rằng: 'Thầy có nhớ là đã phạm trọng tội, ba-la-di, tăng-già bà-thi-sa, thâu-lan-giá chăng?' Bèn trả lời rằng: 'Trước đây, khi điên cuồng tâm loạn, tôi hay phạm nhiều tội, nói năng không chừng mực, vào ra đi đứng không thuận oai nghi. Đó là do bởi điên cuồng tâm loạn chứ không phải cố ý. Các Trưởng lão không nên mỗi mỗi cật vấn tôi.' Tuy nhiên, các Tỳ-kheo vẫn cứ cật vấn mãi không thôi. Tỳ-kheo này nay bất si, thỉnh cầu Tăng pháp bất si tỳ-ni. Nếu thời gian thích hợp đối với Tăng, Tăng thuận ban pháp bất si tỳ-ni cho Tỳ-kheo Nan-đề. Đây là lời tác bạch."

"Đại đức Tăng, xin lắng nghe... như văn bạch trên cho đến... Tỳ-kheo này nay bất si, thỉnh cầu Tăng pháp bất si tỳ-ni. Các Trưởng lão nào chấp thuận Tăng nay ban cho Tỳ-kheo Nan-đề pháp bất si tỳ-ni thì im lặng. Ai không chấp thuận thì hãy nói. Đây là yết-ma lần thứ nhất."

(Lần thứ hai, thứ ba, cũng vậy.)

"Tăng đã chấp thuận ban cho Tỳ-kheo... pháp bất si tỳ-ni. Vì im lặng. Tôi ghi nhận như vậy."

Sau khi yết-ma của Tăng đã như pháp thành tựu, Tỳ-kheo nào còn cật vấn đương sự nữa, tức là chống lại yết-ma của Tăng, cũng như trường hợp ức niệm tỳ-ni trên.

4. Tự ngôn trị:

Như thuật ngữ Hán dịch đã chỉ rõ, Tăng chỉ xử trị một Tỳ-kheo bị cáo là phạm tội khi nào đương sự xác nhận tội phạm, dù tội ấy có bằng chứng cụ thể, mọi người đều biết rõ. Thí dụ, trong hai trường hợp bất định như đã thấy trong thiên II về pháp bất định, một Tỳ-kheo bị ưu-bà-di trụ tín cáo giác là có hành vi phi pháp. Mặc dù Tăng biết rõ lời cáo giác của vị ưu-bà-di ấy hoàn toàn không vu khống, nhưng chỉ xử trị theo tội danh mà Tỳ-kheo bị cáo tự xác nhận. Đương nhiên, theo tinh thần luật chế, một Tỳ-kheo bị cáo không nhất thiết đòi hỏi phải trưng đủ bằng chứng cụ thể cho lời cáo buộc. Nghĩa là, ngoài sự việc mà nguyên cáo chứng kiến tận mắt; những trường hợp chỉ nghe người khác nói lại, hoặc chỉ có ý nghi ngờ, cũng đủ làm căn cứ cho hành vi khởi tố. Dù vậy, dù Tỳ-kheo có sử dụng tố quyền của mình một cách hợp pháp, nhưng sự tố giác ấy không phải là tất yếu để Tăng xử trị Tỳ-kheo bị cáo.

Trong đây còn có vấn đề tố quyền của người khởi tố. Người được phép sử dụng tố quyền, khi muốn tố giác trước Tăng về một Tỳ-kheo phạm tội khác, người ấy phải là một Tỳ-kheo như pháp. Nếu không phải là Tỳ-kheo, hoặc đã thọ Tỳ-kheo nhưng không đắc giới, hoặc đắc giới nhưng đã phạm ba-la-di; không phạm ba-la-di, nhưng phạm các tội khác mà chưa sám hối hay có sám hối nhưng không đúng pháp; hoặc Tỳ-kheo đang hành sám hối tăng-già-bà-thi-sa; Tỳ-kheo bị Tăng yết-ma xả trí v.v..., các Tỳ-kheo này không đủ tư cách để sử dụng tố quyền. Tỳ-kheo ni không được phép cử tội Tỳ-kheo nên cũng không thể sử dụng tố quyền đối với Tỳ-kheo. Ba tiểu chúng xuất gia, hai chúng tại gia thảy đều không có quyền tố giác. Trừ trường hợp một ưu-bà-di trụ tín, như đã giải thích trong chương II về pháp bất định. Nói là không có quyền tố giác, không có nghĩa là hoàn toàn không được nói cho các Tỳ-kheo khác biết về hành vi phi pháp của một Tỳ-kheo nào đó. Không có quyền tố giác ở đây phải hiểu là tố quyền không hợp pháp. Nghĩa là Tăng không căn cứ theo lời tố giác ấy mà tập hợp để chất vấn Tỳ-kheo bị cáo. Chỉ khi nào một Tỳ-kheo có đủ tố quyền, dù không chứng kiến tận mắt mà chỉ nghe qua trung gian các chúng kia nói lại, Tỳ-kheo ấy đưa Tỳ-kheo bị cáo ra trước Tăng, bấy giờ Tăng mới có thẩm quyền thụ lý.

Các biện pháp như thế bề ngoài có vẻ có lợi cho đối tượng bị cáo rất nhiều. Tuy nhiên, các biện pháp quy định tố quyền này có mục đích không để có sự kiện cáo lung tung xảy ra giữa các Tỳ-kheo, khiến cho đời sống bị xáo trộn. Bởi vì, nếu không như thế, ai cũng có thể là đối tượng bị cáo, bất cứ vào lúc nào. Điều này khiến cho các Tỳ-kheo thường xuyên sống trong tâm trạng đề phòng, khó mà an ổn để tu tập. Tuy nhiên, luật cũng đã quy định rõ, Tỳ-kheo nào biết Tỳ-kheo khác phạm tội mà cố ý làm ngơ, che giấu hộ, Tỳ-kheo ấy phạm ba-dật-đề.[43] Và thêm nữa, nếu sự tố cáo tỏ ra không căn cứ, có tính cách vu khống, thì tùy theo mức độ nặng nhẹ, người cử tội hoặc phạm tăng-già-bà-thi-sa, hoặc phạm ba-dật-đề.

Mặt khác, nguyên tắc tự ngôn trị cũng có vẻ chỉ có lợi cho bị cáo. Tuy nhiên, Tỳ-kheo đủ tư cách, sử dụng tố quyền hợp pháp, nhưng không phải luôn luôn sự tố

---

[43] *Tứ phần*, ba-dật-đề 64: Tỳ-kheo nào đã biết tỳ-kheo khác phạm thô tội mà che dấu, ba-dật-đề. Pāli, *pācit.* 64.

cáo hoàn toàn chính xác, không bị chi phối bởi chủ quan hay thành kiến. Do đó, nếu chỉ căn cứ theo lời cáo buộc của nguyên cáo mà không xét đến sự xác nhận của bị cáo, thì trong rất nhiều trường hợp người bị cáo sẽ bị xử trị oan uổng. Tất nhiên, không ai có thể đảm bảo rằng mình luôn luôn thấy đúng và nghe đúng. Thấy người cầm cọng cỏ mà tưởng là cầm con dao, đấy cũng là sự thường. Cho nên, nguyên tắc tự ngôn trị bắt buộc nguyên cáo phải thận trọng trong sự cáo giác của mình, nếu không nó sẽ thành sự vu khống.

Thế nhưng, với nguyên tắc tự ngôn trị, khi một Tỳ-kheo bị cáo rõ ràng đã có phạm tội, bằng chứng không thể chối cãi, mà vị này vẫn ngoan cố không chịu thú nhận, thì chẳng lẽ Tăng phải thúc thủ bất lực? Để đối phó trường hợp này, Tăng sẽ áp dụng quy tắc mích tội tướng, như sẽ trình bày dưới đây.

5. **Tội xứ sở:**

Nghĩa đen, theo thuật ngữ Hán dịch này, nó có nghĩa là thẩm tra bản chất tội phạm. Thuật ngữ này cũng được dịch khác, là tội xứ tướng, hay cầu tội tự tánh.

Như vấn đề đã nêu, sẽ có Tỳ-kheo dựa trên quy tắc tự ngôn trị để chối tội. Tức là, khi được Tăng xét hỏi, tìm cách trả lời quanh khiến không xác nhận đích thực có phạm hay không phạm. Do đó, mích tội tướng là bắt buộc Tỳ-kheo ấy phải xác nhận dứt khoát trước những câu hỏi và những bằng chứng mà Tăng đưa ra. Chừng nào Tăng nhận thấy không thể khiến Tỳ-kheo bị cáo tự xác nhận tội phạm của mình, bấy giờ Tăng tuyên bố tác pháp yết-ma áp dụng quy tắc tội xứ sở. Với quy tắc này, mặc dù Tỳ-kheo bị cáo không nhất định là phạm ba-la-di hay tăng-già-bà-thi-sa, một số hành pháp nặng gần bằng tội tăng-già-bà-thi-sa được áp dụng cho Tỳ-kheo ấy. Tức là, Tỳ-kheo bị Tăng tác pháp tội xứ sở tỳ-ni không được phép thực hiện một số việc mà các Tỳ-kheo khác thường làm. Như không được truyền giới Cụ túc, không được nhận là y chỉ sư cho người khác, không được độ người xuất gia, không được truyền giới Sa di, không được giáo thọ Tỳ-kheo ni, và nếu Tăng có cử cũng không được phép đi; không được cử tội Tỳ-kheo khác, không được phủ quyết yết-ma của Tăng, không được thọ sám cho Tỳ-kheo khác, không được phép cản Tăng thuyết giới. Nói tóm lại, chỉ khác với Tỳ-kheo phạm tăng-già-bà-thi-sa là mỗi nửa tháng Tăng thuyết giới khỏi phải ra trình diện, còn lại thì đại bộ phận quyền lợi Tỳ-kheo tạm thời bị ngưng, cho đến khi nào có thái độ khuất phục, Tăng sẽ giải yết-ma, bấy giờ mới trở lại sinh hoạt bình thường. Đây là một hình thức mặc tấn nhẹ, vì vẫn sống chung với các Tỳ-kheo khác, và vẫn dự nghe thuyết giới như các Tỳ-kheo khác.

Trên đây là trường hợp Tỳ-kheo tìm cách nói quanh để chối tội, chứ không có thái độ chống đối thẩm quyền xử lý của Tăng. Nếu Tỳ-kheo phạm tội, lại ngoan cố, khi Tăng gọi đến để xử thì không chịu đến. Hành vi ngoan cố, chống đối Tăng, ngạo mạn đối với Tăng, ấy là trường hợp nghiêm trọng hơn sự việc nói quanh trước Tăng để chối tội. Đối với Tỳ-kheo ấy, Tăng không áp dụng các nguyên tắc diệt tránh nữa, mà áp dụng các biện pháp trừng phạt. Biện pháp này là yết-ma xả trí, như trường hợp Tỳ-kheo có ác kiến không chịu từ bỏ được nói trong điều 68 ba dật đề.[44] Với Tỳ-kheo bị Tăng xả trí, Tỳ-kheo nào ngủ chung, ăn chung, thuyết giới chung, yết-ma chung, phạm ba-dật-đề điều 69.

Thủ tục tác pháp mích tội tướng hay tội xứ sở diễn ra như sau, điển hình trường hợp Tỳ-kheo Tượng Lực. Tỳ-kheo yết-ma sư bạch Tăng:

"Đại đức Tăng, xin lắng nghe. Tỳ-kheo Tượng Lực ưa luận nghị, thường luận nghị với các ngoại đạo. Khi bị dồn vào thế bí, lời nói trước sau tự tương mâu thuẫn. Rồi khi được hỏi giữa Tăng, lời nói trước sau cũng tự tương mâu thuẫn, cố ý nói dối giữa Tăng. Tăng nay áp dụng điều luật mích tội tướng cho Tỳ-kheo Tượng Lực, với khuyến cáo rằng: "Này Tượng Lực, thật là không ích lợi, không tốt đẹp cho ngươi, khi ngươi bị người hỏi vặn thì nói trước sau tự tương mâu thuẫn. Rồi đến giữa Tăng khi được hỏi

---

[44] Yết-ma xả trí, Pāli: *ukkhepanīyakamma*. Tỳ-kheo bị yết-ma xả trí, bị xử phạt theo pháp phạm-đàn (*brahmadaṇḍa*) tức mặc tẩn. Có năm pháp yết-ma xử trị theo pháp phạm-đàn: yết-ma ha trách (*tajjanīyakamma*), tẩn xuất (*pabbājanīyakamma*), y chỉ (*nissayakamma*), hạ ý (*paṭisārayakamma*) và xả trí. Tỳ-kheo bị thi hành các yết-ma này, bị tước quyền, với 35 sự không được phép làm trong Tăng. *Tứ phần*, tr. 899c.

ngươi cũng nói như vậy, cố ý vọng ngữ giữa Tăng. Đây là lời tác bạch."

"Đại đức Tăng xin lắng nghe. Tỳ-kheo Tượng Lực này ưa nghị luận, thường nghị luận với các ngoại đạo. Khi bị dồn vào thế bí thì lời nói trước sau tự tương mâu thuẫn. Rồi khi được hỏi giữa Tăng, lời nói trước sau cũng tự tương mâu thuẫn, cố ý nói dối giữa Tăng. Tăng nay áp dụng điều luật mích tội tướng cho Tỳ-kheo Tượng Lực, với khuyến cáo rằng: "...như văn bạch trên..." Các Trưởng lão nào chấp thuận Tăng nay áp dụng điều luật mích tội tướng cho Tỳ-kheo Tượng Lực thì im lặng. Ai không chấp thuận hãy nói. Đây là yết-ma lần thứ nhất."

(Lần thứ hai, thứ ba, cũng vậy.)

"Tăng đã chấp thuận áp dụng điều luật mích tội tướng cho Tỳ-kheo Tượng Lực. Vì im lặng. Tôi ghi nhận như vậy."

6. Đa nhân ngữ:

Thuật ngữ Hán dịch cũng nói là đa nhân mích tội. Theo nghĩa đen của Hán mà hiểu, thì quy tắc diệt tránh này căn cứ vào ý kiến của đa số. Quy tắc này được thực hiện bằng cách bỏ phiếu. Do điểm này, nó được định nghĩa một cách rất tổng quát, căn cứ theo thủ tục hành sự, là sự hòa giải bằng cách y trên đa số phiếu. Tuy nhiên, định nghĩa này quá rộng rãi, không bao hàm các diễn tiến trong thủ tục thực hiện quy tắc này. Do đó, còn có một định nghĩa khác (*Thập tụng*, 146b): sở dĩ được gọi như vậy, vì trong phương thức diệt tránh này lần lượt diễn ra trong nhiều địa điểm, giữa nhiều nhóm Tăng, và cuối cùng là căn cứ đa số phiếu. Với định nghĩa này, quy tắc đa nhân ngữ chỉ được áp dụng chừng nào các nỗ lực giải quyết bằng cá nhân, rồi đến Tăng, tại trú xứ bất thành; sau đó, chuyển sang trú xứ gần để nhờ giải quyết cũng bất thành; và cuối cùng, đến trú xứ thứ ba; các nỗ lực có tính cách cá thể cũng bất thành, bấy giờ mới áp dụng thủ tục đầu phiếu.

Đầu phiếu, thuật ngữ Hán gọi là hành xá-la (*salākagāha*), được dịch là hành trù, tức thực hiện sự phát thẻ và đếm thẻ. Thẻ được làm bằng hai loại, căn bản là thẻ màu trắng chỉ phiếu thuận, và màu đen chỉ phiếu chống. Nhưng cũng có thể làm một loại dài và một loại ngắn thay cho màu cũng được.

Về thể thức đầu phiếu, có ba: Thứ nhất, hiển lộ, tức bỏ phiếu công khai, trong trường hợp người chủ trì việc hành xá-la biết chắc ý kiến như pháp sẽ nhiều hơn. Thứ hai, phú tàng, tức bỏ phiếu kín. Trong thể thức này, chỗ ngồi của các Tỳ-kheo tham dự phải được phân cách sao cho người này không biết người kia đã rút thẻ nào, trắng hay đen. Đây là thể thức được áp dụng khi mà người chủ trì việc hành xá-la không nắm chắc ý kiến như pháp và phi pháp, phía nào sẽ nhiều hơn. Nếu sau khi đếm thẻ, thẻ như pháp nhiều, kết quả được công bố ngay. Trái lại, khi người chủ trì nhận thấy số phi pháp nhiều hơn, có thể tuyên bố cuộc đầu phiếu bất thành, vì có những thẻ bất hợp lệ, và như vậy cuộc đầu phiếu phải hoãn lại, sẽ tái diễn vào một thời điểm nào đó, tùy theo sự ước lượng thời gian mà người chủ trì thấy đủ để vận động và thuyết phục cho ý kiến như pháp sẽ là đa số. Tùy theo đó mà quyết định thời điểm đầu phiếu cho lần kế. Thể thức thứ ba, nhĩ ngữ, tức rỉ tai. Thể thức này được áp dụng khi người chủ trì nhận thấy trong Tăng các hàng Thượng tọa hay bổn sư của các đương sự có quan điểm phi pháp, nhưng không biết chắc các Tỳ-kheo khác có ý kiến như pháp nhiều hay ít hơn số phi pháp. Do vậy, cần rỉ tai. Nghĩa là, khi phát thẻ cho một Tỳ-kheo, người chủ trì sẽ rỉ tai với người nhận thẻ rằng các Thượng tọa, Hòa thượng hay A-xà-lê của vị này đã rút thẻ trắng.

Nói một cách tổng quát, kết quả đầu phiếu hoàn toàn do người chủ trì hành xá-la điều động theo [quan] điểm riêng của mình. Do đó, chức năng và vai trò của vị này rất quan trọng. Người chủ trì như vậy phải hội đủ năm đức tính, đó là: không thiên vị ai, không thù ghét ai, không sợ hãi ai, không si mê và biết rõ thể thức, tức là biết rõ thẻ nào được coi hợp lệ và thẻ nào là bất hợp lệ. Tuy nhiên, trên tất cả, vị ấy phải là người có uy tín về mọi mặt, về giới đức cũng như trí tuệ, có đủ khả năng quyết đoán vấn đề thế nào là như pháp, thế nào là phi pháp.

Có 10 trường hợp hành xá-la phi pháp hay rút thẻ được coi là bất hợp lệ.

1. Không biết rút thẻ. Chỉ người không biết rõ nội dung tranh chấp; không biết vấn đề như pháp hay phi pháp, đúng hay không đúng theo lời Phật dạy.

2. Không đứng về phía những người tốt. Người tốt ở đây chỉ Tỳ-kheo đa văn quảng bác, thông hiểu pháp, thông hiểu luật, biết vấn đề nào như pháp, vấn đề nào phi pháp, điều gì Phật thuyết, điều gì không phải.

3. Dụng ý muốn cho Tỳ-kheo phi pháp chiếm đa số. Nghĩa là, biết rằng trong vấn đề tranh chấp này, Tỳ-kheo như pháp đa số, do đó, rút thẻ để cho Tỳ-kheo phi pháp đa số.

4. Biết Tỳ-kheo phi pháp nhiều. Biết rõ trong vấn đề này, phe phi pháp đa số, nay mình rút thẻ để yểm trợ.

5. Dụng ý muốn Tăng bị vỡ. Biết Tỳ-kheo như pháp nhiều, nay mình rút thẻ theo phía phi pháp để cho Tăng vì thế chia rẽ.

6. Biết Tăng sẽ bị vỡ. Biết Tỳ-kheo phi pháp chiếm đa số, rút thẻ theo phe phi pháp, để khi tuyên bố kết quả, Tăng sẽ bị chia hai.

7. Phi pháp. Đây chỉ Tăng yết-ma phi pháp, như thay vì bạch nhị, Tăng sai lại bạch tứ; hay trong văn bạch nói lộn nội dung; hoặc yết-ma bị cản, v.v...

8. Biệt chúng. Các Tỳ-kheo trong cùng trú xứ đại giới không tập họp đầy đủ; người không đến dự không gởi dục như pháp.

9. Tiểu sự. Vấn đề không nghiêm trọng, như đối với những tội phạm nhỏ nhặt. Cho đến, nếu vấn đề có thể được giải quyết bởi một Tỳ-kheo thông bác, đạo đức, cũng không phải là trường hợp cần phải hành xá-la. Chỉ

khi nào, vấn đề mà các hàng Thượng tọa thông bác, đạo đức đành thúc thủ mới cần thiết đầu phiếu.

10. *Bất như sở kiến.* Tức bất đồng quan điểm, bất đồng xu hướng. Đây chỉ người rút thẻ được coi là có những quan điểm, tư tưởng không phù hợp chánh pháp.

Đấy là các trường hợp phi pháp mà người chủ trì hành xá-la cần phải biết. Khi chọn được Tỳ-kheo hội đủ chuẩn, Tăng tác bạch nhị yết-ma để sai [hành xá-la]. Tỳ-kheo yết-ma sư tác bạch:

"Đại đức Tăng, xin lắng nghe. Nếu thời gian thích hợp đối với Tăng, Tăng nay sai Tỳ-kheo... hành xá-la. Đây là lời tác bạch.

"Đại đức Tăng, xin lắng nghe. Tăng nay sai Tỳ-kheo... hành xá-la. Các Trưởng lão nào chấp thuận Tăng sai Tỳ-kheo... hành xá-la thì im lặng. Ai không chấp thuận thì hãy nói.

"Tăng đã chấp thuận sai Tỳ-kheo... hành xá-la. Vì im lặng. Tôi ghi nhận như vậy."

Tỳ-kheo được Tăng sai tự thân bưng thẻ đến trước từng Tỳ-kheo một, và phải nói rõ: thẻ trắng chỉ cho quan điểm nào, thẻ đen chỉ cho quan điểm nào, trong vấn đề tranh chấp. Người nhận tự chọn thẻ theo sự lựa chọn phù hợp với kiến giải của mình. Phát hết thẻ xong, Tỳ-kheo hành xá-la trở lại thâu các thẻ đã phát, đem đến một chỗ khác, tự mình đếm. Nếu kết quả tốt đẹp, nghĩa là Tỳ-kheo như pháp đa số, Tỳ-kheo hành xá-la ra trước Tăng tuyên bố kết quả: Trong đây thẻ trắng đa số. Tránh sự này như vậy đã được giải quyết. Nếu trái lại, số phi pháp đông hơn, ngược với dự kiến của mình, và lại, nếu đây là đầu phiếu công khai thì kết quả đã được tất cả chứng kiến, không thể chối bỏ; trong trường hợp này, khi đếm thẻ xong, Tỳ-kheo hành xá-la đến trước Tăng đánh lễ, rồi im lặng lui ra. Sau đó, nhờ một Tỳ-kheo đáng tin cậy đến trú xứ Tỳ-kheo khác trình bày rằng: *"Tại trú xứ kia, Tỳ-kheo phi pháp chiếm đa số. Lành thay, Trưởng lão hãy đến đó, khiến cho các Tỳ-kheo như pháp trở thành đa số. Như vậy tránh sự sẽ được giải quyết, và công đức của Trưởng lão thật to lớn".* Tỳ-kheo được yêu cầu này tự thân đến trú xứ đang tranh chấp để giải quyết, không được phép từ chối.

Trên đây là nói trường hợp bắt thăm công khai, nhưng kết quả trái với dự kiến của người chủ trì, do đó, người này bất lực, nên phải tự động rút lui một cách im lặng, không tuyên bố gì cả để Tăng tại trú xứ ấy không do kết quả đầu phiếu mà bị vỡ. Nếu người chủ trì có dự kiến chánh xác, thì kết quả tốt đẹp như ý. Hai trường hợp bắt thăm kín và rỉ tai, như đã nói, cũng là thể thức được áp dụng theo dự kiến của người chủ trì. Cả thảy đều kín cả, chỉ khác nhau là có hay không có sự rỉ tai. Vì thực hiện kín, nên kết quả chỉ một mình Tỳ-kheo chủ trì biết. Do đó, có thể tự ý viện dẫn lý do có thẻ bất hợp lệ để bác bỏ kết quả. Vì kết quả không được tuyên bố, quan điểm thị phi như vậy chưa được giải quyết theo đa số, nên người tác chủ hành xá-la có thể thực hiện nhiệm vụ lần nữa. Nếu kết quả đã được tuyên bố trước Tăng, với đa số thắng thuộc phe phi pháp, phi luật, phi giáo huấn của Phật, như vậy có nghĩa là Tăng ở đây chấp thuận quan điểm ấy, và điều này là nền tảng đưa đến sự chia rẽ Tăng, không hẳn chỉ giới hạn trong phạm vi một trú xứ ấy mà còn có ảnh hưởng lên đại đa số Tăng ở trú xứ khác nữa.

7. Như thảo phú địa:

Nghĩa đen của thuật ngữ này chỉ sự rải cỏ che lấp đất, bất kể là bùn sình hay cát sỏi, bất kể là đen hay trắng. Nó cũng được dịch là như thảo bố địa, hay như thảo yểm địa. Ý nghĩa giống nhau.

Căn bản của quy tắc này là sự sám hối tập thể, hay phổ đồng sám hối. Nhưng trong khi áp dụng vào các tránh sự, quy tắc này bao gồm hai phương diện. Phương diện thứ nhất, với ý nghĩa là sám hối. Phương diện thứ hai, với ý nghĩa là hòa giải.

Nói là sám hối tập thể vì phạm tội tập thể. Tức toàn thể Tăng trong trú xứ ấy phạm tội hết, không còn sót lại một Tỳ-kheo thanh tịnh nào để làm tác chủ thọ sám. Trong cách sám hối tập thể này, chỉ nêu tổng chung rằng: "Chúng ta đều phạm nhiều tội", chứ không nêu rõ tội danh của từng thiên và từng người, giống như sự rải cỏ che lấp bất cứ bùn sình cát sỏi mà không phân biệt thứ nào cả, nhất loạt khỏa lấp hết. Tuy nhiên, các tội phạm được tổng chung trong phép sám hối này cũng chỉ bao gồm các tội từ thiên ba-dật-đề trở xuống. Các Tỳ-kheo nào phạm tăng tàn, thâu-lan-giá, phải tác pháp riêng, theo luật định về thể thức sám hối của các tội này. Nếu phạm ba-la-di, bị diệt tẫn chứ không cho sám hối.

Về phương diện thứ hai, khi toàn thể Tăng trong một trú xứ chia thành hai phe kình chống nhau, nếu không còn biện pháp giải quyết nào thỏa mãn, thì biện pháp cuối cùng là tất cả đồng ý dẹp bỏ vấn đề, khỏa lấp hết, không phân biệt trắng đen giải quyết, cũng không truy cứu nguồn gốc phát khởi tránh sự nữa. Đây là ý nghĩa hòa giải.

Tuy có hai phương diện với hai ý nghĩa của vấn đề, nhưng căn bản vẫn là sự sám hối tập thể. Tùy theo trường hợp, hoặc sám hối vì tập thể đồng phạm tội, hoặc sám hối để chấm dứt tranh chấp, thể thức tác pháp có một số chi tiết hơi khác nhau. Dưới đây nêu điển hình trường hợp sám hối để chấm dứt tranh chấp.

Cố nhiên, tại một trú xứ tranh chấp như vậy, trong đó cũng có người nhận định đúng, chứ không phải tất cả đều sai. Nhưng người có nhận định đúng, có trí tuệ cũng đành bất lực. Tuy bất lực trong khả năng giải quyết thị phi, nhưng nỗ lực tái lập sinh mệnh của Tăng là sứ mệnh cao cả. Do đó, những vị này khi ý thức được tính cách nghiêm trọng của vấn đề, sẽ đứng ra đề nghị một biện pháp hòa giải cuối cùng. Vị này sẽ trình bày trước Tăng rằng:

> *"Thưa các Trưởng lão. Chúng ta tranh chấp vấn đề này đã quá nhiều và quá lâu rồi. Vì sự tranh chấp ấy, khiến chúng ta có những hành vi không phù hợp sa-môn pháp, nói năng không chừng mực, vào ra đi đứng không thuận oai nghi.*

"Nếu chúng ta truy cứu vấn đề này, tội lỗi sẽ càng thêm sâu dày. Sự tranh chấp không được diệt trừ như pháp, như tỳ-ni, như giáo huấn của Phật, khiến các Tỳ-kheo không thể sống trong an lạc. Nếu các Trưởng lão chấp thuận, tôi nay sẽ vì các Trưởng lão tác pháp như thảo phú địa để sám hối tội này."

Đấy là lời tác bạch đề nghị của Tỳ-kheo thủ lãnh của một trong hai phe nhóm đang tranh chấp. Đối lại, trong phe kia, một Tỳ-kheo thủ lãnh hoặc được đề cử đại diện đứng ra tác bạch đề nghị phổ đồng sám hối. Nội dung tác bạch cũng như văn dẫn trên. Sau khi cả hai phía đều đồng ý tác pháp sám hối như thảo phú địa, cả hai đồng cử một Tỳ-kheo làm yết-ma sư. Vị này tác pháp yết-ma đơn bạch:

"Đại đức Tăng, xin lắng nghe. Nếu thời gian thích hợp đối với Tăng, Tăng nay đối với sự tranh chấp này tác pháp sám hối như thảo phú địa. Đây là lời tác bạch."

Tiếp theo đó, vị thủ lãnh hay Thượng tọa trong một phe đại diện cho các Tỳ-kheo phe nhóm mình bước ra đảnh lễ Tăng, tác pháp sám hối với lời tác bạch như sau:

"Tôi nay do bởi sự tranh chấp mà phạm các tội, trừ các trọng tội và yết-ma ngăn không đến nhà bạch y. Nếu các Trưởng lão chấp thuận, tôi nay vì các Trưởng lão và vì bản thân sám hối theo pháp như thảo phú địa."

Đại diện của phe còn lại cũng làm và nói như thế.

Tác pháp sám hối trên đây là theo *Tứ phần* (922c). Văn bạch các bộ khác đương nhiên cũng khác, nhưng đấy cũng là do kỹ thuật hành văn. Điều đáng nói là tất cả các bộ đều nêu điển hình sám hối tập thể vì tranh chấp mà gây tội, chứ không nêu điển hình sám hối vì tập thể phạm tội do các nguyên nhân khác. Nhưng, bản chất của như thảo phú địa là sám hối, và thể thức là tập thể phổ đồng sám hối, cho nên, trong thực tế nó cũng còn được áp dụng cho các trường hợp tập thể phạm tội vì những nguyên nhân khác ngoài nguyên nhân tranh chấp. Dù vậy, duyên khởi của nguyên tắc này là do nguyên nhân tranh chấp, nên các bộ chỉ nêu điển hình ấy mà thôi. Các trường hợp áp dụng khác phỏng theo đó mà thực hiện.

Nói tóm lại, sau khi đã tác pháp phổ đồng sám hối, ngoại trừ các tội và yết-ma đã nói, còn lại các vi phạm khác trong thời gian tranh chấp từ nay trở đi không Tỳ-kheo nào được phép nhắc nhở đến nữa, để khơi lại đấu tranh. Ai cố ý khơi lại, phạm ba-dật-đề, Tăng sẽ như pháp xử trị.[45]

III. BẢY DIỆT TRÁNH VÀ BỐN TRÁNH SỰ CÁC TRƯỜNG HỢP ÁP DỤNG

Trên đã giải thích chi tiết nội dung của bảy pháp diệt tránh, sau đây sẽ đề cập các trường hợp áp dụng.

---

[45] *Tứ phần*, ba-dật-đề 66; Pāli, *pācit.* 63.

Trước hết, cần phải hiểu rõ bản chất của sự tranh chấp. Nói một cách đại cương, mặc dù các tránh sự khởi lên cho các Tỳ-kheo là vô số, nhưng có thể tóm thâu vào hai vấn đề lớn. Đó là phá giới và phá kiến. Phá giới là những vấn đề liên hệ việc trì luật. Tranh luận có thể xảy ra, khi các Tỳ-kheo giải thích một điều luật trong giới bổn để căn cứ theo đó mà xác định một Tỳ-kheo có phạm giới hay không. Hoặc giả, cũng có khi tranh luận về bằng chứng buộc tội là xác thực hay không xác thực. Sự việc được dẫn khởi có thể chỉ thuộc phạm vi cá nhân, nhưng cá nhân ấy bất phục nên phải đưa ra tập thể Tăng. Cũng có nhiều trường hợp, chỉ từ một cá nhân ấy mà cả tập thể bị lôi cuốn vào, cuối cùng chia thành hai phe nhóm đối lập. Ngoài ra, phá giới còn có thể hiểu là một điều luật mới được đề nghị thêm vào giới bổn Tỳ-kheo, hay một điều luật trong giới bổn cần được bỏ đi, cho phù hợp với sinh hoạt thực tế. Đấy cũng là nguyên nhân tranh luận và tranh chấp.

Thứ đến là phá kiến. Tức có chủ trương, quan điểm trái ngược với truyền thống giáo lý xưa nay. Để bảo vệ chánh kiến, các Tỳ-kheo cần tranh luận để làm sáng tỏ ý nghĩa. Đấy cũng là nguyên nhân đấu tranh.

Tuy nhiên, hai vấn đề vừa nêu vì bao quát một phạm vi quá rộng rãi khiến cho sự áp dụng bảy diệt tránh nhiều khi không được chính xác. Do đó, chính đức Thích Tôn đã phân loại một cách có hệ thống cho các đề tài tranh chấp. Phân loại này có bốn. Gọi là bốn tránh sự. Sự tức là tránh, như đã nói trong mục ý nghĩa. Nhưng cũng theo nghĩa của chữ Hán, tránh là đấu tranh, là tranh chấp nhau bằng lời.

Sự là tức sự việc rắc rối, như ta thường nói: đa sự, sinh sự, gây sự... Bốn tránh sự, theo dịch ngữ của *Tứ phần*, gồm ngôn tránh, mích tránh, phạm tránh và sự tránh.

1. Ngôn tránh (*vivādādhikaraṇa*):

Tránh sự thuộc về lời nói. Đây là hiểu theo nghĩa đen qua dịch ngữ của *Tứ phần* và *Ngũ phần*. Nhưng chính xác phải hiểu, nó chỉ sự tranh chấp xảy ra do tranh luận, cãi cọ nhau về một vấn đề. Do nghĩa này, *Thập tụng* dịch nó là "đấu tránh sự". Trong *Luật nhiếp*, nó được gọi là "bình luận tránh sự".

Nói chung, bất cứ sự tranh chấp nào cũng bao gồm các tranh luận. Do đó, để nhận thức chính xác trường hợp bình luận đề cập ở đây, từ ngữ tránh sự cần được hiểu theo nghĩa rộng rãi. Đó là việc phiền phức, nhiễu loạn, xảy ra giữa các Tỳ-kheo, cần phải giải quyết. Như vậy, có trường hợp tranh luận vì bất đồng ý kiến nhưng không nhất thiết đưa đến hậu quả rắc rối tức tranh chấp. Thí dụ, sự cãi cọ giữa cha con, lời qua tiếng lại giữa anh em, không được coi là tránh sự theo nghĩa Luật tạng. Cho nên, như sự vu khống của một Tỳ-kheo đối với một Tỳ-kheo thanh tịnh khác, hoặc sự trả lời loanh quanh của một Tỳ-kheo phạm tội bị Tăng xét hỏi; đấy đích thực là tránh sự, nhưng không nhất thiết là một cuộc tranh chấp.

Vậy thì, tranh luận như thế nào mới được gọi là tránh sự? Luật các bộ nêu 18 đề tài, như được thống kê trong lời giải điều 10 của chương tăng-già-bà-thi-sa trong Giới bổn.⁴⁶ Các đề tài này liên hệ đến giới luật, giáo nghĩa của Phật. Khi thảo luận hay bình luận chúng, các quan điểm bất đồng, dị biệt có thể xảy ra giữa các Tỳ-kheo, và do đó, đưa đến tranh chấp, gây thành tránh sự.

Để dập tắt tránh sự này, có hai quy tắc tỳ-ni cần được áp dụng: hiện tiền tỳ-ni và đa nhân ngữ. Theo diễn tiến, trước hết cần giải quyết bằng hiện tiền tỳ-ni. Nếu sự giải quyết này cuối cùng bất thành, phải áp dụng đa nhân ngữ. Thể thức tiến hành các nguyên tắc này đã được giải thích,

---

⁴⁶ Mười tám phá Tăng sự: pháp, phi pháp, luật, phi luật, phạm, không phạm, hoặc nhẹ, hoặc nặng, có dư tàn, không dư tàn, thô ác, chẳng phải thô ác, thường sở hành, phi thường sở hành, chế, phi chế, thuyết, phi thuyết. *Cullavagga*, Vin. ii. 204: *aṭṭhārasabhedakaravatthūni: bhikkhū adhammaṃ dhammoti dīpenti, dhammaṃ adhammoti, avinayaṃ vinayoti, vinayaṃ avinayoti, abhāsitaṃ alapitaṃ tathāgatena bhāsitaṃ lapitaṃ tathāgatenāti, bhāsitaṃ lapitaṃ tathāgatena abhāsitaṃ alapitaṃ tathāgatenāti, anāciṇṇaṃ tathāgatena āciṇṇaṃ tathāgatenāti, āciṇṇaṃ tathāgatena anāciṇṇaṃ tathāgatenāti, apaññattaṃ tathāgatena paññattaṃ tathāgatenāti, paññattaṃ tathāgatena apaññattaṃ tathāgatenāti, anāpattiṃ āpattīti, āpattiṃ anāpattīti, lahukaṃ āpattiṃ garukā āpattīti, garukaṃ āpattiṃ lahukā āpattīti, sāvasesaṃ āpattiṃ anavasesā āpattīti, anavasesaṃ āpattiṃ sāvasesā āpattīti, duṭṭhullaṃ āpattiṃ aduṭṭhulā āpattīti, aduṭṭhullaṃ āpattiṃ duṭṭhullā āpattīti dīpenti.*

nhưng trong trường hợp áp dụng ở đây các bộ luật nêu nhiều thủ tục xem ra rắc rối hơn nhiều.

Khi tránh sự tranh luận khởi lên giữa các Tỳ-kheo, quy tắc áp dụng đầu tiên là hiện tiền tỳ-ni. Quy tắc này được tiến hành qua ba giai đoạn, sẽ được nói chi tiết dưới đây.

Giai đoạn thứ nhất.

Giai đoạn này được thực hiện trong phạm vi trú xứ mà tránh sự phát khởi. Trong đó, nó bao gồm hai cấp, cá thể và Tăng.

Đầu tiên là cấp cá thể.

Trong một cuộc tranh chấp, đương nhiên có hai phe, bất kể nhân số tham dự nhiều ít. Bấy giờ, trong Tăng có một Tỳ-kheo, có uy tín về phẩm chất trí tuệ cũng như tư cách đạo đức, không can sự vào phe nào cả. Vị ấy nên tự động đứng ra làm trung gian hòa giải. *Thập tụng* gọi Tỳ-kheo hòa giải này là thát-lại-tra.[47]

---

[47] *Thập tụng* 35, tr. 252b21: Thát-lại-tra 闥賴吒. Skt. *sthalastha*, Hirakawa; Pāli: *thalaṭṭha*. *Tát-bà-da Tì-ni-tì-bà-sa*, quyển 9, TN23n1440, tr. 563c28: "Thát-lại-tra-lị 闥賴吒利 (Skt. *sthalasthalī*, Hirakawa). Thát-lại, nghĩa là đất. Tra-lị, nghĩa là trụ (đứng vững). Trí thắng tự tại, không dao động trong Chánh pháp, như người đứng vững trên mặt đất không bị nghiêng ngửa." *Ma-đắc-lặc-già* 3, TN23 No 1441, tr. 579b18: "Thát-lại-tra là người không thiên bên này, bên kia; hai bên trong hai phe nhóm." *Phiên Phạn ngữ*, quyển 2, TN54n2130,

Trường hợp cụ thể, theo ghi chép của *Thập tụng*, xảy ra trong cộng đồng Tỳ-kheo tại Câu-xá-di (tức Kiêu-thưởng-di nói trên). Khi tranh chấp giữa các Tỳ-kheo ở đây phát sinh, Phật hỏi A-nan: "Trong đây có Tỳ-kheo nào là thát-lại-tra có thể làm người đoán sự chủ[48] chăng?" A-nan trả lời là có. Nhân đó, Phật cho tập họp tất cả Tỳ-kheo Tăng, quy định rằng: "Từ nay trở đi, cho phép Tỳ-kheo thát-lại-tra làm người đoán sự chủ."[49]

Thát-lại-tra làm người đoán sự phải là người hoàn toàn vô tư đối với cả hai phe, và để giữ thái độ vô tư này trong thời gian phân xử, vị ấy không được phép tiếp xúc riêng với bất cứ một ai trong hai phe; không được hẹn đi chung đường, v.v... Nếu đã có giao hẹn gì trước, nay phải hủy bỏ. Thái độ này được gọi là thân thiện và ngữ thiện. Căn cứ vào uy tín cá nhân, và với thái độ vô tư, vị này sẽ phán quyết theo quan điểm riêng của mình, rằng trong hai phe ai phải ai quấy.

---

tr. 996c19: "*Thát-lại-tra Tỳ-kheo*, nên đọc là đà-cát-tì-da-ca-lô 陀騰毘耶迦盧, dịch là *kiến* 見." Không rõ nguyên Phạn.

[48] *Tứ phần 47*: Bình đoán sự 評斷事. Skt. *vyāvahārika*. Pāli, *ubbāhika. Cullavagga*, Vin. ii. 96: *anujānāmi, bhikkhave, evarūpaṃ adhikaraṇaṃ ubbāhikāya vūpasametuṃ*. "Này các Tỳ-kheo, Ta quy định tránh sự như vậy được dập tắt bởi một đoán sự."

[49] *Thập tụng*, quyển 20, tr. 144a23.

Nếu Tỳ-kheo thát-lại-tra bất lực, vì sự phán quyết và lời giải thích không được một trong hai phe thỏa mãn; vị này có bổn phận đưa sự vụ ra trước Tăng để yêu cầu giải quyết. Nếu phán quyết của Tăng cũng không được một trong hai phe chấp nhận, sự vụ cần đưa sang trú xứ Tăng gần nhất để nhờ giải quyết. Đây là thủ tục đơn giản của *Tứ phần* và *Ngũ phần*. Trong *Thập tụng*, thủ tục được trình bày phức tạp hơn. Trong đó, khi Tỳ-kheo thát-lại-tra bất lực, sự vụ được chuyển lên Tăng. Nếu Tăng không thể trực tiếp thỏa mãn hai phe, thì nên lập một ủy ban đoán sự gồm hai Tỳ-kheo, gọi là ô-hồi-cưu-la.[50] Tỳ-kheo được chọn phải là vị chí công vô tư, có đủ phẩm chất trí tuệ và đạo đức. Sau khi được Tăng yết-ma sai, hai vị này họp riêng, nghiên cứu vấn đề của hai phe, rồi đưa ra kết luận phán quyết. Nếu sự phán quyết này cũng không được thỏa mãn, Tăng yết-ma sai hai Tỳ-kheo khác để lập ban đoán sự thứ hai. Ban đoán sự này cũng làm việc như ban đoán sự thứ nhất. Và ban ô-hồi-cưu-la thứ hai lần này cũng bất lực, sự vụ tranh chấp sẽ được chuyển sang một trú xứ Tăng ở gần đó.

[50] *Thập tụng*, ibid. ô-hồi-cưu-la 烏迴鳩羅. Skt. *vyūḍhaka*, Hirakawa. *Tát-bà-đa* Tì-bà-sa, quyển 9, ô-hồi, nghĩa là "hai". *Cưu-la*, nghĩa là bình đẳng. Tâm không hai, bình như cán cân." Theo giải thích này, nguyên Sanskrit có thể là *ubhayatula*, hay *ubhayakula*. Pāli: *ubbāhikā*, *ubbāhikāya*.

Tất cả diễn tiến trên đều áp dụng quy tắc hiện tiền tỳ-ni, ở vào giai đoạn một, chấm dứt với sự bất lực của Tăng tại trú xứ phát khởi tranh chấp.

Giai đoạn thứ hai.

Giai đoạn này cũng vẫn áp dụng quy tắc hiện tiền tỳ-ni, nhưng được thực hiện tại trú xứ gần đó. Tại đây, sự vụ trước hết vẫn được giải quyết bằng cấp cá thể, và người đứng ra giải quyết cũng giống như trong giai đoạn thứ nhất, tức vị mà *Thập tụng* gọi là Tỳ-kheo thát-lại-tra. Nếu cấp cá thể giải quyết không xong, cũng lại chuyển lên Tăng.

Ở đây, trong *Thập tụng*, diễn tiến cũng như trước, lặp lại tất cả thủ tục y như giai đoạn thứ nhất đã thực hiện tại trú xứ tranh chấp. Trong *Ngũ phần*, về căn bản, cũng như giai đoạn thứ nhất, nhưng ở đây có sự triển khai các điểm căn bản ấy.

Theo đây, sau khi được Tỳ-kheo từ trú xứ tranh chấp đến thỉnh cầu giải quyết sự vụ, Tăng sẽ hội họp để thảo luận. Trong khi thảo luận, Tăng cần bảo Tỳ-kheo ấy tránh đi chỗ khác, nếu vị này là cấp Hạ tọa. Nếu là cấp Thượng tọa, Tăng bảo ngồi ở đấy, rồi đi qua chỗ khác để nghị sự. Nếu thấy vấn đề có thể giải quyết được, sẽ trở lại báo cho biết rằng Tăng ở đây sẽ thụ lý sự vụ, và yêu cầu Tỳ-kheo kia trình bày chi tiết nội dung tranh chấp, cũng như các diễn tiến. Sau khi nghe trình bày, Tăng có thể đưa ra phán quyết.

Nhưng nếu trong Tăng có hai quan điểm khác nhau về vấn đề tranh chấp, Tăng sẽ khiến Tỳ-kheo đương sự ấy tùy ý chọn tám người, mỗi ý kiến bốn người. Đây gọi là ủy ban đoán sự tám người. Tiếp theo đó, Tăng yết-ma sai các Tỳ-kheo này làm người đoán sự. Yết-ma chia làm ba lần. Lần thứ nhất và lần thứ hai, mỗi lần sai ba vị; lần thứ ba, hai vị. Ban đoán sự sẽ họp riêng, nghiên cứu vấn đề để đưa ra kết luận. Trong khi nghiên cứu, nếu có Tỳ-kheo dù được Tăng sai nhưng tỏ ra không đủ kiến thức, về pháp, về luật; hoặc có Tỳ-kheo tinh thông pháp luật nhưng có thái độ quấy phá, hoặc xuyên tạc ý nghĩa, v.v..., các Tỳ-kheo này cần được loại khỏi ủy ban bằng đơn bạch yết-ma. Sau cùng, nếu kết luận mà ủy ban này đưa ra cũng không thỏa mãn các Tỳ-kheo tranh chấp, sự vụ lại được chuyển đến một trú xứ khác nữa.

Trình bày của *Tứ phần* về giai đoạn này, đại thể cũng giống như *Ngũ phần* vừa dẫn trên. Nhưng về ban đoán sự, *Tứ phần* không nói rõ bao nhiêu người, và do chính Tăng lựa chọn lấy trong số các Tỳ-kheo có trí tuệ. *Tứ phần* cũng nói rõ rằng các vị này hội họp riêng tại một chỗ để nghiên cứu vấn đề, vì thảo luận ngay giữa Tăng có thể do đây mà khởi lên tranh luận và tranh chấp ngay trong trú xứ của mình.

Những người được Tăng chọn phải hội đủ 10 đức tính: 1) Trì giới trọn vẹn, 2) Thông bác, 3) Thấu suốt hai bộ luật, 4) Hiểu tường tận ý nghĩa và cả sự áp dụng thực tế rộng rãi của chúng, 5) Ngôn từ thiện xảo, 6) Có khả năng dập tắt tránh sự ấy, 7) Không thiên vị, 8) Không hay giận hờn, 9) Không hay mù quáng, và 10) Không sợ hãi ai.[51] Một điểm khác với *Ngũ phần* khá quan trọng, là trong *Tứ phần*, ban đoán sự này không do bạch nhị yết-ma Tăng sai, mà là đơn bạch để thiết lập. Văn bạch *Tứ phần* nói:

"Đại đức Tăng, xin lắng nghe. Nếu thời gian thích hợp đối với Tăng, Tăng nay chấp thuận, Tăng tập họp riêng các Tỳ-kheo có trí tuệ để bình đoán tránh sự. Đây là lời tác bạch."

Và rồi, khi thảo luận, trong số các Tỳ-kheo được tập hợp riêng nếu có vị nào tỏ ra bất xứng, cần phải đơn bạch loại trừ. Văn bạch như sau:

"Đại đức Tăng, xin lắng nghe. Tỳ-kheo (nói rõ sự việc). Nếu thời gian thích hợp đối với Tăng, Tăng nay loại trừ Tỳ-kheo này ra khỏi đây. Đây là lời tác bạch."

Ủy ban đoán sự nếu không giải quyết xong, sự vụ được chuyển sang giai đoạn ba.

Giai đoạn thứ ba.

Đến đây là trú xứ thứ ba. Trú xứ này bất kể xa gần đối với trú xứ tranh chấp, nhưng điều quan trọng là tại đó có một số Tỳ-kheo rất nổi tiếng là uyên bác về luật, quán thông Tam tạng. Sự việc trước hết được trình bày với từ một đến ba Tỳ-kheo có uy danh ấy, để yêu cầu giải quyết. Sự giải quyết này nếu được thỏa mãn, gọi là tránh

---

[51] Cf. *Cullavagga*, Vin. ii. 96: *dasahaṅgehi samannāgato bhikkhu ubbāhikāya sammannitabbo.*

sự được dập tắt theo hiện tiền tỳ-ni. Nhưng nếu các vị ấy cũng không giải quyết được, bấy giờ mới áp dụng nguyên tắc đa nhân ngữ.

Mặc dù nói sự vụ được chuyển sang trú xứ thứ ba, nhưng ai có trách nhiệm chuyển, và khi được Tăng ở trú xứ thứ ba đảm nhận thì địa điểm giải quyết sẽ ở đâu? *Tứ phần* và *Ngũ phần* đều không nói rõ. Riêng về địa điểm, văn của *Ngũ phần* có nói hơi tối, nên khiến có thể hiểu là nó diễn ra ngay tại trú xứ thứ ba.

Tuy nhiên, *Thập tụng* nói rõ, nếu Tăng trú xứ gần giải quyết không xong, thì chính Tăng này làm yết-ma sai Tỳ-kheo làm vị truyền sự nhân chuyển sự vụ lên trú xứ thứ ba. Tại trú xứ này, Tăng sẽ cho một Tỳ-kheo có đủ uy tín và khả năng để quyết đoán vấn đề đứng ra thụ lý. Vì ở đây còn có vấn đề lai vãng, do đó, Tăng cũng phải xét hoàn cảnh thực tế, xem Tỳ-kheo này có đủ khả năng đi đến trú xứ tranh chấp hay không. Và Tăng cũng cần yêu cầu vị ấy ấn định thời hạn sẽ giải quyết xong sự vụ trong bao lâu, thời hạn này kể từ ngày yết-ma Tăng sai cho đến khi trở về trú xứ của mình, tính luôn cả thời gian lộ trình. Nhưng tối đa là chín tháng. Đấy là thời gian kể từ sau ngày tự tứ năm này cho đến trước ngày thọ an cư năm tới, nếu Tỳ-kheo ấy khởi hành ngay sau ngày tự tứ. Hoặc Tỳ-kheo này đang an cư và phải rời trú xứ an cư trước ngày tự tứ để giải quyết tránh sự, thì thời hạn tối đa cũng chỉ chín tháng, vì là thời gian chuẩn.

Thập tụng cũng nói thêm rằng, sở dĩ Tăng phải thỏa mãn các điều kiện tiên quyết này đối với Tỳ-kheo sẽ được đề cử, vì năm lý do, hay năm sự khó khăn trong sứ mạng: 1) Cường lực, sự ngoan cố của Tỳ-kheo tranh chấp; 2) Cường lực, thế lực của các Tỳ-kheo ấy; 3) Hung bạo, bản tính hung hăng của họ; 4) Vãng lai, vì lộ trình giữa hai trú xứ có thể xa cách nhau; và 5) Thận trọng, vì phải đề phòng nếu phán đoán không cân nhắc thực tế sẽ đưa đến chỗ làm cho Tăng tan vỡ. Như thế, khi chọn được người, và vị này chấp thuận, Tăng tác pháp yết-ma sai lập vị ấy làm người chủ trì hành xá-la, để đi đến trú xứ tranh chấp tổ chức đầu phiếu.

Như đã nói, quy tắc đa nhân ngữ được thực hiện bằng các thể thức hành xá-la. Nhưng quy tắc này không thể áp dụng đơn phương, mà phải đi kèm với hiện tiền tỳ-ni. Để áp dụng được hai quy tắc cùng lượt, do đó, việc hành xá-la phải được tổ chức ngay tại trú xứ tranh chấp, trong đó có cả hai phe tranh chấp đều tham dự hành xá-la. Các thể thức hành xá-la như đã trình bày chi tiết ở đoạn trước.

Nói tóm lại, đối với tránh sự tranh luận, quy tắc cơ bản phải được áp dụng là hiện tiền tỳ-ni. Chỉ khi nào không thể giải quyết bằng quy tắc này mới áp dụng song phương, vừa hiện tiền vừa đa nhân ngữ. Sự thận trọng này cần phải có, vì nếu áp dụng đến cả ba đa nhân ngữ mà bất thành, Tăng có thể bị đe dọa tan vỡ.

2. Mích tránh (*anuvādādhikaraṇa*):

Theo nghĩa đen Hán của thuật ngữ này, đây là tránh sự do tìm tòi. Chính xác hơn, nó là sự bới lông tìm vết; căn cứ những dữ kiện vụn vặt để quy thành chuyện lớn. Đó là thuật ngữ theo cách hiểu của *Tứ phần*. Trong *Ngũ phần*, nó được gọi là giáo giới tránh sự (Skt: *avavāda*). Thuật ngữ này không chính xác, nếu hiểu theo nghĩa hẹp của nó. *Căn bản* và *Luật nhiếp* gọi nó là phi ngôn tránh sự (Skt. *anuvāda*), theo nghĩa, đó là lời chỉ trích, cáo buộc. Cũng tương tợ ý nghĩa này, *Thập tụng* gọi nó là vô căn sự, tức tránh sự không căn cứ. Căn ở đây chỉ các bằng chứng buộc tội, tức do thấy, do nghe, và do nghi ngờ. Đây là dịch ý, lấy duyên khởi từ việc hai Tỳ-kheo Từ và Địa vu khống Trưởng lão Đạp-bà Ma-la Tử bằng tội ba-la-di không căn cứ.

Xét trong hai thuật ngữ của *Ngũ phần* và *Căn bản*, rõ ràng chúng cùng một gốc tiếng Phạn, nhưng do các dịch giả đọc khác nhau về một âm trong đó, nên có sự khác biệt ý nghĩa như thế.

Tổng hợp các ý nghĩa qua các dịch thuật ngữ khác nhau, ở đây có thể nói, tránh sự này do bởi một Tỳ-kheo cử tội một Tỳ-kheo khác, không nhất thiết là vu khống.[52] Cử tội

---

[52] Pāli, *anuvāda*: chỉ trích, phi nạn, buộc tội. Sớ giải *Saṅgītisutta* (D. iii. 254, DA. iii. 1041): *sīlavipattiyā vā ācāradiṭṭhi-ājīvavipattiyā vā anuvadantānaṃ anuvādo upavadanā ceva codanā ca, idaṃ anuvādādhikaraṇaṃ*

tức tố giác trước Tăng về hành vi của một Tỳ-kheo nào đó, với kết luận là phạm một trong các học xứ của giới bổn Tỳ-kheo. Sự cử tội có khi vì ác ý, từ một chi tiết vụn vặt được suy diễn thành trọng đại để xuyên tạc và vu khống, như trường hợp Từ, Địa đối với Trưởng lão Đạp-bà Ma-la Tử. Cũng có khi cử tội với thiện ý, nhưng vì nhận định sai dữ kiện. Đấy là nêu điển hình tổng quát về các trường hợp cử tội khác nhau về phía nguyên cáo. Về phía bị cáo, cũng có nhiều trường hợp khác nhau vì dữ kiện thực tế. Hoặc Tỳ-kheo bị cáo chứng tỏ là người thanh tịnh, hoàn toàn vô tội. Hoặc quả có phạm, trừ tội ba-la-di, nhưng đã sám hối như pháp. Hoặc có phạm, nhưng đấy chỉ là hành vi trong lúc điên cuồng tâm loạn. Cũng có trường hợp thực sự phạm, chưa sám hối, nhưng khi được Tăng xét hỏi lại chối quanh. Tránh sự như thế không nhất thiết là tranh chấp. Đấy có thể chỉ là sự phiền nhiễu đối với một Tỳ-kheo, khi tự thân vốn thanh tịnh nhưng thường xuyên bị cật vấn về điều mà mình đã chứng tỏ là thanh tịnh. Hoặc cũng có thể chỉ là sự phiền nhiễu đối với Tăng, khi xét hỏi một Tỳ-kheo bị cử tội mà vị này lại nói loanh quanh. Tuy vậy, trong một mức độ nào đó, tránh sự này có thể đưa đến tranh chấp, nếu Tỳ-kheo đương sự lôi cuốn về phía mình một số thân hữu đồng bạn. Cho đến mức độ ấy thì sẽ có sự tranh chấp xảy ra giữa hai phe, chỉ trích lẫn nhau, mạ lỵ nhau, và thậm chí có thể ẩu đả nhau nữa. Tuy nhiên, dù tranh chấp xảy ra đến mức độ trầm trọng, tránh

nāma. Sự buộc tội về các trường hợp phá giới, phá kiến, phá oai nghi, phá chánh mạng.

sự thuộc phạm vi này vẫn không được giải quyết bằng cách áp dụng các quy tắc như đa nhân ngữ, hay như thảo phú địa. Bởi vì, chỉ cần xác nhận Tỳ-kheo đương sự thanh tịnh hay không thanh tịnh, căn cứ theo các điều khoản ghi trong giới bổn, là có thể dập tắt. Nhưng nếu khi giải thích điều khoản ấy, tranh luận khởi lên, thì bấy giờ mích tránh trở thành ngôn tránh. Tuy vậy, theo tinh thần của Luật tạng, Luật gia của các bộ tin rằng những điều khoản của giới bổn có ý nghĩa rất minh xác, cụ thể, không ai có thể hiểu khác đi được, trừ phi những kẻ vô trí hay cố tình xuyên tạc. Nếu vậy, mích tránh khó có cơ hội trở thành ngôn tránh.

Mích tránh được dập tắt với bốn quy tắc: hiện tiền tỳ-ni, ức niệm tỳ-ni, bất si tỳ-ni và tội xứ sở tỳ-ni. Ý nghĩa của các quy tắc này đã được dẫn giải chi tiết ở trên.

Bốn quy tắc này không bao giờ được áp dụng cùng lúc. Thí dụ, nếu áp dụng ức niệm tỳ-ni, vì Tỳ-kheo đương sự hoàn toàn thanh tịnh, thì không thể áp dụng đồng thời bất si tỳ-ni và tội xứ sở. Lại cũng không thể áp dụng sai trường hợp; nghĩa là đối với Tỳ-kheo nói quanh thì nhất định phải áp dụng tội xứ sở, chứ không thể làm khác đi, áp dụng ức niệm hay bất si. Tuy nhiên, bất cứ trong trường hợp phải áp dụng quy tắc nào, thì hiện tiền tỳ-ni ở đây gồm ba yếu tố: pháp hiện tiền, tỳ-ni hiện tiền và nhân hiện tiền. Hoặc thêm hai yếu tố nữa: Tăng hiện tiền và giới hiện tiền, nếu cần tác pháp yết-ma.

Nói tóm lại, bốn quy tắc được áp dụng để dập tắt mích tránh áp dụng song đôi như nhau. Với Tỳ-kheo thanh tịnh nhưng bị cử tội, áp dụng hiện tiền và ức niệm. Với Tỳ-kheo gây tội do mất trí: hiện tiền và bất si. Với Tỳ-kheo có tội nhưng ngoan cố nói quanh, nói dối: hiện tiền và tội xứ sở.

3. Phạm tránh (*āpattādhikaraṇa*):

Tránh sự do phạm tội. Ở đây chỉ sự vi phạm các học xứ thuộc năm thiên trong giới bổn. Trong đó, trừ tội phạm ba-la-di không thể sám hối, còn lại tùy theo nặng nhẹ được Tăng xử trị. Tỳ-kheo nào bao che tội lỗi của vị khác, cũng là một vi phạm cần được xử trị. Như vậy, tránh sự này cũng không có nghĩa là sự tranh chấp. Đơn giản, đó là sự việc không tốt đẹp đã xảy ra, cần dập tắt, để duy trì sinh mạng thanh tịnh của Tăng.

Xét về phía bị can, có hai trường hợp phạm tội: cá nhân và tập thể. Một Tỳ-kheo phạm tội, tự mình phát lộ trước một hoặc hai hoặc ba Tỳ-kheo thanh tịnh để sám hối, hoặc cần được phát lộ trước Tăng để sám hối. Trường hợp như vậy thuộc phạm vi cá nhân. Hoặc giả, Tỳ-kheo ấy cố ý che giấu, nhưng Tỳ-kheo khác phát hiện, và vị này bèn cử tội. Căn cứ theo luật, người phạm tội được xử trị. Như vậy cũng trong phạm vi cá nhân. Phạm tránh thuộc cá nhân, được dập tắt theo quy tắc tự ngôn trị kết hợp với hiện tiền tỳ-ni.

Ngoài phạm tránh thuộc cá nhân, còn có phạm tránh thuộc tập thể. Nghĩa là tất cả Tăng đồng phạm cả. Theo quy tắc, một Tỳ-kheo phạm tội khi sám hối phải đối diện trước một hay nhiều Tỳ-kheo thanh tịnh. Nhưng nay, trong toàn thể Tăng, không có Tỳ-kheo nào thanh tịnh cả, tất nhiên không có ai làm người thọ sám. Có nhiều trường hợp khiến Tăng trở thành tập thể phạm tội. Trong đó, trường hợp đặc biệt là do tranh chấp. Trong thời gian tranh chấp, tuy chưa đi đến tình trạng tạo thành hai nhóm Tỳ-kheo yết-ma riêng, thuyết giới riêng trong cùng một trú xứ để cho bản thể của Tăng bị vỡ, nhưng rõ ràng là chia thành hai phe. Nói theo tâm lý chung, khi tranh chấp, không ai nhận mình có lỗi. Như vậy, khi các Tỳ-kheo tranh chấp nhau, dù có những hành vi và cử chỉ phạm luật, cố nhiên không ai chịu nhận mình có tội để mà sám hối. Mặt khác, nói theo ý nghĩa trì luật, khi Tăng chia thành hai nhóm tranh chấp, nếu nhóm này tác pháp yết-ma, nhóm kia sẽ từ chối, và như vậy yết-ma bất thành vì biệt chúng. Tăng không tác pháp yết-ma được, sẽ không có việc thuyết giới theo định kỳ nửa tháng, sẽ không có an cư, v.v..., nghĩa là, các phận sự thường hành của Tỳ-kheo mà luật quy định không được chấp hành đầy đủ. Trong đây, đại bộ phận là các tội thuộc thiên ba-dật-đề và đột-kiết-la. Mặt khác, nếu Tăng không tác pháp yết-ma được, các Tỳ-kheo phạm tội sẽ không được xử trị. Như thế, lần lượt toàn thể Tăng trở thành một tập thể phạm tội.

Ngoài trường hợp phạm tội tập thể đặc biệt do tranh chấp, dĩ nhiên còn có những trường hợp khác. Thí dụ, một Tỳ-kheo phạm tội không phát lộ. Tỳ-kheo khác biết, cố ý bao che. Lần lượt hết vị này đến vị khác phạm tội. Cho đến các vị trì luật khá vững, cuối cùng cũng phạm tội, và vị này dù muốn sám hối cũng không thể tìm đâu ra trong trú xứ mình một Tỳ-kheo thanh tịnh để tác chủ thọ sám, và nhất là không đủ túc số Tăng để tác pháp sám hối.

Trong tất cả trường hợp phạm tội tập thể điển hình vừa nêu, nếu cần sám hối để phục hồi sinh mạng thanh tịnh của Tăng, có thể một Tỳ-kheo được đề cử đi đến trú xứ gần đấy để sám hối. Sau khi sám hối như pháp, vị này trở lại là Tỳ-kheo thanh tịnh, có thể tác chủ thọ sám cho các Tỳ-kheo khác. Để túc số cho sám pháp, trước hết tác pháp đối thuyết cho các Tỳ-kheo phạm tội đột-kiết-la. Với túc số tối thiểu, lần lượt sám các tội khác, cho đến tội tăng tàn. Đây cũng là trường hợp dập tắt phạm tránh bằng tự ngôn trị kết hợp với hiện tiền tỳ-ni.

Thảng hoặc, không có trú xứ nào gần đó có Tỳ-kheo thanh tịnh để cử người đến tác pháp sám hối, bấy giờ tập thể phạm tội sẽ áp dụng quy tắc như thảo phú địa kết hợp với hiện tiền tỳ-ni và tự ngôn trị. Với phạm tránh tập thể: hiện tiền tỳ-ni và như thảo phú địa.

4. Sự tránh (*kiccādhikaraṇa*):

Sự ở đây chỉ các nghĩa vụ thường nhật của Tăng, như yết-ma thuyết giới, truyền giới, tự tứ, v.v... Do nghĩa này, *Thập tụng* gọi nó là thường sở hành.

Các Tăng sự bao gồm nhiều lãnh vực, hoặc liên hệ cá nhân như truyền giới, sám hối; hoặc liên hệ tập thể, như thuyết giới, tự tứ. Nghĩa vụ hay phận sự nào được Tăng thực hiện không như pháp, đều trở thành tránh sự. Tuy nhiên, Tăng không phải là một tập thể trừu tượng, mà bao gồm nhiều cá thể Tỳ-kheo. Do đó, tránh sự tranh chấp về các phận sự này có thể thuộc phạm vi tập thể, cũng có thể thuộc phạm vi cá thể. Thí dụ, khi toàn thể Tăng trong một trú xứ cùng tác pháp thuyết giới không đúng pháp, các Tỳ-kheo tham dự biết là sai nhưng không chịu ngăn, nên thảy đều phạm tội đột-kiết-la. Tăng trong trú xứ này bấy giờ trở thành tập thể phạm tội, và tránh sự này phải được dập tắt bằng hiện tiền tỳ-ni và như thảo phú địa. Thí dụ khác, trong yết-ma truyền giới cụ túc, với túc số mười Tỳ-kheo. Yết-ma này không đúng pháp, các Tỳ-kheo này đều phạm tội ba-dật-đề hoặc đột-kiết-la. Đây chính là tránh sự do phạm tội, thuộc phạm vi tập thể, có thể dập tắt bằng hiện tiền tỳ-ni với tự ngôn trị, hoặc với tội xứ sở, v.v... Các trường hợp tránh sự khác theo đó mà suy diễn.

Nói tóm lại, tránh sự do phận sự thường hành của Tăng được dập tắt với cả bảy quy tắc, tùy trường hợp, hoặc áp dụng đơn, hoặc áp dụng song đôi.

PHẦN BA
TRÍCH VĂN

ॐ

TỨ PHẦN LUẬT
KIỀN-ĐỘ XVI: DIỆT TRÁNH

Chương XVI
DIỆT TRÁNH

Các Luật bộ đều dành một chương đặc biệt nói về pháp diệt tránh. Chính yếu tập trung trên bảy pháp diệt tránh, và các thể thức áp dụng khi các tránh sự xuất hiện trong Tăng. Khi một trong bốn tránh sự khởi lên, có bao nhiêu quy tắc cần áp dụng để dập tắt.

Luật *Ngũ phần*,⁵³ pháp diệt tránh được nói trong chương 1 phần IV. Nguyên nhân được nói là do các Tỳ-kheo tại Xá-vệ thường xuyên gây lên tránh sự. Bấy giờ Ưu-ba-li thỉnh vấn về các biện pháp dập tắt. Phật quy định bảy pháp diệt tránh và chỉ thị các thể thức áp dụng cho bốn tránh sự.

Luật *Tăng kỳ* không dành cho pháp diệt tránh một chương riêng biệt. Bảy pháp diệt tránh và các thể thức áp dụng được giải thích trong điều khoản ba-dật-đề 4.⁵⁴

Luật *Thập tụng*, bảy pháp diệt tránh và các thể thức áp dụng được nói trong Tụng 5, thiên Bát pháp, chương 8 Tránh sự pháp.⁵⁵

Phần trích văn sau đây dịch từ *Luật Tứ phần*, quyển 47, phần iii, kiền-độ xvi. Diệt tránh. Tương đương Pāli, *Cullavagga*, 4. Samathakkhandhakaṃ, Vin. ii 73ff.

I. BẢY DIỆT TRÁNH

1. Hiện tiền tỳ-ni

[913c19] Thế Tôn ở tại nước Xá-vệ. Bấy giờ Ca-lưu-đà-di cùng nhóm sáu Tỳ-kheo đến tắm trong sông A-di-la-bạt-

---

⁵³ Di-sa-tắc-hòa-hê Ngũ phần luật, quyển 23; phần V, chương i. Diệt tránh pháp. TN 22, No. 1421.
⁵⁴ Ma-ha Tăng-kỳ luật, quyển 12. TN 22, No. 1425.
⁵⁵ Thập tụng luật, quyển 35. TN 23, No. 1435.

đề.⁵⁶ *Ca-lưu-đà-di tắm xong, lên bờ khoác y của nhóm sáu Tỳ-kheo mà không xem, tưởng là của mình. Khoác xong rồi đi. Nhóm sáu Tỳ-kheo tắm xong lên bờ, không thấy y của mình, mà lại thấy y của Ca-lưu-đà-di, liền nói: "Ca-lưu-đà-di ăn trộm y của ta."*

*Khi ấy người không hiện tiền mà họ tác yết-ma diệt tẫn.*⁵⁷

Ca-lưu-đà-di nghe chuyện, có sự nghi, liền đến chỗ đức Thế Tôn, đảnh lễ dưới chân Phật, ngồi lui qua một bên, đem nhân duyên trên bạch lên đức Thế Tôn một cách đầy đủ. Đức Thế Tôn hỏi:

"Ngươi lấy y với tâm gì?"

Ca-lưu thưa:

"Con nghĩ là y của con nên lấy. Chứ không có ý nghĩ ăn trộm."

Đức Phật dạy:

"Như vậy thì không phạm tội. Nhưng không nên không xem y mà mặc. Cũng không nên khi người vắng mặt mà tác yết-ma như yết-ma ha **[914a]**⁵⁸ *trách, yết-ma tẫn, yết-ma y chỉ, yết-ma ngăn không cho đến nhà bạch y, yết-ma cử tội, yết-ma diệt tẫn. Nếu tác yết-ma, không thành lại mắc tội*

---

⁵⁶ A-di-la-bạt-đề 阿夷羅跋提. Pāli: *Aciravatī*, con sông ở Kosala, chảy qua trước cung điện của vua *Pasenadi*.
⁵⁷ Kết tội ba-la-di.
⁵⁸ Số trang dẫn theo Taisho.

đột-kiết-la. Từ nay về sau Ta vì các Tỳ-kheo kết hiện tiền tỳ-ni diệt tránh.⁵⁹ Nên nói hiện tiền tỳ-ni như vậy."

2. Ức niệm tỳ-ni

Đức Thế Tôn ở tại thành Vương-xá, bấy giờ Đạp-bà Ma-la Tử⁶⁰ không phạm trọng tội ba-la-di, tăng-già-bà-thi-sa, thâu-lan-giá mà các Tỳ-kheo đều nói là phạm trọng tội nên hỏi:

"Thầy có nhớ là phạm trọng tội ba-la-di, tăng-già-bà-thi-sa, thâu-lan-giá không?"

Vị ấy không nhớ phạm ba-la-di, tăng-già-bà-thi-sa, thâu-lan-giá nên trả lời:

"Tôi không nhớ phạm trọng tội như vậy."

Rồi Đạp-bà-ma-la Tử nói với các Tỳ-kheo rằng:

"Các Trưởng lão, đừng cật vấn tôi mãi."

Các Tỳ-kheo cứ cật vấn mãi không thôi. Vị ấy nghĩ: "Ta nên làm thế nào?"

Rồi bạch các Tỳ-kheo. Các Tỳ-kheo bạch Phật. Đức Phật dạy:

"Từ nay về sau cho phép tác pháp ức niệm tỳ-ni⁶¹ cho Đạp-bà-ma-la Tử bằng pháp bạch tứ yết-ma."

---

⁵⁹ Hiện tiền tỳ-ni diệt tránh 現前毘尼滅諍. Pāli: sammukhāvinayo, chiết phục bằng sự hiện diện. Cf. Cūḷavagga iv (Vin.ii. 73).

⁶⁰ Xem Phần i, Ch. ii. Tăng-già-bà-thi-sa 8 & 9.

⁶¹ Ức niệm tỳ-ni 憶念毘尼. Pāli: sativinayo, chiết phục bằng sự hồi ức. Cf. Cūḷavagga iv (Vin. ii. 74)

Pháp thức như sau: Đạp-bà-ma-la Tử nên đến giữa Tăng, để trống vai bên hữu, cởi bỏ dép, đầu gối bên hữu chấm đất, chắp tay bạch:

"*Đại đức Tăng, xin lắng nghe. Tôi, Tỳ-kheo Đạp-bà Ma-la Tử, không phạm trọng tội. Các Tỳ-kheo nói tôi phạm trọng tội ba-la-di, tăng-già-bà-thi-sa, thâu-lan-giá. Các Tỳ-kheo hỏi tôi, 'Thầy nhớ có phạm trọng tội ba-la-di, tăng-già-bà-thi-sa, thâu-lan-giá không?' Tôi không nhớ có phạm trọng tội ba-la-di, tăng-già-bà-thi-sa, thâu-lan-giá nên trả lời, 'Tôi không nhớ phạm trọng tội như vậy. Các Trưởng lão không nên luôn luôn nạn vấn tôi.' Nhưng các Tỳ-kheo cứ nạn vấn tôi mãi. Nay tôi không ức niệm, đến Tăng xin ức niệm tỳ-ni. Cúi xin Tăng cho tôi ức niệm tỳ-ni. Từ mẫn cố.*"

Lần thứ hai, lần thứ ba cũng xin như vậy. Trong chúng nên sai một vị có khả năng tác yết-ma, dựa theo sự việc trên tác bạch:

"*Đại đức Tăng, xin lắng nghe. Đạp-bà-ma-la Tử này không phạm trọng tội ba-la-di, tăng-già-bà-thi-sa, thâu-lan-giá, mà các Tỳ-kheo đều nói phạm trọng tội ba-la-di, cho đến thâu-lan-giá. Các Tỳ-kheo hỏi, 'Thầy nhớ phạm trọng tội ba-la-di cho đến thâu-lan-giá không?' Tỳ-kheo này không nhớ phạm trọng tội nên trả lời, 'Tôi không nhớ có phạm trọng tội. Các Trưởng lão chớ có cật vấn tôi.' Nhưng các Tỳ-kheo cố nạn vấn không chịu thôi.* [914b] *Tỳ-kheo này không ức niệm có phạm tội, nay đến Tăng xin ức niệm tỳ-ni. Nếu thời gian thích hợp đối với Tăng, Tăng* chấp thuận, trao cho Tỳ-kheo này ức niệm tỳ-ni. Đây là lời tác bạch.

"Đại đức Tăng, xin lắng nghe. Đạp-bà-ma-la Tử này không phạm trọng tội ba-la-di, tăng-già-bà-thi-sa, thâu-lan-giá, mà các Tỳ-kheo đều nói phạm trọng tội ba-la-di, cho đến thâu-lan-giá. Các Tỳ-kheo hỏi, 'Thầy nhớ phạm trọng tội ba-la-di cho đến thâu-lan-giá không?' Tỳ-kheo này không nhớ phạm trọng tội nên trả lời, 'Tôi không nhớ có phạm trọng tội. Các Trưởng lão chớ có cật vấn tôi.' Nhưng các Tỳ-kheo cố nạn vấn không chịu thôi. Tỳ-kheo này không ức niệm có phạm tội, nay đến Tăng xin ức niệm tỳ-ni. Các Trưởng lão nào đồng ý Tăng trao cho Đạp-bà-ma-la Tử pháp ức niệm tỳ-ni thì im lặng. Vị nào không đồng ý xin nói. Đây là yết-ma lần thứ nhất."

Lần thứ hai, lần thứ ba, cũng nói như vậy.

"Tăng đã chấp thuận trao cho Đạp-bà-ma-la Tử yết-ma ức niệm rồi. Tăng chấp thuận nên im lặng. Việc này tôi ghi nhận như vậy."

Từ nay về sau, cho các Tỳ-kheo kết ức niệm tỳ-ni để diệt tránh. Nên thuyết ức niệm tỳ-ni như vậy."

3. Bất si tỳ-ni

Thế Tôn ở tại thành Vương-xá. Bấy giờ có Tỳ-kheo tên là Nan-đề,[62] điên cuồng tâm loạn, nhiều lần phạm các tội, chẳng phải pháp sa-môn, nói năng không chừng mực;

---

[62] *Thập tụng*: Tỳ-kheo Thi-việt 施越. Pāli, *Gaggo bikkhu*.

tới lui, ra vào, không thuận oai nghi. Khi tâm được bình phục trở lại, các Tỳ-kheo nói vị ấy phạm trọng tội ba-la-di, tăng-già-bà-thi-sa, thâu-lan-giá. Các Tỳ-kheo hỏi Nan-đề: "Thầy có nhớ phạm trọng tội ba-la-di, tăng-già-bà-thi-sa, thâu-lan-giá không?" Vị ấy liền trả lời: "Trước đây tôi điên cuồng tâm loạn, khi ấy nhiều lần phạm các tội, tới lui, vào ra, không thuận oai nghi. Chẳng phải tôi cố ý làm như vậy, mà là do điên cuồng. Các Trưởng lão đừng nên gạn hỏi việc ấy mãi." Nhưng các Tỳ-kheo cố ý gạn hỏi mãi không chịu thôi. Tỳ-kheo kia khởi lên ý nghĩ: "Ta nên làm thế nào?" Rồi bạch các Tỳ-kheo. Các Tỳ-kheo bạch Phật. Đức Phật dạy:

"Cho phép, Tăng trao cho Tỳ-kheo Nan-đề bất si tỳ-ni[63] bằng pháp bạch tứ yết-ma, theo diễn tiến như sau: Tỳ-kheo Nan-đề nên đến trong Tăng, để trống vai bên hữu, cởi bỏ dép, đầu gối bên hữu chấm đất, chắp tay thưa:

"Đại đức Tăng, xin lắng nghe. Tôi, Tỳ-kheo Nan-đề, điên cuồng tâm loạn, khi ấy nhiều lần phạm các tội, tới lui, ra vào, không thuận oai nghi. Sau đó bình phục lại. Các Tỳ-kheo [914c] hỏi tôi, 'Thầy có nhớ phạm trọng tội ba-la-di, tăng-già-bà-thi-sa, thâu-lan-giá không?' Tôi trả lời, 'Trước đây tôi điên cuồng tâm loạn, khi ấy nhiều lần phạm các tội, tới lui, ra vào, không thuận oai nghi. Chẳng phải tôi cố ý làm mà là do tâm điên cuồng vậy. Các Trưởng lão đừng nên gạn hỏi tôi mãi.' Nhưng các Tỳ-kheo cứ gạn hỏi tôi

---

[63] Bất si tỳ-ni 不癡毘尼. Pāli: amūḷhavinayo, chiết phục bằng sự bất si. Cf. *Cūḷavagga* iv (Vi. ii. 80).

không chịu thôi. Nay tôi hết si, đến trước Tăng xin bất si tỳ-ni. Cúi xin Tăng cho tôi bất si tỳ-ni. Từ mẫn cố."

Lần thứ hai, lần thứ ba cũng xin như vậy. Trong chúng nên sai một vị có khả năng tác yết-ma, dựa theo sự việc trên tác bạch:

"Đại đức Tăng, xin lắng nghe. Tỳ-kheo Nan-đề đây điên cuồng tâm loạn, phạm các tội nhiều, nói năng lung tung, ra vào tới lui không thuận với oai nghi, sau đó phục hồi lại. Các Tỳ-kheo hỏi Nan-đề, 'Thầy có nhớ phạm trọng tội ba-la-di, tăng-già-bà-thi-sa, thâu-lan-giá không?' Vị ấy liền trả lời, 'Trước đây tôi điên cuồng tâm loạn, nhiều lần phạm các tội, nói năng không chừng mực; ra vào, tới lui, không thuận oai nghi. Đây là do điên cuồng chứ chẳng phải tôi cố ý làm. Các Trưởng lão đừng cật vấn tôi mãi.' Nhưng các Tỳ-kheo cố ý cật vấn mãi không thôi. Tỳ-kheo này nay không còn si cuồng, đến trước Tăng xin bất si tỳ-ni. Nếu thời gian thích hợp đối với Tăng, Tăng chấp thuận, nay Tăng trao cho Tỳ-kheo Nan-đề bất si tỳ-ni. Đây là lời tác bạch.

"Đại đức Tăng, xin lắng nghe. Tỳ-kheo Nan-đề đây điên cuồng tâm loạn, phạm các tội nhiều, nói năng lung tung, ra vào tới lui không thuận với oai nghi, sau đó phục hồi lại. Các Tỳ-kheo hỏi Nan-đề, 'Thầy có nhớ phạm trọng tội ba-la-di, tăng-già-bà-thi-sa, thâu-lan-giá không?' Vị ấy liền trả lời, 'Trước đây tôi điên cuồng tâm loạn, nhiều lần phạm các tội, nói năng không chừng mực; ra vào, tới lui, không thuận oai nghi. Đây là do điên cuồng chứ chẳng phải tôi cố ý làm. Các Trưởng lão đừng cật vấn tôi mãi.' Nhưng các Tỳ-

kheo cố ý cật vấn mãi không thôi. Tỳ-kheo này nay không còn si cuồng, đến trước Tăng xin bất si tỳ-ni. Nay Tăng trao cho Tỳ-kheo Nan-đề bất si tỳ-ni. Các Trưởng lão nào đồng ý Tăng trao cho Tỳ-kheo Nan-đề bất si tỳ-ni thì im lặng. Vị nào không đồng ý xin nói. Đây là yết-ma lần thứ nhất."

Lần thứ hai, lần thứ ba cũng nói như vậy.

"Tăng đã chấp thuận trao cho Tỳ-kheo Nan-đề bất si tỳ-ni rồi. Tăng chấp thuận nên im lặng. Việc này tôi ghi nhận như vậy."

Từ nay về sau, cho phép các Tỳ-kheo kết bất si tỳ-ni để diệt tránh. Nên nói bất si tỳ-ni như vậy."

4. Tự ngôn trị

Thế Tôn ở tại thành Chiêm-bà, bên ao Già-cừ.[64] Bấy giờ đức Thế **[915a1]** Tôn bố-tát vào ngày mười lăm có trăng. Chúng Tăng ngồi vây quanh Ngài chỗ đất trống. Đầu đêm đã qua, Tôn giả A-nan từ chỗ ngồi đứng dậy, để trống vai bên hữu, đầu gối bên hữu chấm đất, chắp tay thưa:

"Đầu đêm đã qua, cúi xin đức Thế Tôn thuyết giới."

Đức Thế Tôn im lặng. Tôn giả A-nan liền trở về lại chỗ ngồi. Giữa đêm, sau đêm đã qua, tướng bình minh đã xuất hiện, Tôn giả A-nan lại từ chỗ ngồi đứng dậy, để trống vai bên hữu, đầu gối bên hữu chấm đất, chắp tay thưa:

---

[64] Già-cừ 伽渠. Pāli: *Gagga*. Tham chiếu, *Trung A-hàm*, kinh số 122: Chiêm-ba.

"Kính bạch đức Thế Tôn, giữa đêm, sau đêm đã qua, tướng bình minh đã xuất hiện, chúng Tăng ngồi đã lâu, cúi xin Thế Tôn thuyết giới."

Đức Phật bảo Tôn giả A-nan:

"Trong chúng không thanh tịnh. Muốn Như Lai yết-ma thuyết giới trong một chúng không thanh tịnh, là điều không thể có."

Tôn giả A-nan im lặng, trở về lại chỗ ngồi. Khi ấy Trưởng lão Mục-liên nghĩ: 'Trong chúng có vị nào không thanh tịnh nên đức Như Lai mới nói, trong chúng không thanh tịnh. Muốn Như Lai yết-ma thuyết giới trong một chúng không thanh tịnh, là điều không thể có.'

Bấy giờ Trưởng lão Mục-liên tự suy nghĩ, quán sát trong chúng bằng thiên nhãn thanh tịnh, thấy Tỳ-kheo không thanh tịnh kia ngồi cách Phật không xa. Vị ấy phi sa-môn tự nói là sa-môn, phi tịnh hạnh tự nói là tịnh hạnh, là kẻ phá giới làm các điều ác, bất tịnh, không có bạch pháp, tà kiến, che giấu các ác đã phạm, như cái cây bộng ruột, tuy bên ngoài có nhánh lá mà bên trong trống không, không chắc thật. Mục-liên thấy rồi, liền nghĩ: 'Đức Thế Tôn thấy Tỳ-kheo này nên mới nói, trong chúng không thanh tịnh. Muốn Như Lai yết-ma thuyết giới trong một chúng không thanh tịnh, là điều không thể có.' Khi ấy Trưởng lão Mục-liên từ chỗ ngồi đứng dậy, đến chỗ Tỳ-kheo kia nói: "Tại sao thầy không chịu đứng dậy? Thế Tôn đã biết thầy, đã thấy thầy. Thầy nên đứng dậy, đi ra khỏi chỗ này! Thầy không nên ngồi nơi đây."

Khi ấy Mục-liên nắm tay Tỳ-kheo kia kéo ra ngoài cửa, rồi trở vô bạch Phật: "Trong chúng đã thanh tịnh rồi. Cúi xin đức Thế Tôn thuyết giới."

Đức Phật bảo: "Này Mục-liên, không nên làm như vậy. Vào lúc khác cũng không nên làm như vậy. Này Mục-liên, phải khiến cho người kia nhận tội, sau đó mới kết tội. Người kia không nhận tội mà kết tội thì không nên. Từ nay về sau Ta vì các Tỳ-kheo kết tự ngôn trị để diệt tránh. Nên nói tự ngôn trị[65] như vậy."

5. Đa nhân ngữ

Bấy giờ Thế Tôn ở tại Xá-vệ. Các Tỳ-kheo ở Xá-vệ tranh cãi nhau. Chúng Tăng truy cứu tội như pháp, như tỳ-ni, như lời Phật dạy. Khi ấy, Phật nói với các Tỳ-kheo:

"Nên tìm kiếm tội bởi nhiều người; căn cứ theo lời của đa số biết pháp để nói. [915b] Từ nay về sau Ta vì các Tỳ-kheo kết pháp diệt tránh đa nhân ngữ.[66] Nên nói như vậy, dùng đa nhân ngữ."

---

[65] Tự ngôn trị 自言治. Pāli: *paṭiññātakaraṇa*, phán quyết bằng sự tự nhận. Cf. *Cūḷavagga* iv (Vin. ii. 83)

[66] Dụng đa nhân ngữ 用多人語. Căn cứ ý kiến đa số. *Thập tụng*: mích tội tướng. Pāli: *yebuyyasikā*, sự quyết định theo đa số. Cf. *Cūḷavagga* iv (Vin. ii. 84).

6. Tội xứ sở

Đức Thế Tôn ở tại Thích-sí-sấu. Tỳ-kheo tên là Tượng Lực,[67] ưa luận nghị cùng ngoại đạo. Khi bị hỏi gắt, thì lời trước mâu thuẫn lời sau. Ở trong Tăng khi được hỏi, cũng như vậy, lời trước mâu thuẫn lời sau. Ở trong chúng, cố ý nói dối. Bấy giờ, các ngoại đạo đều cùng nhau cơ hiềm rằng: "Sa-môn Thích tử không biết hổ thẹn, chỉ làm việc vọng ngữ, mà tự nói mình biết chánh pháp. Khi bị hỏi gắt, thì lời trước mâu thuẫn lời sau. Khi ở trong chúng bị hỏi, thì trước sau nói nghịch nhau, cố ý vọng ngữ. Như vậy có gì là chánh pháp?" Các Tỳ-kheo nghe, trong đó có vị thiểu dục tri túc, sống khổ hạnh, ưa học giới, biết hổ thẹn, hiềm trách Tượng Lực Thích tử rằng: 'Sao thầy cùng ngoại đạo luận nghị, khi bị hỏi gắt, thì lời trước mâu thuẫn lời sau. Ở trong Tăng khi được hỏi, cũng như vậy, lời trước mâu thuẫn lời sau?' Các Tỳ-kheo đến chỗ đức Phật, đảnh lễ dưới chân Phật, do nhân duyên này tập hợp Tăng Tỳ-kheo khiển trách Tượng Lực Thích tử:

"Ông làm điều sai quấy, chẳng phải oai nghi, chẳng phải pháp sa-môn, chẳng phải tịnh hạnh, chẳng phải hạnh tùy thuận, làm việc không nên làm. Sao cùng ngoại đạo luận nghị, khi bị hỏi gắt, thì lời trước mâu thuẫn lời sau. Ở trong Tăng khi được hỏi, cũng như vậy, lời trước mâu thuẫn lời sau, cố ý nói dối?"

---

[67] Tượng Lực 象力. Pāli, *Hatthaka Sakyaputta*, được nói trong nhân duyên của *Pācittiya* 1.

Đức Thế Tôn dùng vô số phương tiện khiển trách Tượng Lực rồi, bảo các Tỳ-kheo: "Nên trao cho Tỳ-kheo kia tác tội xứ sở,[68] bằng pháp bạch tứ yết-ma."

Pháp thức như sau: Tập Tăng. Tập Tăng rồi tác cử. Tác cử rồi tác ức niệm. Tác ức niệm rồi kết tội. Trong chúng nên sai một vị có khả năng yết-ma, dựa theo sự việc trên tác bạch:

"Đại đức Tăng, xin lắng nghe. Tượng Lực Thích tử này ưa luận nghị cùng ngoại đạo, khi bị hỏi gắt, thì lời trước mâu thuẫn lời sau. Ở trong Tăng khi được hỏi, cũng như vậy, lời trước mâu thuẫn lời sau, cố ý nói dối. Nếu thời gian thích hợp đối với Tăng, Tăng chấp thuận, nay Tăng trao cho Tượng Lực Thích tử yết-ma tác tội xứ sở, nói rằng: 'Này Tượng Lực, không lợi và không hay gì cho ông, khi lý luận bị kẹt ông dùng cách nói trước sau nghịch nhau. Trong chúng khi được hỏi đến ông cũng dùng cách nói trước sau trái nghịch nhau, cố ý nói vọng.' Đây là lời tác bạch.

"Đại đức Tăng, xin lắng nghe. Tượng Lực Thích tử này ưa luận nghị cùng **[915c]** *ngoại đạo, khi bị hỏi gắt, thì lời trước mâu thuẫn lời sau. Ở trong Tăng khi được hỏi, cũng như vậy, lời trước mâu thuẫn lời sau, cố ý nói dối. Nay Tăng trao cho Tượng Lực Thích tử yết-ma tác tội xứ sở, nói rằng: 'Này Tượng Lực, không lợi và không hay gì cho*

---

[68] Tác tội xứ sở 作罪處所. *Ngũ phần*: bản ngôn trị 本言治. *Thập tụng*: mích tội tướng. Pāli: *tassapāpiyyasikā*. Cf. *Cūḷavagga* iv (Vin. ii. 85)

ông, khi lý luận bị kẹt ông dùng cách nói trước sau nghịch nhau. Trong chúng khi được hỏi đến ông cũng dùng cách nói trước sau trái nghịch nhau, cố ý nói vọng.' Các Trưởng lão nào đồng ý Tăng trao cho Tượng Lực Thích tử yết-ma tác tội xứ sở thì im lặng. Vị nào không đồng ý xin nói. Đây là yết-ma lần thứ nhất."

Lần thứ hai, lần thứ ba cũng nói như vậy.

"Tăng đã chấp thuận trao cho Tượng Lực Thích tử yết-ma tác tội xứ sở rồi. Tăng chấp thuận nên im lặng. Việc này tôi ghi nhận như vậy."

Từ nay về sau vì các Tỳ-kheo kết làm pháp diệt tránh bằng tội xứ sở. Nên nói như vậy, kết tội xứ sở."

7. Như thảo phú địa

Thế Tôn ở tại nước Xá-vệ. Bấy giờ Tỳ-kheo nước Xá-vệ cùng nhau tranh cãi. Các Tỳ-kheo phần đông phạm giới, chẳng phải pháp sa-môn, ai cũng làm, ai cũng nói, ra vào không chừng mực. Sau đó các Tỳ-kheo tự nghĩ: 'Chúng ta phần đông phạm các giới, chẳng phải pháp sa-môn, ai cũng làm ai cũng nói, ra vào không chừng mực. Nếu chúng ta không tự mình khéo hỏi việc này, hoặc giả, tránh sự này càng sâu thêm, càng nặng thêm. Trải qua năm tháng mà không thể như pháp như luật, như lời Phật dạy để diệt trừ tránh sự được, khiến cho Tăng không được an lạc.'

Các Tỳ-kheo bạch Phật. Đức Phật dạy: *"Nên diệt tránh sự này bằng cách như cỏ che đất.*[69]

"Từ nay về sau, vì các Tỳ-kheo kết pháp diệt tránh như cỏ che đất. Nên nói như vậy, như cỏ che đất."

II. BỐN TRÁNH SỰ

1. Duyên khởi

Thế Tôn ở Câu-thiểm-di. Các Tỳ-kheo Câu-thiểm-di tranh cãi nhau.[70] Tỳ-kheo tranh cãi với Tỳ-kheo. Tỳ-kheo tranh cãi với Tỳ-kheo-ni. Tỳ-kheo-ni tranh cãi với Tỳ-kheo. Tỳ-kheo-ni tranh cãi với Tỳ-kheo-ni. Xiển-đà Tỳ-kheo bỏ Tỳ-kheo, tán trợ cho Tỳ-kheo-ni, về phía với Tỳ-kheo-ni.[71] Các Tỳ-kheo nghe, trong đó có vị thiểu dục tri túc, sống khổ hạnh, ưa học giới, biết tàm quý, hiềm trách các Tỳ-kheo rồi, đến chỗ đức Thế Tôn, đảnh lễ dưới chân Phật, ngồi qua một bên, đem nhân duyên này bạch đầy đủ lên đức Thế Tôn.

---

[69] Như thảo phú địa 如草覆地. *Ngũ phần*: thảo bố địa 草布地. Pāli: *tiṇṇavatthārako*.
[70] Xem *Tứ phần*, Kiền-độ ix Câu-thiểm-di. Pāli, *Mahāvagga*, 10. Kosambakakkhandhaka, Vin. i. 337 ff.
[71] *Tứ phần*, tr. 717b, Ni luật, ba-la-di 8: Bấy giờ, có Tỳ-kheo-ni tên là Úy-thứ 尉次, tới lui phục vụ Tỳ-kheo Xiển-đà. *Ngũ phần* (Ni luật, ba-la-di 7): Xiển-đà có em gái là Tỳ-kheo-ni Ưu-ta 優蹉. *Tăng-kỳ*: Xiển-đà có mẹ 闡陀母 là Tỳ-kheo-ni bênh vực Xiển-đà chống lại Tăng.

Đức Thế Tôn do nhân duyên này tập hợp Tăng Tỳ-kheo, dùng vô số phương tiện khiển trách các Tỳ-kheo:

"Các ông làm điều sai quấy, chẳng phải oai nghi, chẳng phải pháp sa-môn, chẳng phải tịnh hạnh, chẳng phải hạnh tùy thuận, **[916a1]** làm việc không nên làm. Này các Tỳ-kheo Câu-thiếm-di, sao Tỳ-kheo tranh cãi với Tỳ-kheo. Tỳ-kheo tranh cãi với Tỳ-kheo-ni. Tỳ-kheo-ni tranh cãi với Tỳ-kheo. Tỳ-kheo-ni tranh cãi với Tỳ-kheo-ni. Xiển-đà Tỳ-kheo bỏ Tỳ-kheo, tán trợ cho Tỳ-kheo-ni, về phía với Tỳ-kheo-ni?"

Bằng vô số phương tiện để khiển trách rồi, đức Phật bảo các Tỳ-kheo:

2. Ý nghĩa

"Có bốn tranh chấp:[72] ngôn tránh, mích tránh, phạm tránh và sự tránh.[73]

1. Thế nào là ngôn tránh?[74]

Tỳ-kheo cùng Tỳ-kheo tranh cãi nhau, đưa đến mười tám tránh sự: pháp, phi pháp, tỳ-ni, phi tỳ-ni, *cho đến*

---

[72] Tránh 諍. *Thập tụng*: sự 事. *Tránh tức sự*; hai từ cùng một gốc trong tiếng Phạn. Pāli: *adhikaraṇā*. Cf. *Cūl*. iv (Vin. ii. 88): vấn đề được thảo luận, được tranh cãi; chủ điểm hay trung tâm của sự tranh chấp.

[73] Bốn tránh sự: các giải thích và cht. dưới.

[74] Ngôn tránh 言諍. *Thập tụng*: đấu tránh sự 鬪諍事. Pāli: *vivādādhikaraṇa*, tranh chấp do bất đồng về lời lẽ.

thuyết, bất thuyết.⁷⁵ Nếu do tướng trạng như vậy, tranh cãi nhau về ngôn ngữ, dẫn đến chỗ hai bên tranh chấp nhau, đó gọi là ngôn tránh.

2. Thế nào gọi là mích tránh?⁷⁶

Tỳ-kheo cùng Tỳ-kheo tìm tội nhau, dùng ba cơ sở để cử tội là thấy, nghe hay nghi, liên hệ phá giới, phá kiến, phá oai nghi,⁷⁷ cùng nhau tìm tội như vậy, không vọng cầu phe cánh thế lực, an ủi ý người, hoặc cử tác ức niệm hoặc

---

⁷⁵ (xem qua chú thích 17) Mười tám luận điểm bất đồng dẫn đến phá Tăng: pháp, phi pháp, luật, phi luật, phạm, không phạm, hoặc nhẹ, hoặc nặng, có dư tàn, không dư tàn, thô ác, chẳng phải thô ác, thường sở hành, phi thường sở hành, chế, phi chế, thuyết, phi thuyết. Pāli: *dhammoti vā adhammoti vā, vinayoti vā avinayoti vā, bhāsitaṃ lapitaṃ tathāgatenāti vā abhāsitaṃ alapitaṃ tathāgatenāti vā, āciṇṇaṃ tathāgatenāti vā anāciṇṇaṃ tathāgatenāti vā, paññattaṃ tathāgatenāti vā appaññattaṃ tathāgatenāti vā, āpattīti vā anāpattīti vā, lahukā āpattīti vā garukā āpattīti vā, sāvasesā āpattīti vā anavasesā āpattīti vā, duṭṭhullā āpattīti vā aduṭṭhullā āpattīti vā.*

⁷⁶ Mích tránh 覓諍. *Ngũ phần*: giáo giới tránh 教誡諍. *Thập tụng*: vô căn sự 無根事. Pāli: *anuvādādhikaraṇa*, tranh chấp về sự giáo giới, về lời lẽ buộc tội.

⁷⁷ Vin. ii. 88: *bhikkhū bhikkhuṃ anuvadanti sīlavipattiyā vā ācāravipattiyā vā diṭṭhivipattiyā vā ājīvavipattiyā vā.*

an việc này không an việc này, không si không thoát, đó gọi là mích tránh.[78]

3. Thế nào gọi là phạm tránh?[79]

Phạm bảy loại tội: ba-la-di, tăng-già-bà-thi-sa, cho đến ác thuyết, đó gọi là phạm tránh.

4. Thế nào gọi là sự tránh?[80]

Việc cần làm trong ngôn tránh, việc cần làm trong mích tránh, việc cần làm trong phạm tránh. Đó gọi là sự tránh.[81]

3. Căn nguyên

1. Gốc rễ của ngôn tránh là gì?

Tham, nhuế, si là gốc rễ. Không tham, không nhuế, không si là gốc rễ. Tăng là gốc rễ. Giới[82] là gốc rễ. Nhân

---

[78] Cf Vin.ii. 88: *Yo tattha anuvdo anuvadanā anullapanā anubhaṇanā anusampavaṅkatā abbhussahanatā anubalappadānaṃ– idaṃ vuccati anuvādādhikaraṇaṃ.*
[79] Phạm tránh 犯諍. *Thập tụng*: phạm tội sự 犯罪事. Pāli: *āpattādhikaraṇa*, tranh chấp về tội danh.
[80] Sự tránh 事諍. *Thập tụng*: thường sở hành sự 常所行事. Pāli: *kiccādhikaraṇa*, tranh chấp về nghĩa vụ.
[81] *Ngũ phần* 23 (tr.154a25): tranh cãi về các pháp tác yết-ma, những phận sự thường ngày, là sự tránh. *Thập tụng* 35 (tr.251b16): thường sở hành sự, tranh cãi về các loại yết-ma, về bố-tát, tự tứ, các phận sự hằng ngày của Tăng.
[82] Giới 界, chỉ cương giới.

(người) là gốc rễ. Sáu tránh⁸³ là gốc rễ. Mười tám sự phá Tăng là gốc rễ. Đó gọi là căn của ngôn tránh.

2. Gốc rễ của mích tránh là gì?

Tham, nhuế, si, là gốc rễ. Không tham, không nhuế, không si là gốc rễ. Tăng là gốc rễ. Giới là gốc rễ. Nhân (người) là gốc rễ. Ba cử sự là gốc rễ. Đó gọi là căn của mích tránh.

3. Gốc rễ của phạm tránh là gì?

Tham, nhuế, si, là gốc rễ. Tăng là gốc rễ. Giới là gốc rễ. Nhân (người) là gốc rễ. Ba cử sự là gốc rễ. Động lực của sáu phạm⁸⁴ là gốc rễ. Đó gọi là căn của phạm tránh.

4. Gốc rễ của sự tránh là gì?

Tham, nhuế, si, là gốc rễ. Không tham, không nhuế, không si là gốc rễ. Tăng là gốc rễ. Giới là gốc rễ. Nhân (người) là gốc rễ. Đó là căn của sự tránh.

---

⁸³ Lục tránh 六諍. Thập tụng: lục đấu tránh bổn 六鬥諍本, sáu gốc rễ của sự tranh cãi. Pāli, ibid., cha vivādamūlāni: kodhano (sân hận), makkhī (ngụy thiện), issukī (tật đố) (maccharī), saṭho (giảo hoạt), pāpiccho (ác dục), sandiṭṭhiparāmāsī (bảo thủ quan điểm). Cf. Tập dị môn 15 (tr. 431a16): lục tránh bổn.

⁸⁴ Tham chiếu Pāli, Vin. ii. 90, cha āpattisamuṭṭhānā, sáu đẳng khởi (động lực) của tội: tội khởi chỉ từ thân, khởi chỉ từ miệng; từ cả thân và miệng, cả thân và ý; từ cả miệng và ý, từ cả thân và miệng và ý.

4. Tính loại

1. Ngôn tránh là thiện, bất thiện, vô ký? Ngôn tránh hoặc thiện, hoặc bất thiện, hoặc vô ký.

Thế nào ngôn tránh là thiện?

Tỳ-kheo cùng với Tỳ-kheo tranh cãi nhau với tâm thiện, nói pháp hay phi pháp, *cho đến* thuyết hay bất thuyết. Cùng nhau tranh cãi như vậy, cả hai đều tranh cãi nhau với thiện tâm, cho nên gọi ngôn tránh là thiện.

Thế nào ngôn tránh là bất thiện?

Tỳ-kheo cùng Tỳ-kheo tranh cãi nhau với tâm bất thiện, nói pháp hay phi pháp, *cho đến* **[916b]** thuyết hay bất thuyết. Bằng tướng trạng như vậy, tranh cãi lời lẽ với nhau dẫn đến xung đột, cho nên gọi ngôn tránh là bất thiện.

Thế nào ngôn tránh là vô ký?

Tỳ-kheo tranh cãi nhau với tâm vô ký, dẫn mười tám việc, pháp hay phi pháp, *cho đến* thuyết hay bất thuyết. Tranh cãi lời lẽ với nhau về những sự việc như vậy, cho nên gọi ngôn tránh là vô ký.

2. Mích tránh là thiện, bất thiện, vô ký? Mích tránh hoặc thiện, hoặc bất thiện, hoặc vô ký.

Thế nào gọi mích tránh sự thiện?

Trong đây, Tỳ-kheo với tâm thiện cùng nhau tìm kiếm tội liên hệ phá giới, phá kiến, phá oai nghi, căn cứ trên ba cử sự thấy-nghe-nghi; bên trong có năm pháp khiến người ấy được xuất tội, trở thành không phạm, thanh tịnh không cấu uế, không khiến cho người ấy có tiếng xấu lan đi. Bằng tướng trạng như vậy mà tìm kiếm tội, cùng nhau thảo luận, không vọng cầu thế lực trợ bạn; nhưng an ủi tâm người kia, khi tác cử, tác ức niệm, an việc này, không an việc này, không si mê, khiến cho thoát khỏi tội. Đó gọi là thiện mích tránh sự.

Thế nào gọi là mích tránh sự không thiện?

Tỳ-kheo cùng Tỳ-kheo bằng tâm bất thiện tìm kiếm tội liên hệ phá giới, phá kiến, phá oai nghi, căn cứ trên ba cử sự thấy-nghe-nghi; bên trong không có năm pháp, không muốn khiến người này được xuất tội, mà muốn cho người này phạm tội, cấu uế không thanh tịnh, muốn khiến cho người này có tiếng tăm bất thiện lan tràn. Bằng tướng trạng như vậy mà tìm kiếm tội; cùng thảo luận, không? vọng cầu thế lực trợ bạn, không làm cho người kia an tâm, khi bị tác cử, khi bị tác ức niệm, an việc này không an việc này, si mê không thoát tội. Đó gọi là mích tránh sự bất thiện.

Thế nào gọi là mích tránh sự vô ký?

Tỳ-kheo cùng Tỳ-kheo với tâm vô ký tìm kiếm tội về phá giới, phá kiến, phá oai nghi, căn cứ trên ba cử sự thấy-nghe-nghi. Bằng tướng trạng như vậy mà tìm kiếm tội, cùng nhau thảo luận, không vọng cầu thế lực trợ bạn; nhưng an ủi tâm người kia, khi tác cử, tác ức niệm, an việc này không an việc này, không si mê, khiến cho thoát khỏi tội. Đó gọi là thiện mích tránh sự. Đó gọi là mích tránh sự vô ký.

3. Phạm tránh là thiện, bất thiện, vô ký? Phạm tránh hoặc bất thiện, hoặc vô ký.

Sao gọi phạm tránh là bất thiện? Sự phạm tội cố ý của phàm phu, hoặc học nhân[85]. Đó gọi là phạm tránh là bất thiện.

Sao gọi phạm tránh là vô ký?

Sự phạm tội không cố ý của phàm phu hoặc học nhân; sự phạm không cố ý của bậc vô trước.[86] Đó gọi là phạm tránh vô ký.

4. Sự tránh là thiện, bất thiện, vô ký? Sự tránh hoặc thiện, hoặc bất thiện, hoặc vô ký.

Sao gọi sự tránh là thiện?

Tỳ-kheo với thiện tâm mà tác sự[87] trong ngôn tránh, tác sự trong mích tránh, tác sự trong phạm tránh. [916c] Đó gọi là sự tránh thiện.

Sao gọi sự tránh là bất thiện?

---

[85] Bảy hạng học nhân, tức bảy bậc Thánh giả hữu học, từ Dự lưu hướng, cho đến A-la-hán hướng.
[86] Chỉ A-la-hán quả, thuộc hàng Thánh giả vô học.
[87] Tham chiếu Pāli, Vin. ii. 91: Tăng tác yết-ma với thiện tâm, đây gọi là sự tránh thiện (*kiccādhikaraṇaṃ kusalaṃ*).

Với tâm bất thiện mà tác sự trong ngôn tránh, tác sự trong mích tránh, tác sự trong phạm tránh. Đó gọi là sự tránh không thiện. Vô ký cũng như vậy. Nếu bằng tâm vô ký mà làm tức là sự tránh vô ký.

5. Tương đối

Ngôn, ngôn tránh, ngôn tránh và ngôn, ngôn tránh và tránh ngôn.[88]

Hoặc có ngôn tức ngôn tránh, hoặc có ngôn chẳng phải ngôn tránh, hoặc có ngôn tránh tức là ngôn, hoặc có ngôn tức là tránh, hoặc có ngôn chẳng phải tránh, hoặc có tránh tức là ngôn, hoặc có tránh chẳng phải ngôn.

Thế nào là trường hợp có ngôn tức ngôn tránh?

Tỳ-kheo tranh cãi với Tỳ-kheo, liên hệ mười tám sự: pháp hay phi pháp, *cho đến* thuyết hay bất thuyết. Bằng tướng trạng như vậy, tranh chấp lời lẽ với nhau, dẫn đến xung đột, hai bên không hòa. Đó gọi là có ngôn tức là ngôn tránh.[89]

---

[88] Bốn vế, quan hệ chéo giữa ngôn và tránh sự. Pāli (Vin.ii. 91): *vivādo vivādādhikaraṇaṃ* (ngôn tức ngôn tránh), *vivādo no adhikaraṇaṃ* (ngôn không phải tránh), *adhikaraṇaṃ no vivādo* (tránh không phải ngôn), *adhikaraṇañceva vivādo ca* (vừa tránh vừa ngôn).

[89] Pāli, ibid., *vivādo vivādādhikaraṇaṃ*.

Thế nào là trường hợp có ngôn chẳng phải ngôn tránh?[90]

Cha cãi với con, con cãi với cha; con cãi với mẹ, mẹ cãi với con; anh cãi với em, em cãi với anh; chị cãi với em, em cãi với chị, hoặc những người khác cãi nhau.[91] Đó gọi là có ngôn chẳng phải ngôn tránh.[92]

Thế nào là có ngôn tránh tức là ngôn?

Tỳ-kheo tranh cãi với Tỳ-kheo, liên hệ mười tám sự: pháp hay phi pháp, *cho đến* thuyết hay bất thuyết. Bằng tướng trạng như vậy, tranh chấp lời lẽ với nhau, dẫn đến xung đột, hai bên không hòa. Đó gọi là có ngôn tránh tức là ngôn.[93]

Thế nào là có ngôn tức là tránh?[94]

Tỳ-kheo tranh cãi với Tỳ-kheo, liên hệ mười tám sự: pháp hay phi pháp, *cho đến* thuyết hay bất thuyết. Bằng

---

[90] Pāli: *vivādo no adhikaraṇaṃ*, tranh luận mà không phải là tránh sự.

[91] Pāli, ibid., *sahāyopi sahāyena vivadati*, bạn cãi với bạn.

[92] Những người này cãi nhau, không dẫn đến xung đột, nên không thành tránh sự. *Thập tụng*: đấu tránh nhưng không phải tránh sự: Tỳ-kheo tranh cãi nhau, nhưng chưa thành xung đột.

[93] Giống như trường hợp một: ngôn tức ngôn tránh. *Thập tụng* và Pāli không tách riêng với trường hợp đầu.

[94] Pāli, ibid., không đề cập.

tướng trạng như vậy, tranh chấp lời lẽ với nhau, dẫn đến xung đột, hai bên không hòa. Đó gọi là ngôn tức là tránh.[95]

Thế nào là ngôn chẳng phải tránh?[96]

Cha cãi với con, con cãi với cha; con cãi với mẹ, mẹ cãi với con; anh cãi với em, em cãi với anh; chị cãi với em, em cãi với chị, hoặc những người khác cãi nhau.[97] Đó gọi là có ngôn mà chẳng phải tránh.

Thế nào là có tránh tức là ngôn?[98]

Tỳ-kheo tranh cãi với Tỳ-kheo, liên hệ mười tám sự: pháp hay phi pháp, *cho đến* thuyết hay bất thuyết. Bằng tướng trạng như vậy, tranh chấp lời lẽ với nhau, dẫn đến xung đột, hai bên không hòa. Đó gọi là có tránh tức là ngôn.[99]

Thế nào là có tránh chẳng phải ngôn?

Trừ ngôn tránh, các tránh sự khác như mích tránh, phạm tránh, sự tránh thì gọi là tránh mà chẳng phải ngôn.

Mích và mích tránh, mích tránh và mích, mích tránh và tránh mích.

---

[95] Giống như trường hợp đầu. *Pāli* và *Thập tụng* không tách riêng.
[96] Pāli: *vivādo na adhikaraṇa*, tranh luận không phải tránh sự.
[97] Giống như trường hợp thứ hai. *Thập tụng* không tách riêng.
[98] Pāli: *adhikaraṇaṃ no vivādo*: đó là tránh sự về giáo giới, tránh sự về phạm tội, tránh sự về tác sự.
[99] Như các trường hợp một và ba.

(Bốn vế này giải thích chéo như bốn vế ngôn tránh trên không khác, nên không chép ra. Tức nói rằng: mích tức là mích tránh. Phạm tránh, sự tránh, cũng giải thích chéo như vậy).[100]

III. TRÁNH SỰ DIỆT

1. Quy tắc hiện tiền

[917a1] Nếu một Tỳ-kheo trước mặt một Tỳ-kheo nói những lời hay đẹp để giáo giới, hay để tẫn xuất, nhưng là phi pháp, phi tỳ-ni, phi lời Phật dạy, mà vị kia lại nói: 'Đây là pháp, là tỳ-ni, là lời Phật dạy, hãy nên chấp hành.' Tránh sự được diệt như vậy là phi pháp diệt tránh, phi pháp tương tợ hiện tiền tỳ-ni.

Một Tỳ-kheo trước mặt hai Tỳ-kheo, trước ba Tỳ-kheo, trước Tăng cũng như vậy.

Hai Tỳ-kheo trước một Tỳ-kheo, trước hai Tỳ-kheo, trước ba Tỳ-kheo, trước Tăng cũng như vậy.

Ba Tỳ-kheo trước một Tỳ-kheo, hai Tỳ-kheo, ba Tỳ-kheo, trước Tăng cũng như vậy. Hoặc Tăng vì một Tỳ-kheo, vì hai Tỳ-kheo, vì ba Tỳ-kheo, vì Tăng cũng phải như vậy.

Nếu một Tỳ-kheo trước mặt một Tỳ-kheo nói những lời hay đẹp để giáo giới, như pháp, như tỳ-ni, như lời Phật dạy. Vị kia nói như vầy: 'Đây là pháp, là tỳ-ni, là lời Phật dạy, thầy nên thọ trì, nên chấp nhận.' Nếu làm như vậy mà

---

[100] Tiểu chú trong nguyên bản Hán.

tránh sự được diệt, đó là như pháp diệt tránh hiện tiền tỳ-ni.

Trong đây, thế nào gọi là hiện tiền? Đó là pháp, tỳ-ni, và người.[101]

Thế nào là pháp hiện tiền? Đó là pháp được thọ trì để diệt tránh.

Thế nào là tỳ-ni hiện tiền? Đó là tỳ-ni được thọ trì để diệt tránh.

Thế nào là người hiện tiền? Đó là người được trao đổi bằng nói năng, luận nghị.

Nếu tránh sự diệt rồi, Tỳ-kheo nào khơi lên lại, phạm ba-dật-đề.[102]

Nếu Tỳ-kheo mới đến sau, hay mới thọ giới, gọi đó là sơ tránh,[103] nếu phát khởi trở lại, phạm ba-dật-đề.[104]

---

[101] Ba yếu tố hiện tiền, *Ngũ phần*: Tăng hiện tiền, nhân hiện tiền, tì-ni hiện tiền. Pāli, bốn hiện tiền: *saṅghasmmukkhatā*, Tăng hiện tiền, *dhammasammukhatā*, pháp hiện tiền, *vinayasammukhatā*, tì-ni hiện tiền, *puggalasammukha*, nhân hiện tiền. Trong đó, pháp và tì-ni hiện tiền được kể chung là một.

[102] Tỳ-kheo, *Tứ phần*, ba-dật-đề 66.

[103] Chỉ tránh sự được diệt mà mình không có mặt, do đó không chấp nhận.

[104] Tỳ-kheo, *Tứ phần*, ba-dật-đề 76.

Một Tỳ-kheo vì hai Tỳ-kheo, vì ba Tỳ-kheo, vì Tăng cũng như vậy. Hai Tỳ-kheo vì một Tỳ-kheo, vì hai Tỳ-kheo, vì ba Tỳ-kheo, vì Tăng cũng như vậy. Ba Tỳ-kheo vì một Tỳ-kheo, vì hai Tỳ-kheo, vì ba Tỳ-kheo, vì Tăng cũng như vậy. Tăng vì một Tỳ-kheo nói những lời hay đẹp để giáo giới, như pháp, như tỳ-ni, như lời Phật dạy. Vị kia nói như vầy: 'Đây là pháp, là tỳ-ni, là lời Phật dạy, thầy nên thọ trì, nên chấp nhận.' Nếu làm như vậy mà tránh sự được diệt, đó là như pháp diệt tránh hiện tiền tỳ-ni.

Thế nào gọi là hiện tiền? Đó là pháp, tỳ-ni, người, Tăng và giới.[105]

Thế nào là pháp hiện tiền? Đó là pháp được thọ trì để diệt tránh.

Thế nào là tỳ-ni hiện tiền? Đó là tỳ-ni được thọ trì để diệt tránh.

Thế nào là người hiện tiền? Đó là người được trao đổi bằng nói năng, luận nghị.

Thế nào là Tăng hiện tiền? Đồng một yết-ma, hòa hợp tụ hội một chỗ, người không đến thì chúc thọ, người có mặt đủ tư cách ngăn mà không ngăn.

Thế nào là [917b] *giới hiện tiền?* Yết-ma tại trong cương giới được qui định.

Nếu tránh sự đã được chấm dứt, vị nào khơi lên lại phạm ba-dật-đề. Nếu Tỳ-kheo mới đến sau hay mới thọ

---

[105] Bốn yếu tố hiện tiền.

giới, gọi đó là sơ tránh, mà phát khởi lên lại, thì phạm ba-dật-đề. Vị nào dữ dục rồi sau hối hận, phạm ba-dật-đề. Tăng vì hai Tỳ-kheo, ba Tỳ-kheo, Tăng cũng như vậy.

2. Diệt ngôn tránh

2.1. Hiện tiền luật

1. Bấy giờ, Tôn giả A-nan[106] từ chỗ ngồi đứng dậy, để trống vai bên hữu, đầu gối bên hữu chấm đất, chắp tay bạch:

"Kính bạch đức Thế Tôn, có bao nhiêu pháp để diệt ngôn tránh?"

Đức Phật bảo Tôn giả A-nan:

"Ngôn tránh được diệt bằng hai pháp: Diệt bằng hiện tiền tỳ-ni, dùng đa nhân ngữ."

2.1.a. Tôn giả A-nan lại hỏi:

"Có trường hợp nào ngôn tránh được diệt bằng một pháp là hiện tiền tỳ-ni, mà không dùng đa nhân ngữ hay không?"

Đức Phật bảo A-nan: "Có."

A-nan hỏi: "Đó là trường hợp nào?"

Đức Phật dạy:

(1) Nếu một Tỳ-kheo trước mặt một Tỳ-kheo nói những lời hay đẹp để giáo giới, như pháp, như tỳ-ni, như

---

[106] *Ngũ phần, Thập tụng*: Ưu-ba-ly hỏi.

lời Phật dạy. Vị kia nói như vầy: 'Đây là pháp, là tỳ-ni, là lời Phật dạy, thầy nên thọ trì, nên chấp nhận.' Như vậy tránh sự được diệt. Này A-nan, đó gọi là ngôn tránh được diệt bằng một pháp, không dùng đa nhân ngữ.

Hiện tiền: nghĩa như trên.

Một Tỳ-kheo vì hai Tỳ-kheo, ba Tỳ-kheo, Tăng cũng như vậy.

(2) Hai Tỳ-kheo vì một Tỳ-kheo, hai Tỳ-kheo, ba Tỳ-kheo, Tăng cũng như vậy. Ba Tỳ-kheo vì một Tỳ-kheo, hai Tỳ-kheo, ba Tỳ-kheo, Tăng cũng như vậy. Tăng vì một Tỳ-kheo nói những lời hay đẹp để giáo giới, như pháp, như tỳ-ni, như lời Phật dạy. Vị kia nói như vầy: 'Đây là pháp, là tỳ-ni, là lời Phật dạy, thầy nên thọ trì, nên chấp nhận.' Này A-nan, tránh sự này nhờ vậy mà được chấm dứt. Đó là ngôn tránh được diệt bằng một pháp là hiện tiền tỳ-ni, chứ không dùng đa nhân ngữ.

Hiện tiền: nghĩa như trên.

(3) Tăng vì hai Tỳ-kheo, ba Tỳ-kheo, Tăng cũng như vậy.

Đức Phật lại bảo A-nan:

Vị Tỳ-kheo tranh cãi kia không thể chấp nhận Tăng tác pháp như vậy để diệt tránh, nghe trú xứ nọ có chúng Tăng giỏi, Thượng tọa giỏi, là người trí tuệ. Vị Tỳ-kheo tranh cãi kia do tránh sự này nên đến nơi trú xứ kia. Hoặc giả trên đường đi gặp được người có thể chấm dứt tránh sự như pháp, như tỳ-ni, như lời Phật dạy, này A-nan, đó là ngôn tránh được diệt bằng một pháp hiện tiền tỳ-ni, chứ không dùng đa nhân ngữ.

Chữ *hiện tiền* ở đây cùng có nghĩa như trên.

2.1.b. Tỳ-kheo tranh cãi kia trên đường đi không gặp được vị có thể như pháp, như tỳ-ni, như lời Phật dạy để chấm dứt tránh sự thì vị Tỳ-kheo tranh cãi kia nên đến nơi chúng Tăng đó, trước Thượng tọa có trí tuệ, **[917c]** thưa như vầy:

"Tránh sự này của tôi khởi lên như vầy, do bởi nguyên nhân thật sự là như vậy. Tăng tác pháp như vậy để diệt. Tôi không thể chấp nhận, cho nên tôi đến Trưởng lão. Lành thay! Trưởng lão vì tôi như pháp, như tỳ-ni, như lời Phật dạy chấm dứt tránh sự này. Nếu Trưởng lão có thể vì chúng tôi chấm dứt tránh sự này như pháp, như tỳ-ni, như lời Phật dạy, chúng tôi sẽ đối trước Trưởng lão xả bỏ tránh sự này. Nếu Trưởng lão không thể như pháp, như tỳ-ni, như lời Phật dạy để chấm dứt tránh sự này, chúng tôi sẽ tự tại tranh chấp, khiến cho tội trạng càng sâu nặng. Không như pháp, như tỳ-ni, như lời Phật dạy để chấm dứt tránh sự này, các Tỳ-kheo sẽ sống không an lạc."

Tỳ-kheo tranh cãi kia nên ở trước Tăng xả bỏ tránh sự như vậy. Tăng nên nói với vị Tỳ-kheo tranh cãi kia rằng:

"Này Trưởng lão, tránh sự nếu khởi lên như vậy, do nguyên nhân thật sự là như vậy mà khởi lên, và chúng Tăng ở kia đã chấm dứt tránh sự như vậy. Nếu có thể nói như thật, thì chúng tôi sẽ tự lượng có thể chấm dứt tránh sự này hay không. Nếu tránh sự này của Trưởng lão khởi lên như vậy, nguyên do sự thật như vậy mà khởi lên, chúng Tăng kia đã diệt tránh như vậy, mà không được thuyết minh như thật, thì, này Trưởng lão, tránh sự này càng ngày càng sâu nặng, phi pháp, phi tỳ-ni, phi lời Phật dạy. Tránh sự này không được chấm dứt, các Tỳ-kheo sẽ không sống được an lạc."

Tăng nên thụ lý tránh sự như vậy. Thụ lý rồi nên quyết đoán. Nếu Tỳ-kheo tranh cãi kia là Hạ tọa thì nên nói: 'Thầy ra ngoài một chút để chúng tôi cùng nhau bình đoán việc này cho được như pháp, như tỳ-ni, như lời Phật dạy.' Nếu Tỳ-kheo tranh cãi ấy là bậc Thượng tọa thì Tăng nên tự tránh đến chỗ khác để cùng nhau bình đoán việc này cho như pháp, như tỳ-ni, như lời Phật dạy. Chúng Tăng nên suy nghĩ như vầy, 'Nếu chúng ta ở trong Tăng bình đoán việc này, thì sợ sẽ có các việc khác xảy ra, khiến cho hai bên lời thiện lời ác không thôi. Chúng ta hãy cùng với các vị có trí tuệ tập hợp riêng một chỗ để cùng nhau bình đoán việc này.'"[107]

---

[107] Tham chiếu Pāli, Vin. Ii. 95: *tehi ce, bhikkhave, bhikkhūhi tasmiṃ adhikaraṇe vinicchiyamāne anantāni ceva bhassāni jāyanti, na cekassa bhāsitassa attho viññāyati, anujānāmi, bhikkhave, evarūpaṃ adhikaraṇaṃ ubbāhikāya vūpasametuṃ.* "Nếu, trong khi các tỳ-kheo này đang quyết định tránh sự, vô số ngôn thuyết phát sinh mà ý nghĩa của mỗi ngôn thuyết không được biết rõ, Ta cho phép lập ban đoán sự để dập tắt tránh sự này." Ban đoán sự: *ubbāhika.*

Đức Phật bảo Tôn giả A-nan:

Bấy giờ, Tăng nên tác bạch bình đoán việc này như sau:

"Đại đức Tăng, xin lắng nghe. Nếu thời gian thích hợp đối với Tăng, Tăng chấp thuận, nay Tăng tập hợp các vị có trí tuệ cùng nhau bình đoán riêng việc này. Đây là lời tác bạch."

Nên tác bạch như vậy rồi cùng nhau bình đoán.

Tỳ-kheo có mười pháp nên sai để bình đoán riêng việc này.[108] Mười pháp là: 1. Trì giới đầy đủ; 2. Đa văn; 3. Tụng hai bộ tỳ-ni thuộc lòng; 4. Lý giải rộng [918a1] nghĩa của Luật; 5. Khéo léo sử dụng ngôn từ, biện luận rành mạch, đủ khả năng vấn đáp khiến cho vị kia hoan hỷ; 6. Nếu tránh sự khởi lên phải có khả năng chấm dứt; 7. Không thiên vị; 8. Không giận hờn; 9. Không khiếp sợ; 10. Không si mê. Có mười pháp như vậy thì nên sai cùng nhau họp riêng để bình đoán sự. Trong số Tỳ-kheo đoán sự, có vị nào không tụng giới được, không biết tỳ-ni của giới,[109] cho nên không nói theo chánh nghĩa, mà nói lời phi pháp, thì Tăng nên tác bạch khiến Tỳ-kheo này đi ra. Văn bạch như sau:

---

[108] Tham chiếu Pāli, Vin. ii. 95: *bhikkhu ubbāhika*, Tỳ-kheo đoán sự thành tựu 10 pháp. *Thập tụng 35* (tr.252c15): Tỳ-kheo thành tựu 5 pháp được lập làm người đoán sự, gọi là Ô-hồi-cưu-la 烏迴鳩羅.

[109] Pāli, ibid., *neva suttaṃ āgataṃ hoti no suttavibhṅgo*, không hiểu Giới kinh, không hiểu Giới kinh phân biệt.

"Đại đức Tăng, xin lắng nghe. Tỳ-kheo kia tên là... không tụng thuộc giới, không biết tỳ-ni của giới, bỏ nghĩa chánh, nói lời phi pháp. Nếu thời gian thích hợp đối với Tăng, Tăng chấp thuận, nay Tăng khiến Tỳ-kheo này ra. Đây là lời tác bạch."

Tác bạch như vậy rồi khiến người ấy đi ra.

Đức Phật bảo Tôn giả A-nan:

Trong số Tỳ-kheo đang ngồi đoán sự kia có vị tụng giới, nhưng không tụng tỳ-ni của giới, cho nên bỏ chánh nghĩa, chỉ nói được một ít văn. Đức Phật bảo Tôn giả A-nan, Tăng nên tác bạch khiến Tỳ-kheo đoán sự này đi ra. Văn bạch như sau:

"Đại đức Tăng, xin lắng nghe. Tỳ-kheo này tên là... tụng giới, nhưng không tụng tỳ-ni của giới, cho nên bỏ chánh nghĩa, chỉ nói được một ít văn.[110] Nếu thời gian thích hợp đối với Tăng, Tăng chấp thuận, nay Tăng khiến Tỳ-kheo này đi ra. Đây là lời tác bạch."

Tác bạch như vậy rồi khiến vị ấy đi ra. Nếu trong số Tỳ-kheo đoán sự có vị pháp sư[111] ngồi dự. Vị kia bỏ chánh

---

[110] Hán: thuyết thiểu hứa văn 說少許文. Cf. Pāli, ibid.: *vyañjanacchāya atthaṃ paṭibāhati*, vì văn tự mà bỏ nghĩa.

[111] Pāli, Vin. ii. 96: *dhammika*, vị pháp sư không am hiểu Luật tạng.

nghĩa, dùng sức mạnh của ngôn từ để nói lấn át.[112] Đức Phật bảo Tôn giả A-nan:

Tăng nên tác bạch khiến Tỳ-kheo này đi ra. Văn bạch như sau:

"*Đại đức Tăng, xin lắng nghe. Tỳ-kheo pháp sư này tên là... bỏ chánh nghĩa, dùng sức mạnh của ngôn từ để nói lấn áp. Nếu thời gian thích hợp đối với Tăng, Tăng chấp thuận, nay Tăng khiến Tỳ-kheo này ra. Đây là lời tác bạch.*"

Nên bạch như vậy rồi khiến vị ấy đi ra.

Nếu trong các Tỳ-kheo đang ngồi đoán sự, có vị tụng giới, tụng tỳ-ni, thuận chánh nghĩa, nói đúng như pháp. Đức Phật bảo A-nan, Tăng nên như pháp như tỳ-ni, như lời Phật dạy tán trợ Tỳ-kheo này.

Nếu tránh sự kia được Tăng ở kia diệt không như pháp, như tỳ-ni, như lời Phật dạy, thì nay Tăng ở đây nên diệt tránh sự ấy như pháp, như tỳ-ni, như lời Phật. Nếu chúng Tăng ở kia đã như pháp, như tỳ-ni, như lời Phật dạy diệt tránh sự ấy rồi, thì nay Tăng ở đây cũng hãy chuẩn nhận việc này. Tức thời, Tăng ở đây nên nói với Tỳ-kheo tranh cãi kia rằng: "Nếu Tăng ở kia đã như pháp, như tỳ-ni, như lời Phật dạy chấm dứt tránh sự này rồi, [918b] thì ở đây chúng tôi cũng nhẫn khả sự việc này là diệt tránh như pháp. Bây giờ, chúng tôi cũng sẽ tác pháp diệt tránh y như vậy thôi."

---

[112] Cf, Pli, xem cht. 57 trên.

Nếu làm như vậy mà chấm dứt được tránh sự, thì này A-nan, đó là ngôn tránh được diệt bằng một pháp, tức hiện tiền tỳ-ni, không dùng đa nhân ngữ.

Nghĩa hiện tiền: pháp *cho đến* giới, cũng như trên.

Nếu tránh sự như pháp diệt rồi, sau đó vị nào khơi động lại, phạm ba-dật-đề, như trên.

2.1.c. Tỳ-kheo tranh cãi kia không thuận tòng Tăng thứ hai tác pháp như vậy để diệt tránh. Nghe trú xứ nọ có số đông Tỳ-kheo trì Pháp, trì Luật, trì Ma-di[113]. Tỳ-kheo tranh cãi kia nên đến chỗ Tỳ-kheo trì Pháp, trì Luật, trì Ma-di. Tỳ-kheo kia đang trên đường đi mà có thể chấm dứt tránh sự, thì này A-nan, đó gọi là ngôn tránh được diệt bằng một pháp hiện tiền tỳ-ni, không dùng đa nhân ngữ.

Trong đây nói hiện tiền tỳ-ni. Thế nào là hiện tiền? Đó là pháp, tỳ-ni, người, Tăng, và giới. Nghĩa cũng như trên.

Như pháp chấm dứt tránh sự rồi, sau đó ai phát khởi lên lại phạm ba-dật-đề, cũng như trên.

Trường hợp nếu Tỳ-kheo tranh cãi kia, giữa đường không thể như pháp, như tỳ-ni, như lời Phật dạy để chấm dứt tránh sự, thì Tỳ-kheo tranh cãi kia nên đến chỗ số đông Tỳ-kheo trì Pháp, trì Luật, trì Ma-di kia nói như vầy: "Thưa Trưởng lão, trong tránh sự này của tôi do nguyên nhân như vậy, phát khởi như vậy. Sự thật, nhân bởi đó

---

[113] Pāli: *matikadhāra*; trì luật mẫu, ma-đắc-lặc-già.

mà phát khởi. Tăng tác pháp như vậy để diệt tránh. Tăng thứ hai cũng tác pháp như vậy để diệt tránh. Tôi không thuận tòng, nên đến Trưởng lão. Lành thay, Trưởng lão có thể như pháp, như tỳ-ni, như lời Phật dạy chấm dứt trong tránh sự này. Tôi sẽ đối trước Trưởng lão bỏ trong tránh sự này. Nếu Trưởng lão không thể như pháp, như tỳ-ni, như lời Phật dạy chấm dứt trong tránh sự này thì chúng tôi vẫn tiếp tục tranh cãi, khiến cho tội lỗi càng sâu nặng. Không như pháp, như tỳ-ni, như lời Phật dạy để diệt tránh sự này, thì các Tỳ-kheo sẽ sống không an lạc."

Tỳ-kheo tranh cãi kia nên đến trước số đông Tỳ-kheo để xả bỏ trong tránh sự này.

Số đông Tỳ-kheo kia nên nói với Tỳ-kheo tranh cãi này rằng:

"Nếu Trưởng lão thuyết minh một cách như thật tránh sự này đúng như đã phát khởi, với nguyên nhân thật sự như vậy mà phát khởi, như Tăng thứ hai đã diệt tránh chấm dứt tranh cãi. Thuyết xong, xả tránh. Chúng tôi sẽ tự lượng xem có khả năng diệt tránh sự này hay không. Nếu Trưởng lão không nói đúng sự thật, thì việc tránh sự sẽ tiếp tục, khiến cho tội càng thêm sâu nặng. Không như pháp, như tỳ-ni, như lời Phật dạy để chấm dứt tránh sự thì các Tỳ-kheo sẽ sống không an lạc."

"Này A-nan, số đông Tỳ-kheo kia nên tác pháp **[918c]** như vậy để thụ lý tránh sự."

Thụ lý tránh sự rồi quyết đoán. Nếu Tỳ-kheo tranh cãi kia là Hạ tọa thì nên nói với vị ấy rằng:

'Thầy ra ngoài chờ một chút. Chúng tôi cần bình đoán sự việc.' Nếu vị ấy là Thượng tọa, thì chúng nên tự tránh đi chỗ khác để cùng nhau bình đoán việc này. Nếu Tăng ở kia không như pháp, như tỳ-ni, như lời Phật dạy để chấm dứt tránh sự, và Tăng thứ hai cũng không như pháp, như tỳ-ni, như lời Phật dạy để chấm dứt trong tránh sự này, thì số đông Tỳ-kheo nên như pháp, như tỳ-ni, như lời Phật dạy chấm dứt tránh sự này. Nếu Tăng kia như pháp diệt tránh, Tăng thứ hai cũng như pháp diệt tránh, thì số đông Tỳ-kheo cũng nên chấp nhận việc này, và nên nói với Tỳ-kheo tranh cãi kia rằng: 'Như Tăng thứ hai kia diệt tránh chúng tôi cũng chấp nhận.'

"Này A-nan, đó là ngôn tránh được diệt bằng một pháp, tức hiện tiền tỳ-ni, không dùng đa nhân ngữ."

Trong đây, hiện tiền là pháp, tỳ-ni, người; nghĩa cũng như trên. Như pháp chấm dứt tranh cãi rồi, sau đó vị nào phát khởi lên lại thì phạm ba-dật-đề, như trên.

Đến chỗ hai Tỳ-kheo trì Pháp, trì Luật, trì Ma-di cũng như vậy. Đến chỗ một Tỳ-kheo trì Pháp, cho đến trì Ma-di cũng như vậy.

2.2. Đa nhân ngữ

Bấy giờ Tỳ-kheo nước Xá-vệ tranh cãi nhau. Chúng Tăng nơi Xá-vệ như pháp chấm dứt tranh cãi. Tỳ-kheo tranh cãi kia không chấp nhận Tăng chấm dứt tránh sự. Họ nghe trú xứ kia, *như trên*. Số đông Tỳ-kheo, *cũng như trên*. Hai Tỳ-kheo, một Tỳ-kheo *cũng như trên*.

Tỳ-kheo tranh cãi kia không chấp nhận Tăng nơi Xá-vệ chấm dứt tránh sự, *cho đến* một Tỳ-kheo đến chỗ đức Phật, đảnh lễ dưới chân Phật rồi ngồi qua một bên đem nhân duyên này bạch đầy đủ lên đức Phật. Đức Phật liền tập hợp Tăng Tỳ-kheo, dùng vô số phương tiện khiển trách Tỳ-kheo tranh cãi kia rằng:

"Các ngươi làm điều sai quấy, chẳng phải oai nghi, chẳng phải pháp sa-môn, chẳng phải tịnh hạnh, chẳng phải hạnh tùy thuận, làm việc không nên làm. Các ngươi, những người ngu si, Tăng nơi Xá-vệ như pháp chấm dứt tranh cãi mà sao không chấp nhận? *Cho đến* một Tỳ-kheo chấm dứt tranh cãi cũng không chấp nhận?"

a. Hành xá-la

1. Đức Thế Tôn dùng vô số phương tiện quở trách rồi bảo các Tỳ-kheo nên chấm dứt tranh cãi này bằng đa nhân ngữ, bằng pháp hành xá-la. Sai người hành xá-la[114] bằng pháp bạch nhị yết-ma. Vị nào có năm pháp sau đây không nên sai hành xá-la: có thiên vị, hay giận hờn, khiếp sợ, có si, không biết đã hành hay không hành. Có năm pháp như vậy không nên sai hành xá-la. Không thiên vị, không hay giận hờn, không hay khiếp sợ, không si, biết đã hành hay không hành. [919a1] Người có năm pháp như vậy nên sai hành xá-la.

Trong chúng nên sai người có khả năng tác yết-ma, dựa theo sự việc trên tác bạch:

---

[114] Hành xá-la nhân 行舍羅人; Pāli: *salākaggāhapaka*.

"*Đại đức Tăng, xin lắng nghe. Nếu thời gian thích hợp đối với Tăng, Tăng chấp nhận, Tăng sai Tỳ-kheo tên... hành xá-la. Đây là lời tác bạch.*

"*Đại đức Tăng, xin lắng nghe. Nay Tăng sai Tỳ-kheo... hành xá-la. Các Trưởng lão nào đồng ý Tăng sai Tỳ-kheo tên... hành xá-la, thì im lặng. Vị nào không đồng ý xin nói.*

"*Tăng đã chấp thuận sai Tỳ-kheo... hành xá-la rồi. Tăng đồng ý nên im lặng. Việc này tôi ghi nhận như vậy.*"

2. Có ba cách hành xá-la, một là công khai, hai là kín, ba là rỉ tai.[115]

a). Thế nào gọi là bỏ phiếu công khai?

Các Tỳ-kheo kia nghĩ như vầy: 'Trong chúng, Tỳ-kheo phi pháp nhiều, song Hòa thượng A-xà-lê của họ đều là như pháp.' Nên cần công khai hành xá-la.

Các Tỳ-kheo kia nghĩ: 'Trong chúng, phần nhiều là người phi pháp mà Thượng tọa là người trí, trì Pháp, trì Tỳ-ni, trì Ma-di đều là những người nói như pháp.' Nên cần công khai hành xá-la.

Các Tỳ-kheo nghĩ: 'Không biết trong tránh sự này là người nói như pháp nhiều, hay người nói phi pháp nhiều. Song Hòa thượng A-xà-lê của họ đều là như pháp.' Tỳ-kheo kia nên công khai hành xá-la.

---

[115] Ba loại hành trù: hiển lộ 顯露, phú tàng 覆藏, nhĩ ngữ 耳語. Pāli, Vin.ii.98: *tayo salākaggāhe gūḷhakaṃ, sakaṇṇajappakaṃ, vivaṭakaṃ.*

Các Tỳ-kheo nghĩ: 'Không biết trong tránh sự này, người nói như pháp nhiều, hay người nói phi pháp nhiều. Song bậc Thượng tọa là người có trí, trì Pháp, trì Tỳ-ni, trì Ma-di đều như pháp nói.' Tỳ-kheo kia nên công khai hành xá-la.

Các Tỳ-kheo kia nghĩ: 'Trong tránh sự này, người nói đúng pháp nhiều.' Nên công hai hành xá-la.

Thể thức thực hành như sau: nên làm hai loại xá-la, một loại chẻ hai, một loại để nguyên. Làm xá-la rồi nên tác bạch: 'Vị nào nói như thế này, thì rút thẻ nguyên. Vị nào nói như thế kia, thì rút thẻ chẻ.' Hành xá-la xong, đến chỗ khác để kiểm. Nếu Tỳ-kheo như pháp ngữ nhiều thì vị chủ trì công bố kết quả để chấm dứt tránh sự. Nếu số Tỳ-kheo như pháp ít thì vị ấy nên tác lễ[116] rồi đứng dậy ra đi.

Sau đó sai người nhắn tin đến trong Tăng của trú xứ Tỳ-kheo, bạch rằng: 'Trú xứ kia Tỳ-kheo phi pháp nhiều. Lành thay, Trưởng lão hãy đến đó. Nếu Tỳ-kheo như pháp nhiều, tránh sự kia được chấm dứt, được nhiều công đức.' Tỳ-kheo này nghe vậy, nên đến. Nếu không đến, sẽ như pháp trị.

"Này A-nan, nếu tác pháp như vậy mà tránh sự được chấm dứt thì gọi là ngôn tránh được diệt bằng hai pháp để diệt: hiện tiền tỳ-ni, [919b] dùng đa nhân ngữ."

---

[116] Bản Minh: *tác lễ*. Bản Cao Ly: tác loạn 作亂. Bản Tống: *tác loạn lễ*.

Trong đây, hiện tiền là pháp, tỳ-ni, người, giới, Tăng. Nghĩa như trên.

Trong đây, thế nào là dụng đa nhân ngữ? Căn cứ lời nói nhiều người, là những người trì Pháp, trì Tỳ-ni, trì Ma-di. Nếu tránh sự đã được diệt như pháp rồi, sau đó vị nào phát khởi lại, phạm ba-dật-đề, *như trên*.

b). Thế nào gọi là hành xá-la kín?

Các Tỳ-kheo nghĩ: 'Trong tránh sự này, Tỳ-kheo như pháp nhiều mà Hòa thượng A-xà-lê của họ không như pháp. Nếu chúng ta công khai hành xá-la, sợ các Tỳ-kheo tùy theo Hòa thượng A-xà-lê rút xá-la.' Tỳ-kheo kia hành xá-la kín.

Có vị nghĩ: 'Trong tránh sự này, Tỳ-kheo như pháp nhiều. Nhưng trong chúng kia có Thượng tọa tiêu biểu cho người trí, trì Pháp, trì Tỳ-ni, trì Ma-di mà lại trụ phi pháp. Nếu chúng ta công khai hành xá-la, thì các Tỳ-kheo tùy thuận theo vị Thượng tọa trong chúng, người tiêu biểu về trí mà trụ phi pháp kia rút xá-la.' Cho nên Tỳ-kheo nên hành xá-la kín. Hai vế không biết cũng như trên. Nên hành xá-la như vậy.

Từ hai cách, cho đến như pháp diệt tránh rồi, vị nào phát khởi trở lại phạm ba-dật-đề, như trên, trong mục công khai hành xá-la.

c). Thế nào là hành xá-la rỉ tai?

Tỳ-kheo kia nghĩ, như pháp Tỳ-kheo nhiều, nhưng Hòa thượng A-xà-lê của họ lại nói phi pháp, vị kia nên rỉ tai hành xá-la. Vị Tỳ-kheo kia khởi lên ý nghĩ, trong tránh sự này Tỳ-kheo như pháp nhiều mà vị Thượng tọa trong chúng là người tiêu biểu có trí, trì Pháp, trì Tỳ-ni, trì Ma-di, lại trụ nơi phi pháp, nên Tỳ-kheo kia rỉ tai hành xá-la. Hai vế không biết cũng như trên.

Nên làm hai loại xá-la một loại chẻ, một loại nguyên, tuyên bố. 'Vị nào nói như vầy thì rút thẻ nguyên. Vị nào nói như vầy thì rút thẻ chẻ.' Khi hành xá-la, nên bố trí ngồi cách khoảng, có thể một người đi chen vào giữa che khuất người kia để rỉ tai, nói: 'Hòa thượng, đồng Hòa thượng, A-xà-lê đồng A-xà-lê, thân hậu tri thức của thầy đã rút xá-la... Lành thay, thầy cũng nên rút xá-la... Từ mẫn cố! Nếu như pháp Tỳ-kheo nhiều, tránh sự được chấm dứt thì được công đức nhiều.'

Hành xá-la rồi, qua một bên để kiểm. *Từ đây cho đến như pháp diệt tránh rồi, vị nào phát khởi lại, phạm ba-dật-đề, như trên.*

b. Xá-la phi pháp

Có mười cách rút xá-la không như pháp: 1. Không hiểu rõ mà rút xá-la. 2. Không theo đồng bạn tốt mà rút xá-la. 3. Muốn [919c] khiến cho người phi pháp nhiều mà rút xá-la. 4. Biết Tỳ-kheo phi pháp nhiều mà rút xá-la. 5. Muốn khiến chúng Tăng bị phá vỡ nên rút xá-la. 6. Biết chúng Tăng sẽ bị phá vỡ mà rút xá-la. 7. Phi pháp rút xá-la. 8. Biệt chúng rút xá-la. 9. Do một vi phạm nhỏ mà rút xá-la. 10. Không đứng theo sở kiến mà rút xá-la.

(1) Thế nào là không hiểu rõ mà rút xá-la?

Đối với tránh sự này không nắm vững, không hiểu rõ, không biết là pháp hay phi pháp, cho đến thuyết hay phi thuyết. Như vậy là không hiểu rõ mà rút xá-la.

(2) Thế nào là không cùng bạn lành rút xá-la?

Không đồng bạn với Tỳ-kheo đa văn, trì Pháp, trì Tỳ-ni, trì Ma-di, pháp hay phi pháp *cho đến* thuyết hay phi thuyết. Như vậy là không cùng với bạn lành rút xá-la.

(3) Thế nào là khiến cho Tỳ-kheo phi pháp nhiều mà rút xá-la?

Tỳ-kheo kia nghĩ: 'Trong tránh sự này có nhiều Tỳ-kheo như pháp. Nay ta nên rút xá-la theo phi pháp, khiến cho Tỳ-kheo phi pháp nhiều.' Như vậy gọi là khiến Tỳ-kheo phi pháp nhiều mà rút xá-la.

(4) Thế nào gọi là biết nhiều Tỳ-kheo phi pháp mà rút xá-la?

Tỳ-kheo kia nghĩ: 'Trong tránh sự này Tỳ-kheo phi pháp nhiều. Đồng bạn với phi pháp rút xá-la.' Như vậy gọi là biết Tỳ-kheo phi pháp nhiều mà rút xá-la.

(5) Thế nào gọi là muốn khiến Tăng vỡ mà rút xá-la?

Vị kia khởi ý nghĩ: 'Tránh sự này Tỳ-kheo như pháp nhiều, nay ta rút xá-la theo phe phi pháp khiến cho chúng Tăng bị phá vỡ.' Như vậy là muốn khiến chúng Tăng bị phá vỡ mà rút xá-la.

(6) Thế nào gọi là biết Tăng vỡ mà rút xá-la?

Tỳ-kheo kia biết Tỳ-kheo phi pháp nhiều, vì bạn bè phi pháp mà rút xá-la, như vậy gọi là biết Tăng sẽ bị vỡ mà rút xá-la.

(7) Thế nào gọi là phi pháp rút xá-la?

Bạch nhị, bạch tứ yết-ma mà bạch khác, yết-ma khác. Như vậy gọi là phi pháp rút xá-la.

(8) Thế nào gọi là biệt chúng rút xá-la?

Đồng một cương giới, khi yết-ma không tập hợp hết, người đáng chúc thọ không chúc thọ, bị ngăn bởi người hiện tiền có quyền ngăn. Như vậy gọi là biệt chúng rút xá-la.

(9) Thế nào gọi là do một vi phạm nhỏ mà rút xá-la?

Hoặc nghĩ phạm tội, hoặc không cố phạm, hoặc phát tâm làm như vậy mà rút xá-la. Như thế gọi là do một vi phạm nhỏ mà rút xá-la.

(10) Thế nào là không đúng như sở kiến mà rút xá-la?

Kiến giải khác, nhẫn khả khác mà rút xá-la. Như vậy là không đúng như sở kiến mà rút xá-la.

Đó gọi là mười cách phi pháp rút xá-la. Lại có mười cách như pháp rút xá-la. *(Ở đây tức là ngược lại* **[920a1]** *mười điều không như pháp rút xá-la trên)*.[117]

---

[117] Tiểu chú trong nguyên bản Hán.

c. Bình đoán sự

Có năm loại bình đoán nhân:[118] Có người thân không làm mà khẩu làm, có người khẩu không làm mà thân làm, có người thân không làm khẩu không làm, có người thân làm khẩu làm, có người không ái không nhuế không bố không si.

Thế nào là người thân không làm mà khẩu làm? Nghĩa là người thân không hiện tướng mà miệng có nói năng sai bảo, đó là người thân không làm mà miệng làm.

Thế nào là người miệng không làm mà thân làm? Là người thân hiện tướng mà miệng không nói năng sai bảo, đó là người miệng không làm mà thân làm.

Thế nào là người thân không làm, khẩu không làm? Là người thân không hiện tướng, miệng không nói năng sai bảo, đó là người thân không làm, miệng không làm.

Thế nào là người miệng làm thân làm? Là người thân hiện tướng, miệng nói năng sai bảo, đó là người thân làm miệng làm.

Trong số này, người không ái, không nhuế, không bố, không si, là người bậc nhất hết sức tôn quý. Ví như sữa cho ra lạc, lạc cho ra tô, tô cho ra đề hồ là tối thắng, không có thứ gì so sánh được. Cũng như vậy, người không ái,

---

[118] Hán: Bình đẳng nhân 平當人. *Thập tụng 35* (tr.252c10): Ô-hồi-cưu-la 烏迴鳩羅. Pāli: *ubbāhika*.

không nhuế, không bố, không si là rất tôn quý thù thắng không ai so sánh được. Đây là năm hạng người bình đoán.

3. Diệt mích tránh

3.1. Bấy giờ, Tôn giả A-nan từ chỗ ngồi đứng dậy, để trống vai bên hữu, đầu gối bên hữu chấm đất, chắp tay thưa:

"Bạch đức Thế Tôn, mích tránh được diệt bằng bao nhiêu pháp?"

Đức Phật bảo Tôn giả A-nan:

"Mích tránh được diệt bằng bốn pháp. Đó là, hiện tiền tỳ-ni, ức niệm tỳ-ni, bất si tỳ-ni và tội xứ sở tỳ-ni."

3.2. Tôn giả A-nan lại hỏi:

"Có trường hợp nào mích tránh được diệt không phải bằng hai pháp tức bất si tỳ-ni và tội xứ sở tỳ-ni hay không?"[119]

Đức Phật trả lời:

"Có."

Tôn giả A-nan lại hỏi:

"Đó là trường hợp nào?"

Đức Phật dạy:

---

[119] Tức diệt bằng hai pháp: hiện tiền và ức niệm.

"Này A-nan, nếu Tỳ-kheo không **[920b]** phạm trọng tội ba-la-di, tăng tàn, thâu-lan-giá, mà các Tỳ-kheo nói:[120] 'Thầy có nhớ phạm ba-la-di, tăng tàn, thâu-lan-giá hay không?' Vị ấy không nhớ nên trả lời, 'Tôi không nhớ phạm ba-la-di, cho đến thâu-lan-giá. Trưởng lão đừng gạn hỏi tôi mãi.' Tỳ-kheo kia cố gạn hỏi không thôi. Này A-nan, Tăng nên trao cho Tỳ-kheo này ức niệm tỳ-ni, bằng pháp bạch tứ yết-ma như trên."

3.2.a. Có ba trường hợp phi pháp trao ức niệm tỳ-ni.

(1) Nếu Tỳ-kheo phạm trọng tội ba-la-di, tăng tàn, thâu-lan-giá. Các Tỳ-kheo nói phạm trọng tội ba-la-di, tăng tàn, thâu-lan-giá. Tỳ-kheo kia nói: 'Thầy nhớ phạm trọng tội ba-la-di, cho đến thâu-lan-giá hay không?' Tỳ-kheo phạm trả lời: 'Tôi không nhớ phạm. Trưởng lão đừng gạn hỏi tôi.' Nhưng Tỳ-kheo cố gạn hỏi không thôi. Tỳ-kheo phạm đến Tăng xin ức niệm tỳ-ni. Nếu Tăng cho tác pháp ức niệm tỳ-ni tức là phi pháp.

(2) Tỳ-kheo phạm trọng tội ba-la-di, tăng tàn, thâu-lan-giá. Các Tỳ-kheo cũng nói phạm trọng tội ba-la-di, tăng tàn, thâu-lan-giá, nên các Tỳ-kheo khác hỏi: 'Thầy có nhớ phạm trọng tội ba-la-di, cho đến thâu-lan-giá không?' Tỳ-kheo phạm trả lời: 'Tôi không nhớ phạm trọng tội ba-la-di, cho đến thâu-lan-giá. Tôi nhớ phạm tội nhỏ, sẽ như pháp sám hối. Các Trưởng lão đừng gạn hỏi tôi mãi.' Các

---

[120] Trường hợp vô căn báng, vu khống không căn cứ. Xem Phần I, Ch.ii. tăng-già-bà-thi-sa 8.

Tỳ-kheo cứ gạn hỏi mãi không thôi. Tỳ-kheo kia đến Tăng xin ức niệm tỳ-ni. Nếu Tăng cho ức niệm tỳ-ni là phi pháp.

(3) Nếu Tỳ-kheo phạm trọng tội ba-la-di, tăng tàn, thâu-lan-giá. Các Tỳ-kheo cũng nói phạm trọng tội ba-la-di, tăng tàn, thâu-lan-giá, nên hỏi: 'Thầy có nhớ phạm trọng tội không?' Người ấy nói: 'Tôi không nhớ phạm trọng tội ba-la-di, tăng tàn, thâu-lan-giá. Tôi nhớ phạm tiểu tội, đã như pháp sám hối. Các Trưởng lão đừng đến gạn hỏi tôi mãi.' Các Tỳ-kheo cố gạn hỏi không thôi. Người ấy đến Tăng xin ức niệm tỳ-ni. Nếu Tăng cho ức niệm tỳ-ni, tức là phi pháp.

Đó là ba loại trao ức niệm tỳ-ni phi pháp. Có ba loại trao ức niệm tỳ-ni như pháp (*tức ngược lại ba vế trên*).[121]

Có năm trường hợp không như pháp trao ức niệm tỳ-ni: không hiện tiền, không tự ngôn, không thanh tịnh, phi pháp, biệt chúng. Đó là năm phi pháp trao ức niệm tỳ-ni.

3.2.b. Có năm cách như pháp trao ức niệm tỳ-ni: hiện tiền, **[920c]** tự ngôn, thanh tịnh, pháp, hòa hiệp. Đó là năm như pháp trao ức niệm tỳ-ni.

"Này A-nan, nếu tránh sự được chấm dứt như vậy, tức là mích tránh được diệt bằng hai pháp, hiện tiền tỳ-ni, ức niệm tỳ-ni, không bằng bất si tỳ-ni và tội xứ sở."

Trong đây, cái gì hiện tiền? Đó là pháp, tỳ-ni, người, Tăng, và giới. *Nghĩa cũng như trên.*

---

[121] Tiểu chú trong nguyên bản Hán.

Trong đây, ức niệm tỳ-ni như thế nào?

Tội ấy của Tỳ-kheo không được nêu trở lại[122] thì không được tác ức niệm. Nếu Tỳ-kheo đã như pháp chấm dứt tránh sự rồi, mà sau đó vị nào phát khởi lên trở lại, phạm ba-dật-đề, *như trên*.

3.3. Tôn giả A-nan lại hỏi:

"Có trường hợp nào mích tránh được diệt bằng hai pháp, hiện tiền tỳ-ni, bất si tỳ-ni, mà không dùng ức niệm tỳ-ni và tội xứ sở hay không?"

Đức Phật bảo Tôn giả A-nan: "Có."

Tôn giả A-nan thưa: "Trường hợp đó là thế nào?"

Đức Phật dạy:

"Trường hợp có Tỳ-kheo điên cuồng tâm loạn, nhiều lần phạm các tội, sau đó bình phục trở lại. Các Tỳ-kheo đều nói phạm trọng tội, ba-la-di, tăng tàn, thâu-lan-giá, nên hỏi: 'Thầy có nhớ phạm trọng tội, ba-la-di, tăng tàn, thâu-lan-giá, hay không?' Vị đó không nhớ phạm trọng tội nên trả lời: 'Tôi không phạm trọng tội, ba-la-di, cho đến thâu-lan-giá. Khi ấy tôi bị điên cuồng tâm loạn, nhiều lần phạm các tội. Đây chẳng phải là cố ý, mà là do tôi điên cuồng vậy. Các Trưởng lão đừng gạn hỏi tôi nữa.' Các Tỳ-kheo cứ gạn hỏi mãi, không thôi.

Vị ấy nghĩ: 'Ta nên làm thế nào?' Rồi bạch các Tỳ-kheo. Các Tỳ-kheo bạch Phật.

---

[122] Tội đã được sám hối và không được ai nhắc lại tội ấy.

Đức Phật dạy:

"Cho phép Tăng trao cho Tỳ-kheo này bất si tỳ-ni, bằng pháp bạch tứ yết-ma như trên."

Có ba phi pháp trao bất si tỳ-ni:

Tỳ-kheo không si giả làm si, nhiều lần phạm các tội, chẳng phải pháp sa-môn. Các Tỳ-kheo nói Tỳ-kheo ấy phạm trọng tội ba-la-di, tăng tàn, thâu-lan-giá. Các Tỳ-kheo hỏi: 'Thầy có nhớ phạm trọng tội ba-la-di, cho đến thâu-lan-giá hay không?' Người ấy trả lời: 'Khi ấy tôi cuồng si, nhiều lần phạm các tội, chẳng phải pháp sa-môn. Chẳng phải tôi cố ý làm, mà là do cuồng si cho nên làm. Các Trưởng lão đừng gạn hỏi tôi nữa.' Các Tỳ-kheo cứ gạn hỏi mãi không thôi. Tỳ-kheo đó đến Tăng xin bất si tỳ-ni. Nếu Tăng cho bất si tỳ-ni, là phi pháp. *(Đây là vế đầu. Kế đến vế thứ hai cũng như trên. Chính người ấy nói, 'Tôi nhớ nhiều lần phạm tội như người trong mộng làm vậy.' Kế đến vế thứ ba cũng như trên. Chính người ấy nói, 'Tôi nhớ nhiều lần phạm các tội, như người từ trên núi cao rớt xuống chỉ nắm được vật nhỏ, tôi cũng như vậy.')*.¹²³ Đó là ba phi pháp trao bất si tỳ-ni.

Có ba như pháp trao bất si tỳ-ni (*ngược lại với* **[921a1]** *ba vế trên là như pháp*).¹²⁴

Có năm phi pháp trao bất si tỳ-ni. Có năm như pháp trao bất si tỳ-ni *như trên*.

---

¹²³ Tiểu chú trong nguyên bản Hán.
¹²⁴ Tiểu chú trong nguyên bản Hán.

"Này A-nan, nếu tránh sự được chấm dứt như vậy, đó là mích tránh được diệt bằng hai pháp, hiện tiền tỳ-ni, bất si tỳ-ni, không bằng ức niệm tỳ-ni, tội xứ sở. Trong đây, nghĩa của hiện tiền như trên."

Thế nào gọi là bất si tỳ-ni?

Tội này của Tỳ-kheo không được nêu trở lại thì không được tác ức niệm vậy. Tỳ-kheo kia đã như pháp chấm dứt tránh sự, sau đó ai phát khởi lên lại, phạm ba-dật-đề, *như trên*.

3.4. Tôn giả A-nan lại hỏi:

"Có trường hợp nào mích tránh được diệt bằng hai pháp, hiện tiền tỳ-ni, tội xứ sở, mà không dùng ức niệm tỳ-ni, bất si tỳ-ni không?"

Đức Phật dạy: "Có."

A-nan thưa: "Trường hợp ấy là thế nào?"

"Nếu Tỳ-kheo ưa luận nghị cùng ngoại đạo,[125] khi bị hỏi gắt thì lời nói trước mâu thuẫn lời nói sau. Khi ở trong chúng được hỏi, cũng lời nói trước mâu thuẫn lời nói sau, cố ý nói dối. Này A-nan, Tăng nên trao cho Tỳ-kheo này tội xứ sở, bằng pháp bạch tứ yết-ma như trên."

Có ba phi pháp trao tội xứ sở tỳ-ni: không tác cử, không tác ức niệm, không tác tự ngôn. Đó gọi là ba.

---

[125] Tỳ-kheo Tượng Lực, xem Phần I, Ch.v, ba-dật-đề 1. Xem mục I. 6 "Tội xứ sở".

Lại có ba: không phạm, tội phạm không thể sám, phạm tội đã sám.

Lại có (những nhóm) ba: không tác cử, phi pháp, biệt chúng. Không tác ức niệm, phi pháp, biệt chúng. Không tác tự ngôn, phi pháp, biệt chúng. Không phạm tội, phi pháp, biệt chúng. Phạm tội không thể sám, phi pháp, biệt chúng. Phạm tội nhưng đã sám, phi pháp, biệt chúng. Không hiện tiền, phi pháp, biệt chúng. Đó gọi là (những nhóm) ba phi pháp trao tội xứ sở.

Lại có ba như pháp trao tội xứ sở (ngược lại với việc trên, chứ không khác, nên không chép ra là như pháp vậy).[126]

Đó là có ba như pháp trao tội xứ sở.

Có năm phi pháp trao tội xứ sở: Không hiện tiền, không tác tự ngôn, không thanh tịnh, phi pháp biệt chúng. Đó là năm phi pháp trao tội xứ sở.

(Lại có năm vế như pháp ngược với việc trên, chứ không khác, nên không chép ra).[127]

Nếu tránh sự được chấm dứt như vậy thì đó là tránh sự được diệt bằng hai pháp, hiện tiền tỳ-ni, tội xứ sở; không dùng ức niệm tỳ-ni, bất si tỳ-ni. Nghĩa của hiện tiền như trên.

---

[126] Tiểu chú trong nguyên bản Hán.
[127] Tiểu chú trong nguyên bản Hán.

Thế nào là tội xứ sở?[128] Với tội này, Tỳ-kheo kia bị tác cử, bị tác ức niệm.

Tỳ-kheo kia, nếu tránh sự đã như pháp chấm dứt rồi, sau đó phát khởi lên lại, phạm ba-dật-đề, *như trên.*

4. Diệt phạm tránh

4.1. Tôn giả A-nan lại thưa:

"Phạm tránh được diệt bằng bao nhiêu pháp?

Phật dạy Tôn giả A-nan:

"Phạm tránh được [921b] diệt bằng ba: hiện tiền tỳ-ni, tự ngôn trị, thảo phú địa."

Tôn giả A-nan lại hỏi:

"Có trường hợp nào phạm tránh được diệt bằng hai pháp, hiện tiền tỳ-ni và tự ngôn trị, mà không dùng thảo phú địa hay không?"

Đức Phật dạy: "Có."

A-nan lại thưa:

"Trường hợp đó là thế nào?"

Đức Phật bảo Tôn giả A-nan:

4.1.a. Tỳ-kheo phạm tội, nếu cần đến trước một Tỳ-kheo[129] để sám hối thì nên đến chỗ một Tỳ-kheo thanh

---

[128] *Ngũ phần,* bản ngôn trị, có hai loại: có thể sám hối và không thể sám hối.

[129] Tội chỉ cần đối trước một tỳ-kheo mà sám, như ba-dật-đề.

tịnh, để trống vai bên hữu. Nếu vị ấy là bậc Thượng tọa thì nên kính lễ dưới chân, đầu gối bên hữu chấm đất, chắp tay, nói rõ tên tội, nói chủng loại của tội, như sau:

"Trưởng lão nhất tâm niệm. Tôi Tỳ-kheo tên... phạm... tội, nay đến Trưởng lão để sám hối, không dám che giấu. Sám hối thì an lạc, không sám hối không an lạc. Tôi nhớ nghĩ có phạm nên phát lồ, biết mà không dám che giấu. Trưởng lão nhớ cho, tôi thanh tịnh, giới thân đầy đủ, thanh tịnh bố-tát."

Lần thứ hai, lần thứ ba cũng thưa như vậy. Vị thọ sám nên nói:

"Thầy nên tự trách tâm mình, nên sanh tâm yểm ly."

Trả lời:

"Vâng."

"Này A-nan, nếu làm như vậy mà tránh sự được chấm dứt tức là phạm tránh này được diệt bằng hai pháp hiện tiền tỳ-ni và tự ngôn trị, mà không dùng như thảo phú địa."

Trong đây, nghĩa của hiện tiền, pháp, tỳ-ni, *như trên.* Người hiện tiền tức là người thọ sám.

Trong đây, thế nào là "tự ngôn"? Tự mình nói tên tội, nói chủng loại tội mà sám hối vậy.

Thế nào gọi là "trị"? Là 'Hãy tự trách tâm của ngươi, sanh yểm ly.'

Nếu tránh sự được chấm dứt rồi, sau đó vị nào phát khởi lên lại, phạm ba-dật-đề. Trừ thọ dục rồi, ngoài ra như trên.

4.1.b. Nếu cần đến hai Tỳ-kheo sám hối thì nên đến chỗ hai Tỳ-kheo thanh tịnh, để trống vai bên hữu. Nếu vị ấy là bậc Thượng tọa thì kính lễ dưới chân rồi, đầu gối bên hữu chấm đất, chắp tay nói tên tội, nói chủng loại tội, tác pháp sám hối như trên.

Vị thọ sám, trước hết nên hỏi vị Tỳ-kheo thứ hai rằng: 'Nếu Trưởng lão cho phép tôi nhận sự sám hối của Tỳ-kheo... thì tôi sẽ nhận.'

Vị thứ hai nên nói: "Đồng ý."

4.1.c. Nếu cần đối với ba vị Tỳ-kheo để sám hối cũng như vậy. Hay muốn sám hối đối trước Tăng thì nên đến giữa Tăng, để trống vai bên hữu, cởi bỏ dép, kính lễ sát chân Tăng, đầu gối bên hữu chấm đất, chắp tay tác bạch:

"*Đại đức Tăng, xin lắng nghe. Tôi là Tỳ-kheo tên... phạm... tội, nay đến Tăng xin sám hối.*"

Thưa xin như vậy ba lần. Vị thọ sám nên tác bạch rồi sau mới nhận sám của vị kia. Văn tác bạch như sau:

"*Đại đức Tăng, xin lắng nghe. Tỳ-kheo kia tên là... phạm... tội, nay đến Tăng xin sám hối. Nếu thời gian thích hợp đối với Tăng, Tăng chấp thuận, tôi nhận sự sám hối của Tỳ-kheo... Đây là lời tác bạch.*"

Nên tác bạch như vậy rồi nhận sám. Vị thọ sám nên nói:

"Thầy nên tự trách tâm mình; sanh tâm yểm ly."

Tỳ-kheo sám hối nên thưa:

"Vâng."

"Này A-nan, nếu tác pháp như vậy mà tránh sự được chấm dứt tức là phạm tránh này được diệt bằng hai pháp hiện tiền tỳ-ni và tự ngôn trị, chứ không dùng như thảo phú địa."

Trong đây, hiện tiền là pháp, tỳ-ni, *cho đến giới, như trên.*

Thế nào là "tự ngôn"? Nói tên tội, nói chủng loại tội mà *sám hối vậy.*

Thế nào là "trị"? là 'Tự trách tâm ngươi; sanh tâm yểm ly.'

Tránh sự được như pháp diệt rồi, sau đó ai phát khởi lại, thì *như trên.*

4.2. Tôn giả A-nan lại thưa:

"Bạch Đại đức, có trường hợp nào phạm tránh được diệt bằng hai pháp hiện tiền tỳ-ni và như thảo phú địa chứ không dùng tự ngôn trị hay không?"

Đức Phật dạy: "Có."

Tôn giả hỏi: "Trường hợp đó thế nào?"

Đức Phật dạy: Trong tránh sự này, trong đó các Tỳ-kheo đa số phạm các tội, chẳng phải pháp sa-môn, nói năng không chừng mực, ra vào tới lui không thuận oai nghi. Các Tỳ-kheo nghĩ: 'Trong tránh sự này, chúng ta đa số phạm các tội, chẳng phải pháp sa-môn, nói năng không chừng mực, ra vào tới lui không thuận oai nghi. Nếu chúng ta cùng nhau tự mình truy cứu tránh sự này, sợ khiến cho tội sâu nặng, không thể như pháp như tỳ-ni như lời Phật dạy để chấm dứt, khiến các Tỳ-kheo không sống an lạc.' Này A-nan, trong một chúng kia có Tỳ-kheo trí tuệ có khả năng, nên từ chỗ ngồi đứng dậy, để trống vai bên hữu, đầu gối bên hữu chấm đất, chắp tay thưa: 'Bạch các Trưởng lão, trong tránh sự này, chúng ta đa số phạm các tội, chẳng phải pháp sa-môn, nói năng không chừng mực, ra vào tới lui không thuận oai nghi. Nếu chúng ta cùng nhau tự mình truy cứu tránh sự này, sợ khiến cho tội sâu nặng, không thể như pháp như tỳ-ni như lời Phật dạy để chấm dứt, khiến các Tỳ-kheo không sống an lạc. Nếu các Trưởng lão chấp thuận, tôi vì các Trưởng lão tác pháp sám hối như cỏ che đất đối với tội này.'

Chúng thứ hai cũng nói như vậy.

"Này A-nan, các Tỳ-kheo kia nên tác bạch pháp sám như cỏ che đất, như sau:

"*Đại đức Tăng, xin lắng nghe. Nếu thời gian thích hợp đối với Tăng, Tăng chấp thuận, Tăng vì tránh sự này tác pháp sám hối như thảo phú địa. Đây là lời tác bạch.*"

Nên tác bạch như vậy rồi, tác pháp sám hối như thảo phú địa.

Này A-nan, trong một chúng kia có vị trí tuệ, có khả năng, từ chỗ ngồi đứng dậy, để trống vai bên hữu, **[922a1]** đầu gối bên hữu chấm đất, chắp tay thưa:

"Thưa các Trưởng lão, nay tôi, trong tránh sự này, nếu các Trưởng lão chấp thuận, tôi vì các Trưởng lão tác pháp sám hối như thảo phú địa đối với các tội đã phạm, trừ trọng tội, và yết-ma ngăn không cho đến nhà bạch y."

Chúng thứ hai cũng nói như vậy.

"Này A-nan, nếu tránh sự do thế mà được chấm dứt tức là phạm tránh này được diệt bằng hai pháp hiện tỳ-ni và như thảo phú địa để chấm dứt, chứ không dùng tự ngôn trị." *Hiện tiền*, nghĩa *như trên*.

Thế nào gọi là thảo phú địa?

Không nói tên tội, tên chủng loại của tội để sám hối.

Nếu tránh sự được chấm dứt rồi, sau đó có ai phát khởi lên lại, cũng như trên.

5. Diệt sự tránh

Tôn giả A-nan lại thưa:

"Sự tránh được diệt bằng bao nhiêu pháp?"

Đức Phật dạy: "Tùy theo tội phạm, bằng tất cả pháp để chấm dứt.

6. Ưu-ba-ly hỏi

6.1. Bấy giờ, Tôn giả Ưu-ba-ly, từ chỗ ngồi đứng dậy, để trống vai bên hữu, đầu gối bên hữu chấm đất, bạch Phật:

"Tác tự ngôn trị, tất cả đều như pháp hết phải không?"

Đức Phật dạy: "Này Ưu-ba-ly, tự ngôn trị không phải tất cả đều như pháp.

"Trong đây, Tỳ-kheo không phạm ba-la-di. Vị kia không tác cử, không tác ức niệm, tự nói phạm ba-la-di. Các Tỳ-kheo liền trao cho ba-la-di để trị. Này Ưu-ba-ly, đó là tự ngôn trị phi pháp.

"Này Ưu-ba-ly, trong đây Tỳ-kheo không phạm ba-la-di. Vị kia không tác cử, không tác ức niệm. Vị kia tự nói phạm tăng tàn. Các Tỳ-kheo liền trao cho tội tăng tàn để trị. Này Ưu-ba-ly, như vậy là trao cho tự ngôn trị phi pháp."

Cho đến, tự nói phạm ác thuyết cũng như vậy.

"Này Ưu-ba-ly, trường hợp Tỳ-kheo không phạm tăng tàn. Các Tỳ-kheo không tác cử, không tác ức niệm. Tỳ-kheo kia tự nói phạm ba-la-di. Các Tỳ-kheo trao cho pháp ba-la-di để trị. Như vậy gọi là tự ngôn trị phi pháp.

"Này Ưu-ba-ly, trường hợp Tỳ-kheo không phạm tăng tàn. Các Tỳ-kheo không tác cử, không tác ức niệm. Tỳ-kheo kia tự nói phạm tăng tàn. Các Tỳ-kheo trao cho pháp tăng tàn để trị. Đó là trao tự ngôn trị phi pháp.

"Trường hợp Tỳ-kheo không phạm tăng tàn, tự nói phạm ba-dật-đề, cho đến ác thuyết cũng như vậy.

"Trường hợp Tỳ-kheo không phạm ba-dật-đề tự nói phạm ba-la-di, cho đến ác thuyết cũng như vậy.

"Trường hợp Tỳ-kheo không phạm ba-la-đề đề-xá-ni, tự nói phạm ba-la-di, cho đến ác thuyết cũng như vậy. Thâu-lan-giá cho đến ác thuyết cũng như vậy. Đột-kiết-la cho đến ác thuyết cũng **[922b]** như vậy. Ác thuyết mà tự nói phạm ba-la-di, *trở lại* đến ác thuyết cũng như vậy.

6.2. "Này Ưu-ba-ly, trường hợp Tỳ-kheo không phạm ba-la-di. Vị kia tác cử, tác ức niệm, bèn tự nói phạm ba-la-di. Các Tỳ-kheo liền trao cho pháp ba-la-di để trị. Đó là tác tự ngôn trị phi pháp."

Cho đến tự nói phạm ác thuyết, bảy vế xen nhau làm đầu mối cũng như trên.

"Này Ưu-ba-ly, trường hợp Tỳ-kheo phạm ba-la-di. Vị kia không tác cử, không tác ức niệm, tự nói phạm tăng tàn. Các Tỳ-kheo liền trao tội tăng tàn để trị. Như vậy là tự ngôn trị phi pháp."

Cho đến tự nói phạm ác thuyết cũng như vậy.

Trường hợp Tỳ-kheo phạm tăng tàn, Tỳ-kheo kia không tác cử, không tác ức niệm, bèn tự nói phạm ba-la-di. Các Tỳ-kheo liền trao tội ba-la-di để trị. Như vậy là phi pháp trao tự ngôn trị.

Trường hợp Tỳ-kheo phạm tăng tàn. Tỳ-kheo kia không tác cử, không tác ức niệm, tự nói phạm ba-dật-đề. Các Tỳ-kheo liền trao tội ba-dật-đề để trị. Tức là phi pháp tự ngôn trị.

Cho đến tự nói phạm ác thuyết xen nhau làm đầu mối cũng như vậy.

"Này Ưu-ba-ly, trường hợp Tỳ-kheo phạm ba-la-di. Tỳ-kheo kia tác cử, tác ức niệm, bèn nói phạm tăng tàn. Các Tỳ-kheo liền trao tội tăng tàn để trị." *Cho đến* ác thuyết xen nhau làm thành vế cũng như vậy.

"Này Ưu-ba-ly, đó là trao tự ngôn trị phi pháp."

6.3. Ưu-ba-ly lại hỏi:

"Thế nào là tự ngôn như pháp trị?"

Đức Phật dạy:

"Nếu Tỳ-kheo phạm ba-la-di. Vị kia không tác cử, không tác ức niệm. Vị kia tự nói phạm ba-la-di. Các Tỳ-kheo liền vì vị ấy tác tội ba-la-di để trị. Như vậy là trao tự ngôn như pháp trị."

Cho đến ác thuyết cũng như vậy.

"Này Ưu-ba-ly, trường hợp Tỳ-kheo phạm ba-la-di. Tỳ-kheo kia tác cử, tác ức niệm. Vị kia tự nói phạm ba-la-di. Các Tỳ-kheo liền trao cho tội ba-la-di để trị. Tức là trao tự ngôn như pháp trị."

Cho đến ác thuyết cũng như vậy.

"Này Ưu-ba-ly, đó là trao tự ngôn như pháp trị."

6.4. Bấy giờ, có Tỳ-kheo nói với các Tỳ-kheo rằng:

"Tôi phạm bất tịnh hạnh, muốn thôi tu."

Tỳ-kheo kia nói:

"Nên biết đúng thời."

Tỳ-kheo kia rời đi. Ưu-ba-ly kinh hành cách đó không xa nghe, đến chỗ Tỳ-kheo kia hỏi:

"Các vị vừa bàn nói việc gì?"

Vị kia nói:

"Tôi phạm bất tịnh hạnh, muốn thôi tu."

Ưu-ba-ly hỏi:

"Thầy phạm cùng [922c] người nào?"

"Tôi phạm cùng với vợ cũ."

Ưu-ba-ly hỏi:

"Vợ cũ, ở chỗ nào?"

"Vợ cũ ở tại nước Ưu-thiền."

Ưu-ba-ly hỏi:

"Thầy đến đó à?"

"Tôi không đến đó."

Ưu-ba-ly hỏi:

"Người ấy đến đây à?"

"Người ấy không đến đây."

Ưu-ba-ly hỏi:

"Vậy, thầy phạm bằng cách nào?"

"Tôi phạm ở trong mộng."

Ưu-ba-ly nói:

"Thôi, đủ rồi! Kể cả tội đột-kiết-la, thầy cũng không phạm."

PHẦN BỐN
VĂN BẢN

I. VĂN SANSKRIT

Pratimoksasutra of Lokottaramahasanghikanam.
Nguồn: Tatia, Nathmala ấn hành. Patna: Kashi Prasad Jayaswal Research Institute, 1975.

sapta adhikaraṇaśamathāḥ dharmāḥ|

ime khalav āyuṣmantaḥ saptādhikaraṇaśamathāḥ dharmā anvardhamāsaṁ prātimokṣasūtroddeśam āgacchanti|

saṁmukhavinayārhāya saṁmukhavinayaṁ dāsyāmaḥ|

smṛtivinayārhāya smṛtivinayaṁ dāsyāmaḥ|

amūḍhavinayārhāya amūḍhavinayaṁ dāsyāmaḥ|

yadbhūyeṣipārhāya yadbhūyeṣiyaṁ dāsyāmaḥ|

tatsvabhāveṣiyārhāya tatsvabhāveṣiyaṁ dāsyāmaḥ|

tṛṇaprastārakārhāya tṛṇaprastārakaṁ dāsyāmaḥ|

pratijñākārakārhāya pratijñāṁ dāsyāmaḥ|

utpannotpannāny adhikaraṇāny ebhiḥ saptabhir adhikaraṇaśamathair dhamair dāpayiṣyāmaḥ śamayiṣyāmo vyupaśamayiṣyāmo dharmavinayena śāratuḥ śāsanena/

II. VĂN PALI

Nguồn: Chaṭṭha Saṅgāyana Tipiṭaka 4.0 Version 4.0.0.15

Vinayapiṭaka

8. Adhikaraṇsamathā

Ime kho panāyasmanto satta adhikaraṇasamathā dhammā uddesaṃ āgacchanti.

Uppannuppannānaṃ adhikaraṇānaṃ samathāya vūpasamāya

1. sammukhāvinayo dātabbo,

2. sativinayo dātabbo,

3. amūḷhavinayo dātabbo,

4. paṭiññāya kāretabbaṃ,

5. yebhuyyasikā,

6. tassapāpiyasikā,

7. tiṇavatthārakoti.

Udditṭhā kho, āyasmanto, satta adhikaraṇasamathā dhammā.

III. VĂN HÁN

1. Luật Ngũ phần

彌沙塞五分戒本 No. 1422 [cf. No. 1421]

宋罽賓三藏佛陀什等譯

諸大德。是七滅諍法。半月半月戒經中說。

應與現前比尼。與現前比尼。

應與憶念比尼。與憶念比尼。

應與不癡比尼。與不癡比尼。

應與本言與本言治。

應與自言。與自言治。

應與多人語。與多人語。

應與草布地。與草布地。

2. Luật Tăng-kỳ

摩訶僧祇律大比丘戒本 No. 1426 [cf. No. 1425]

東晉天竺三藏佛陀跋陀羅譯

諸大德。是七滅諍法。半月半月次說波羅提木叉。

若隨事隨順人。應與現前比尼人。與現前比尼。

應與憶念比尼人。與憶念比尼。

應與不癡比尼人。與不癡比尼。

應與自言治比尼人。與自言治比尼。

應與覓罪相比尼人。與覓罪相比尼。

應與多覓罪相比尼人。與多覓罪相比尼。

應與如草敷地比尼人。與如草敷地比尼。

3. Luật Tứ phần

四分律比丘戒本 No. 1429 [No. 1430; cf. No. 1428]

後秦三藏佛陀耶舍譯

諸大德。是七滅諍法。半月半月說戒經中來。

若有諍事起。即應除滅。

應與現前毘尼。當與現前毘尼。

應與憶念毘尼。當與憶念毘尼。

應與不癡毘尼。當與不癡毘尼。

應與自言治。當與自言治。

應與覓罪相。當與覓罪相。

應與多人覓罪。當與多人覓罪。

應與如草覆地。當與如草覆地。

4. Luật Thập tụng

No. 1436

十誦比丘波羅提木叉戒本

姚秦三藏鳩摩羅什譯

諸大德。是七滅諍法。半月半月波羅提木叉中說。
應與現前毘尼人。當與現前毘尼。
應與憶念毘尼人。當與憶念毘尼。
應與不癡毘尼人。當與不癡毘尼。
應與自言治人。當與自言治。
應與覓罪相人。當與覓罪相。
應與多覓罪相人。當與多覓罪相。
種種僧中諍事起。如草布地除滅。應當學。

5. Luật Căn bản Thuyết nhất thiết hữu bộ
No. 1454

根本說一切有部戒經

三藏法師義淨奉　制譯

諸大德。此七滅諍法。半月半月戒經中說。
攝頌曰。

　現前并憶念　不癡與求罪
　多人語自言　草掩除眾諍
　應與現前毘奈耶　當與現前毘奈耶
　應與憶念毘奈耶　當與憶念毘奈耶

應與不癡毘奈耶　當與不癡毘奈耶

應與求罪自性毘奈耶　當與求罪自性毘奈耶

應與多人語毘奈耶　當與多人語毘奈耶

應與自言毘奈耶　當與自言毘奈耶

應與草掩毘奈耶　當與草掩毘奈耶

若有諍事起。當以七法順大師教。如法如律而除滅之。

SÁCH DẪN

A

A-di-la-bạt-đề, sông
  Pl. *Kosala* 283
A-nan 219, 289, 290, 309, 310,
  313, 314, 315, 316, 317,
  318, 321, 327, 328, 329,
  330, 332, 334, 335, 337,
  338, 339
An Thế Cao 63, 110

B

bậc vô trước 302
ba-dật-đề
  Pl. *pācit* 53, 203, 216, 217,
  242, 248, 251, 258, 261,
  277, 279, 282, 307, 308,
  309, 316, 318, 322, 323,
  330, 332, 334, 336, 340,
  341
Ba-dật-đề 67, 77, 79
Bà-la-bạt-đề 50
Ba-la-đề-mộc-xoa . 99, 100, 101,
  102
Bất kiến tội cử 203
Bạt-kỳ tử, nhóm Tỳ-kheo
  Pl. *Vajjiputta* 62
bất si tỳ-ni
  Pl. *amūḷhavinayo* . . . 230, 232,
  244, 245, 246, 275, 287,
  288, 289, 327, 329, 330,
  331, 332, 333
Bát tông cương yếu 57, 58
Bảy hạng học nhân 302
bình đoán nhơn, năm loại . 326
bình đoán sự 326
bốn tranh chấp 296
bỏ phiếu công khai 320

C

Ca-diếp-di (Ẩm quang bộ)
  Pl. *Kāśyapika* 58, 103
Ca-lưu-đà-di 282, 283
Ca-lưu-đà-di, Tỳ-kheo 231
cầu giáo thọ . . . 83, 90, 206, 250
Câu-thiểm-di 295
Châu-na, Sa-di 196, 200, 229
Chiêm-bà, thành 289
Cụ túc, giới . . . 65, 69, 76, 84, 90,

91, 211, 218, 279
Cưu-ma-la-thập 59, 114

D
dập tắt tránh sự .. 89, 200, 224, 264, 269, 312
Diệt mích tránh 327
Diệt ngôn tránh 309
Diệt phạm tránh 334
Diệt sự tránh 339
diệt tránh, bảy nguyên tắc . 228
Di-sa-tắc (Hóa địa bộ)
Pl. *Mahīśāsaka* .. 56, 57, 63, 66, 93, 282
Dụng đa nhân ngữ 291

E
evaṃ taṃ dhārayāmi 47

G
Già-cừ, ao 289
Già-da, núi 219
giới hiện tiền 308
Gốc rễ của mích tránh 299
Gốc rễ của ngôn tránh 298
Gốc rễ của phạm tránh 299
Gốc rễ của sự tránh 299

H
hành xá-la, ba cách 320
hành xá-la kín 322
hành xá-la rỉ tai 322
hiện tiền. ba yếu tố 307

Hiện tiền luật 309
Hiện tiền tỳ-ni 282
hiện tiền tỳ-ni ... 229, 231, 264, 265, 268, 271, 272, 275, 276, 278, 279, 284, 306, 307, 308, 309, 310, 311, 316, 318, 321, 327, 329, 330, 332, 333, 334, 335, 337
Hiện tiền tỳ-ni 231, 236, 284
hiện tiền tỳ-ni diệt tránh ... 284

K
Kiêu-thưởng-di, sự kiện
Pl. *Kôsambī* 115, 201, 203, 204, 205, 206, 266

L
lãnh thọ quả báo ... Xem thọ kỳ báo
La-thập 59, 61, 94
Lục tránh 299

M
Ma-đắc-lặc-già luận 58
Ma-ha-tăng-kỳ (Đại chúng bộ)
Pl. *Mahāsaṅghika* ... 57, 63, 66
Ma-la Tử, Tôn giả 239
mích tội tướng, quy tắc 249, 251, 252, 291, 293
mích tránh
sự không thiện 301
sự thiện 300

sự vô ký 301
mười cú nghĩa 197
mười pháp đáng tôn kính .. 211
mười phi pháp 62

N
Nan-đề, Tỳ-kheo. 232, 244, 245, 246, 286, 287, 288, 289
ngôn chẳng phải ngôn tránh ... 304
ngôn không tránh 305
ngôn tránh
  bất thiện 300
  thiện 300
  vô ký 300
ngôn tránh tức là ngôn 304
ngôn tức là ngôn tránh 303
ngôn tức tránh 304
người hiện tiền 307
Ngũ phần quảng luật 99
Ngũ phần yết-ma 103
nhóm sáu Tỳ-kheo.... 231, 282
như cỏ che đất 295
như thảo phú địa
  Pl. tiṇavatthārakoti. 230, 234, 235, 260, 261, 275, 278, 279, 335, 337, 338, 339
Như thảo phú địa 295
Ni-kiền Thân Tử 196, 229

P
phạm tránh 298
  bất thiện 302

có pháp diệt 334
vô ký 302
Pháp Hiển 63, 94, 100
pháp hiện tiền 307
Pháp Kính 60
pháp ức niệm tỳ-ni 284
Phật-đà-bạt-đà (Giác Hiền)
  Pl. Buddhabhadra...... 63, 94, 100
Phật-đà-da-xá
  Pl. Buddhayaśas... 60, 61, 62, 94, 101
Phất-nhã-đa-la
  Pl. Puṇyatara 59, 94

Q
Quy tắc hiện tiền 306

S
Sa-la-bạt-đề 婆羅跋提
  Pl. Sālavatī 50
sáu đẳng khởi của tội 299
sáu pháp hòa kỉnh 200
sáu pháp khả niệm 196
Sáu tránh 299
sơ tránh 307
sự tránh 298
  bất thiện 302
  thiện 302

T
Tác tội xứ sở 293
tác yết-ma diệt tẫn 283

Tăng-già-lam 91, 92
Tăng-già-lê 89
Tăng hiện tiền 308
Tăng hòa hiệp ... 196, 197, 201, 220, 229
Tăng Hựu. ...58, 59, 60, 62, 64, 65, 104
Tăng-kỳ giới tâm 69
Tăng kỳ luật 62
tăng thượng tác sự 225
Tăng trần cấu 223
Tát-bà-đa (Hữu bộ)
  Pl. *Sarvāstivāda*.... 57, 58, 59, 66, 94, 105, 106, 267
Tệ ma Xem Ba-tuần (ma)
Thích-sí-sấu 292
Thiện kiến luận 58, 108
Thị sự ngã như thị trì 47
Ti-ma-la-xoa
  Pl. *Vimalākṣa* 60
Tì-ni mẫu luận 58
tội ba-la-di .. 52, 216, 221, 231, 232, 239, 240, 245, 273, 274, 283, 284, 285, 286, 287, 288, 328, 329, 331, 341, 342
tội xứ sở tỳ-ni ... 250, 275, 327, 332
tranh chấp 296
tránh mà chẳng phải ngôn . 305
tránh sự 296
tránh tức là ngôn 305
Trúc Pháp Hộ 64

tứ hiền thánh tộc 四賢聖族 218
tự ngôn trị, nguyên tắc 202, 230, 233, 248, 249, 276, 278, 279, 291, 334, 335, 337, 339, 340, 341
Tượng Lực 292, 293, 294
Tượng Lực, Tỳ-kheo .. 233, 251, 252, 332
tỳ-ni hiện tiền 307

U
Ưu-ba-cúc-đa
  Skt. *Upagupta* 59
Ưu-ba-ly ... 223, 339, 340, 341, 342, 343
Ưu-ta, Tỳ-kheo-ni 295
Ưu Thiền, nước 343
Úy-thứ, Tỳ-kheo-ni 295

X
xá-la 219
xá-la, mười cách rút 323
Xá-la phi pháp 323
Xá-lợi-phất vấn kinh 65, 66
Xá-vệ, nước 291
Xiển-đà 295, 296
Xuất Tam tạng ký tập 59, 64, 69
xuất y ca-thi-na 89

Y
yết-ma
  bạch tứ tác pháp bất si tỳ-ni ..

287	bạch tứ tác tội xứ sở 293
bạch tứ tác pháp ức niệm tỳ-ni 284	yết-ma thuyết giới 219, 278, 290

GIÁO HỘI PHẬT GIÁO VIỆT NAM THỐNG NHẤT
HỘI ĐỒNG HOẰNG PHÁP*

CHỨNG MINH:

Trưởng lão HT Thích Thắng Hoan	(Hoa Kỳ),
Trưởng lão HT Thích Huyền Tôn	(Úc châu),
HT Thích Bảo Lạc	(Úc châu),
HT Thích Tuệ Sỹ	(Việt Nam)

CỐ VẤN CHỈ ĐẠO:

HT Thích Tuệ Sỹ	(Việt Nam)

CHÁNH THƯ KÝ:

HT Thích Như Điển	(Đức)

PHÓ THƯ KÝ:

HT Thích Nguyên Siêu	(Hoa Kỳ),
HT Thích Bổn Đạt	(Canada)

THÀNH VIÊN:

Âu châu: HT Thích Quảng Hiền (Thụy Sĩ), HT Thích Minh Giác (Hòa Lan), TT Thích Thông Trí (Hòa Lan), TT Thích Nguyên Lộc (Pháp)

Úc châu: HT Thích Minh Hiếu, TT Thích Tâm Minh

Hoa Kỳ: HT Thích Nhật Huệ, TT Thích Từ Lực

---

* Cập nhật ngày 08.05.2022.

BAN PHIÊN DỊCH & TRƯỚC TÁC:
Cố Vấn kiêm Trưởng Ban: **HT Thích Tuệ Sỹ (Việt Nam)**
Phó Ban: HT Thích Thiện Quang (Canada)
Phụ Tá: TT Thích Như Tú (Thụy Sĩ)
Thư Ký: ĐĐ Thích Hạnh Giới (Đức)
Ban Viên: ĐĐ Thích Thanh An (Tích Lan), NT Thích Nữ Giới Châu (Hoa Kỳ), NS Thích Nữ Quảng Trạm (Pháp), SC Thích Nữ Giác Anh (Úc), CS Hạnh Cơ (Canada)

BAN TRUYỀN BÁ GIÁO LÝ:
Cố vấn: Trưởng lão HT Thích Thắng Hoan (Hoa Kỳ)
Trưởng Ban: HT Thích Nguyên Siêu (Hoa Kỳ)
Phó Ban: HT Thích Bổn Đạt (Canada)
Phó Ban: HT Thích Trường Sanh (Úc châu)
Phó Ban: HT Thích Tâm Huệ (Âu châu)
Phó Ban: HT Thích Thiện Duyên (Hoa Kỳ)
Thư Ký: TT Thích Hạnh Tấn (Đức)
Ban Viên: HT Thích Nhựt Huệ (Hoa Kỳ), TT Thích Hoằng Khai (Na Uy), TT Thích Giác Tín (Úc Châu), TT Thích Thiện Long (Hoa Kỳ), TT Thích Thiện Trí (Hoa Kỳ), TT Thích Đạo Tỉnh (Hoa Kỳ), TT Thích Chúc Đại (Hoa Kỳ), SC Thích Thông Niệm (Canada), SC Thích Tịnh Nghiêm (Hoa Kỳ), v.v…

BAN BÁO CHÍ & XUẤT BẢN:

Trưởng Ban: TT Thích Nguyên Tạng (Úc)
Phó Ban: TT Thích Hạnh Tuệ,
CS Tâm Quang Vĩnh Hảo (Hoa Kỳ)
Thư Ký: CS Tâm Thường Định Bạch Xuân Phẻ (Hoa Kỳ)
Ban Viên: CS Tâm Huy Huỳnh Kim Quang (Hoa Kỳ), CS Quảng Tường Lưu Tường Quang (Úc), CS Nguyên Đạo Văn Công Tuấn (Đức), CS Nguyên Trí Nguyễn Hòa/Phù Vân (Đức), CS Quảng Trà Nguyễn Thanh Huy (Hoa Kỳ), CS Quảng Anh Lê Ngọc Hân (Úc), CS Thanh Phi Nguyễn Ngọc Yến (Úc)

BAN BẢO TRỢ:

Cố Vấn: TT Thích Trường Phước (Canada)
Trưởng Ban: TT Thích Tâm Hòa (Canada)
Phó Ban Úc Châu: TT Thích Tâm Phương (Úc)
Phó Ban Âu Châu: TT Thích Quảng Đạo (Pháp),
NT Thích Nữ Diệu Phước (Đức),
NS Thích Nữ Huệ Châu (Đức)
Phó Ban Châu Mỹ: NS Thích Nữ Diệu Tánh (Hoa Kỳ),
TT Thích Thường Tịnh (Hoa Kỳ)
Phụ Tá: ĐĐ Thích Thông Giới (Canada),
SC Thích Nữ Thông Tịnh (Canada)
Thủ Quỹ: NS Thích Nữ Bảo Quang (Canada)
Thư Ký: NS Thích Nữ Đức Nghiêm (Canada)

HỘI ẤN HÀNH ĐẠI TẠNG KINH VIỆT NAM
VIETNAM TRIPITAKA FOUNDATION
(trực thuộc Hội Đồng Hoằng Pháp)

Chủ tịch: HT Thích Nguyên Siêu
Thư ký: TT Thích Hạnh Tuệ
Thủ quỹ: CS Tâm Quang Vĩnh Hảo

Ban Ấn hành:
Trưởng Ban: TT Thích Hạnh Viên
Phó Ban: CS Nguyên Đạo Văn Công Tuấn
- *Đặc trách Phát hành:*
                     NS Thích Nữ Quảng Trạm
- *Đặc trách Ấn loát:*
                     CS Tâm Thường Định Bạch Xuân Phẻ,
                     CS Nhuận Pháp Trần Nguyễn Nhị Lâm
- *Đặc trách Kỹ thuật:*
                     CS Quảng Pháp Trần Minh Triết,
                     CS Quảng Hạnh Tuệ Nguyễn Lê Trung Hiếu

◻ **Liên lạc thỉnh Đại Tạng Kinh:**

NS Thích Nữ Quảng Trạm
Tổ Đình Khánh Anh (Bagneux)
14 Avenue Henri Barbusse, 92220 Bagneux - France
Tel.: +33 609 09 01 19
Email: hdhp.inan@gmail.com

Ghi chú các chữ viết tắt: HT=Hòa thượng; TT=Thượng tọa; ĐĐ: Đại đức; NT=Ni trưởng; NS=Ni sư; SC=Sư cô; CS=Cư sĩ.

Liên lạc HỘI ĐỒNG HOẰNG PHÁP

Hòa thượng Thích Như Điển, Chánh Thư Ký, HĐHP
Chùa Viên Giác. Karlsruher Str. 6, 30519 Hannover, Germany
Website: www.hoangphap.org; Email: hdhp.ctk@gmail.com;
Tel: + 49 511 879 630

Thượng tọa Thích Nguyên Tạng,
Trưởng ban Báo Chí & Xuất Bản, HĐHP
Tu Viện Quảng Đức, 105 Lynch Road, Fawkner, Vic.3060 Australia
Website: www.hoangphap.org; Email: hdhp.bbc@gmail.com;
Tel: +61 481 169 631

Thượng tọa Thích Tâm Hòa, Trưởng ban Bảo Trợ, HĐHP
Trung Tâm Văn Hóa Phật Giáo Pháp Vân, Ontario, Canada
420 Traders Blvd E, Mississauga, ON L4Z 1W7, Canada
Website: www.phapvan.ca; Email: thichtamhoa@gmail.com
Tel: +1 905-712-8809

Liên lạc thỉnh ĐẠI TẠNG KINH

Ni Sư Thích Nữ Quảng Trạm - Tổ Đình Khánh Anh (Bagneux)
14 Avenue Henri Barbusse, 92220 Bagneux- France
Tel.: +33 609 09 01 19 - Email: hdhp.inan@gmail.com